AF706219

शाळेतल्या आठवणी

अभयकुमार बिरनाळे

#AnyoneCanPublish with
सकाळ प्रकाशन

#AnyoneCanPublish with
सकाळ प्रकाशन

Shaletalya Aathvani
© 2026, Abhaykumar Birnale

शाळेतल्या आठवणी
© २०२६, अभयकुमार बिरनाळे

प्रथम आवृत्ती : मे २०२६
प्रकाशक : सकाळ मीडिया प्रा. लि.
५९५, बुधवार पेठ, पुणे ४११ ००२
संपादन : ज्योती बागल
रेखाचित्रे : विजयकुमार शिंदे
मुखपृष्ठ, मांडणी
आणि मुद्रितशोधन : सारद मजकूर, पुणे

ISBN : 978-93-47138-53-9
संपर्क : ९८८१५ ९८८१५ / ८८८८८ ४९०५०
sakalprakashan@esakal.com

© **All rights reserved.**
No part of this publication may be reproduced or transmitted in any form or by any means, electronically or mechanically, including photocopying, recording, broadcasting, pod casting of any information storage or retrieval system without prior permission in writing form the writer or in accordance with the provisions of the Copy Right Act (1957) (as amended). Any person who does any unauthorised act in relation to this publication may be liable to criminal prosecution and civil claims for damages

Disclaimer :
Although the author has taken every effort to ensure that the information in this book was correct at the time of printing, the author and publisher do not assume and hereby disclaim any liability to any party, society for any loss, damage, or disruption caused by errors or omissions, whether such errors and omissions are caused due to negligence, accident, amendment in Act, Rules, Bye laws or any other cause. The views expressed in this book are those of the Authors and do not necessarily reflect the views of the Publishers.

मोठ्या प्रमाणात पुस्तक खरेदीवर सवलत

मोठ्या प्रमाणात पुस्तक खरेदी केल्यास सवलतीचा लाभ तुम्हाला मिळेल, मग कारण काही असो - कॉर्पोरेट गिफ्टिंग अथवा तुमच्या कौटुंबिक / विशेष कार्यक्रमांसाठी.

तुमच्या कंपनीचा लोगो, कंपनीचा संदेश अथवा तुमचे वेगळेपण सिद्ध करणारी माहिती असलेल्या अशा पुस्तकाच्या 'खास आवृत्त्या' तुमच्या मागणीनुसार उपलब्ध करून दिल्या जातील.

अधिक माहितीसाठी sakalprakashan@esakal.com वर ई-मेल करा.
www.sakalpublications.comला भेट द्या अथवा WhatsApp 8888849050 या क्रमांकावर संपर्क साधा.

तीर्थरूप बाप्पांच्या चिरंतन स्मृतीस...

मनोगत

शाळेत असताना परीक्षांमध्ये निबंधाचा विषय असायचा 'माझी शाळा.' दर खेपेस या निबंधाचा आरंभ हमखास खालील ओळींनी व्हायचा,

ही आवडते मज मनापासुनी शाळा
लाविते लळा ही, जसा माउली बाळा

आणि मग पुढे माझ्या शाळेचं नाव 'महात्मा जोतिबा फुले विद्यामंदिर, क्रमांक-१२' अशी सुरुवात व्हायची. यानंतर काही दिवसांनी फुलेंचं पूर्ण नाव कळलं. मग 'महात्मा जोतिराव गोविंदराव फुले विद्यामंदिर, क्रमांक-१२' असं निबंधात आणि शाळेच्या वह्या-पुस्तकांवर लिहू लागलो. कवी केशवकुमार; अर्थात प्रल्हाद केशव अत्रे यांच्या 'माझी शाळा' कवितेतल्या या ओळींचा त्या वेळी इतका अर्थबोध व्हायचा नाही.

प्रस्तुत पुस्तकात मांडलेल्या शाळेतल्या काही आठवणी या माझ्या चौथीपर्यंतच्या मराठी शाळेतल्या, तर बऱ्याचशा दहावीपर्यंतच्या 'व्यंकटराव हायस्कूल, इचलकरंजी'मधल्या आहेत; पण वाचकांना ते कोणत्याही शाळेत शिकले असले, तरी आपल्याशा वाटतील, याची खात्री वाटते. या माझ्या आठवणींचा कालखंड आहे १९८१ ते १९९१पर्यंतचा. म्हणजेच तीस-चाळीस वर्षांपूर्वीचा आहे; पण म्हणतात ना, आठवणींना 'एक्सपायरी डेट' नसते. त्यामुळेच तर शाळेतल्या आठवणी सर्वांना तितक्याच ताज्या वाटतात.

आठवणी केव्हा, कशा आणि का येतात आणि त्या मेंदूत कुठं साठवल्या जातात, ही खूप जटिल प्रक्रिया आहे. माणसाचा मेंदू जन्मापासून अनेक आठवणी साठवत जातो. मेंदू जसा विकसित होत जातो, तशा आठवणी या वेगवेगळ्या स्तरांतून साठवल्या जातात. काही आठवणी पूर्ण पुसल्या जातात, तरी मेंदूच्या आतल्या स्तरात अबोध अवस्थेत असतात. 'कुणी तरी' यांची आठवण करून दिली, तर बेधडक धडक देऊन सुळकन पृष्ठभागावर येतात. आठवणी जागृत होतात. शाळेतल्या आठवणींच्या निमित्तानं लिहिताना हे जे 'कुणी तरी' आहे, ते आपण व्हावं, अशी एक इच्छा होती. हेच एक उद्दिष्ट होतं, की त्या आठवणी वाचताना वाचकांना त्यांच्या शाळेतले दिवस आठवावेत. 'व्हॉट्सॲप'वरच्या 'स्मृतिगंध ९०-९१' या माझ्या शाळकरी मित्रांच्या ग्रुपच्या माध्यमातून आठवणी शेअर करताना ते साध्य झालं, असं मला वाटतं.

समाजमाध्यमांवरच्या खूपशा गोष्टी कालांतरानं 'डिलीट' होतात, तर काही विस्मृतीत जातात. त्यामुळे बऱ्याच जणांकडून ग्रुपवर 'शाळेतल्या आठवणी' पुस्तक स्वरूपात याव्यात, असं मत वेळोवेळी व्यक्त केलं गेलं. यातूनच 'सकाळ प्रकाशना'च्या अमृता देसर्डा यांच्याशी संपर्क साधला. त्यांच्या होकारानंतर या 'शाळेतल्या आठवणी' आता पुस्तक स्वरूपात येत आहेत. त्यांच्या सहकार्याबद्दल त्यांचे मनःपूर्वक आभार.

सरतेशेवटी माझे मनोगत संपवताना एक इच्छा व्यक्त करतो,

निरोप घेऊन निघेन जेव्हा, अनंतात मी विलीन व्हावया,
सांग विधात्या देशील का रे, आठवणी या सवे न्यावया

गेली काही वर्षं पुन्हा एकदा या 'व्हॉट्सॲप' ग्रुपच्या माध्यमातून शाळेतल्या वर्गमित्रांशी संवाद साधता आला. 'स्मृतिगंध ९०-९१' परिवारातल्या सर्वांचेच मनःपूर्वक आभार!

आपल्या शाळेचा वार्षिक अंक 'मकरंद'च्या मुखपृष्ठावरचं चित्र हे वि. वि. शिंदे सरांचं असायचं. आपल्या पुस्तकाचं चित्रदेखील सरांच्याच संकल्पनेतून व्हावं, ही मनोमन इच्छा होती. शिंदे सरांनी मुखपृष्ठ तर रेखाटलंच; शिवाय प्रत्येक आठवण वाचून त्या अनुषंगाने एक रेखाचित्र अशी तब्बल नव्याण्णव चित्रं स्वतः रेखाटली आहेत. विजयकुमार शिंदे सर यांचा मी शतशः ऋणी आहे.

– अभयकुमार बिरनाळे

अनुक्रम

१

शालेय निवडणूक

आमच्या लहानपणी निवडणुका खूप निष्पक्षपाती असायच्या. कुठलंही आमिष नसायचं. मत मागायला कुणाच्या हातापाया पडायला नाही लागायच्या. गुप्त मतदान शांततेत पार पडायचं. निवडणुका पार पडल्या, की तासाभरात मतमोजणी व्हायची. मग जल्लोष व्हायचा; पण तोदेखील शांततेत. किंबहुना कधी गुलालाची उधळण व्हायची नाही, की फटाके फोडले जायचे नाहीत. मात्र, दोन-चार दिवसांनी मतदारांना कृतज्ञता म्हणून चॉकलेटचं वाटप व्हायचं. कुणी मंत्र्यांनं मेलडीचं चॉकलेट वाटलं, की खूप अप्रूप वाटायचं. इतकी प्रगल्भ लोकशाही केवळ शालेय जीवनातच अनुभवायला मिळाली. इतकंच काय, सहावीत असताना एका उमेदवारानं स्वतःचं मतदेखील प्रतिस्पर्धी उमेदवाराला 'दान' केलं! शून्य मतांमध्येदेखील त्याचं मन समाधान पावलेलं.

अशा प्रकाराच्या निवडणुका आमच्या 'व्यंकटराव'मध्येही होत. मुख्यमंत्री, महिलामंत्री, सांस्कृतिक मंत्री, क्रीडा मंत्री, विज्ञान मंत्री असं मंत्रिमंडळ वर्गाचं आणि त्यांनी पुन्हा शाळा स्तरावर निवडून दिलेलं वेगळं.

पाचवीपासून नववीपर्यंत मी विज्ञान मंत्रिपद कधी सोडलं नाही. विज्ञान मंडळाची सभा दर शनिवारी शाळा सुटल्यावर 'नववी ब'च्या ठरलेल्या वर्गात व्हायची. गुरुवर्य महाजन सर सभा घ्यायचे. त्यात सर्वांत जास्त आकर्षण असायचं ते 'विज्ञान युग'च्या अंकाचं. विज्ञान मंडळाची पुस्तक पेटी वेगळी होती. आजकाल दिसणाऱ्या बँकेच्या किंवा एटीएमच्या कॅश पेटीसारखी. ती पेटी उचलून वर्गात नेतानादेखील आमची कॉलर ताठ व्हायची.

विज्ञान प्रदर्शनाचंदेखील खूप आकर्षण असायचं. पंधरा दिवस ते महिनाभर आधी तयारी सुरू व्हायची. शाळेच्या पाठीमागे झाडाखालच्या जुनाट 'मुख्याध्यापक' बंगल्यात मुक्काम असायचा. तिथं अडगळीत पडलेलं साहित्य गोळा करून आमचं कामकाज सुरू व्हायचं. कामापेक्षा चर्चा अधिक व्हायच्या. आम्ही तासाला दांडी मारून तिथं जाऊन दिवस दिवस गप्पा मारत टाइमपास करायचो. काहीबाही जोड-तोड करायचो आणि एखादं उपकरण विज्ञान प्रदर्शनात मांडायचो. या सगळ्या प्रकारात एक गोष्ट मात्र नक्की झाली, ती म्हणजे आम्ही 'खटपटे' बनलो.

माझ्या उद्योजकतेची बीजं तिथल्या अडगळीतच रोवली गेलीत, असं वाटतं. भले 'बिझनेसमन' होता आलं नाही; पण उद्योजकता अंगात निश्चित भिनली गेली, असं मला वाटतं.

२

क्विझ कॉम्पिटिशन

सातवीची माझी स्कॉलरशिप तीन मार्कांनी हुकली आणि शालेय अभ्यासातून माझं मन उठल्यागत झालं. काही तरी वेगळं करायचं डोक्यात घोळू लागलं. क्रमिक अभ्यासाव्यतिरिक्त काही तरी करायचं होतं.

काही दिवसांतच एक चांगला पर्याय मला मिळाला. जनरल नॉलेजच्या (जीके) अभ्यासाचा. तो काळ होता फोन आणि इंटरनेट युगाच्या खूप आधीचा. दररोज सकाळी शाळा सुरू होण्याआधी तासभर जी. जी. कुलकर्णी सर 'जीके'चा तास घेऊ लागले. नित्यनियमानं ज्ञानात थोडी थोडी भर पडू लागली. याच दरम्यान वेगवेगळ्या संस्था, मंडळं, क्लब्ज यांच्यातर्फे 'क्विझ कॉम्पिटिशन्स' विविध स्तरांवर होऊ लागल्या. त्यामुळे हरएक स्पर्धेत सहभागी व्हायचं आणि पहिला नंबर मिळवायचाच, असं उद्दिष्टच होऊन गेलं. त्यातूनच 'जीके'च्या स्पर्धांचं आणि परीक्षांचं जणू व्यसनच लागलेलं. शेवटी राष्ट्रीय पातळीवरच्या परीक्षेत यश मिळालं आणि शाळेतल्या बोर्डावर नाव कायमचं लिहिलं गेलं.

सगळ्या क्विझ स्पर्धांत अजयची नेहमी सोबत असायची. कुठलीही क्विझ म्हटली, की अजय-अभय ही ठरलेली जोडगोळी असायची. नववीत एकदा 'सायन्स डे'च्या निमित्तानं क्विझ कॉम्पिटिशन होती. त्यातदेखील आम्हीच शाळेचं प्रतिनिधित्व केलं आणि पहिला नंबर मिळवला. आज एवढं सगळं आठवलं कारण यंदा माझी लेक रियादेखील नववीत आहे. शाळेकडून 'सायन्स डे'च्या निमित्तानं होणाऱ्या वक्तृत्व स्पर्धेत सहभागी होण्यासाठी तिची निवड झालेली. स्पर्धा 'व्हीआरडीई, अहमदनगर' इथे होती. ही संरक्षण मंत्रालयाच्या अधिपत्याखालील

संशोधन संस्था आहे. २८ फेब्रुवारीला मी तिला सोडायला 'व्हीआरडीई'मध्ये गेलो होतो. तिथल्या गेटवरच भलामोठा एक रणगाडा दिसतो.

वास्तविक वक्तृत्व हीदेखील एक कला आहे, असं मी मानतो. आजकाल बोलणाऱ्यांचेच दिवस आहेत. 'बोलणाऱ्यांचे चणे खपतात,' अशी पूर्वी म्हण होती. मी तर म्हणेन की बोलणाऱ्याचे चणेच काय, अगदी दगडमातीदेखील हातोहात खपेल.

या वर्षी पहिल्यांदाच तिनं वक्तृत्व स्पर्धेत भाग घेतला होता, तो हिंदी दिवसाच्या निमित्तानं. त्यात नंबर आल्यानं उत्साह आधीच दुणावलेला. या आंतरशालेय वक्तृत्व स्पर्धेतदेखील तिनं तिसरा क्रमांक पटकावला. याच दिवशी तिकडं, आपल्या सीमेवर युद्धजन्य परिस्थिती निर्माण झाली होती. म्हटलं, आपण इथून तरी सलाम ठोकू!

रियाच्या हातात ट्रॉफी आणि चेहऱ्यावर आनंद होता आणि माझ्या मनात समाधान!

३

माझी आणि कन्येची चित्रकला

भोसेकर, बिरनाळे आणि हावरे आमच्या तिघांत फार्मसीच्या परीक्षा देताना खूप सिंक्रोनायझेशन असायचं. इतकं की एकमेकांच्या भरवशावर आम्ही टॉपिकच नव्हे, तर चाप्टर्सदेखील ऑप्शनला टाकायचो. भटाचं मात्र एकतर्फी असायचं. आम्ही त्याचा पेपर बघायचो; पण त्यानं मागं वळून कधी पाहिलं नाही आणि आम्ही चारही वर्षांत कधीच फर्स्ट क्लास सोडला नाही.

अगदी अशीच आमची चौकडी हायस्कूलमध्येही होती. त्यात अजय, अनिल, अभय आणि मुधोजी एका मागोमाग एक नंबर. तिथंदेखील सिंक्रोनायझेशन असायचं. सातवीत असताना सहामाही परीक्षेचा चित्रकलेचा पेपर होता. विषय होता भौमितिक रचना. सर्वांची रचना एकच! एकच चित्र, एकच रंग. परीक्षेचा निकाल लागला, तर त्यात आम्ही तिघे पास झालो; पण अजय नापास झाला! नापास तेही चित्रकलेत! खूप नामुष्कीची वेळ आली होती.

माझी चित्रकला तशी बेताचीच. माझीच सावली माझ्या लेकीवर पडलेली. त्यामुळे तिच्या चित्रकलेच्या पेपरची, त्यातल्या मार्कांची मला कायम काळजी वाटायची. आठवीत मात्र तिनं एक क्रांतिकारी निर्णय घेतला. तो म्हणजे, ग्रेड चित्रकलेच्या परीक्षेला बसण्याचा. 'माझी चित्रकला सुधारली पाहिजे,' असा तिचा एकच अट्टाहास असायचा. 'का बरं ही चित्रकलेत टाइमपास करत असावी,' असा मला नेहमी प्रश्न पडायचा. मी माझा प्रश्न मायलेकींवर सोडून दिला. तिनं चित्रकलेचा क्लास जॉइन केला. अगदी रात्री अकरा वाजेपर्यंत अहमदनगरसारख्या अनोळखी शहरात ड्रॉइंग्ज क्लास करायची. अगदी तहानभूक हरपून! यासाठी

रियानं खूप साऱ्या आवडीच्या गोष्टींवर पाणी सोडलं. भले तिच्याकडे उपजत कला नसेल; पण त्या कलेचं तंत्र आत्मसात करायचा तिचा प्रामाणिक प्रयत्न होता. काही नाही झालं, तरी सायन्समधल्या आकृत्या काढण्यात सुधारणा होईल, असं मला वाटलं. सप्टेंबर महिन्यात परीक्षा झाली. माझ्या कामाच्या व्यापात मी एव्हाना हे सगळं विसरूनदेखील गेलो होतो. डिसेंबर महिन्याच्या दुसऱ्या आठवड्यात लेकीचा दुपारी फोन आला. तिनं सांगितलं, “पप्पा, चित्रकला परीक्षेचा निकाल जाहीर झाला आहे. सांग बरं, मला कोणती ग्रेड मिळाली असेल? गेस कर.”

मी म्हणालो, “सी किंवा डी, काही तरी मिळाली असेल.”

हर्षोल्हासात तिनं सांगितलं, “अरे, ए ग्रेड मिळाली आहे!”

तिच्या आनंदाला पारावार उरला नाही. तेव्हा मला मायलेकींनी केलेले सारे प्रयत्न आठवले. खरंच, एखादी गोष्ट मनापासून केली, की त्याला निश्चित यश आपोआप मिळत जातं. म्हणून आता मीदेखील आळस झटकून मनापासून माझी पुढची वाटचाल सुरू केली आहे.

नवव्या इयत्तेत रियानं चित्रकलेची ‘इंटरमिजिएट’ परीक्षा दिली व ती ‘बी’ श्रेणीत उत्तीर्ण झाली.

४

चिंधीचेंडूचं क्रिकेट

भारतानं १९८३ला 'क्रिकेट वर्ल्ड कप' जिंकला, तेव्हा मी खूप लहान होतो. माझ्या पिढीच्या दृष्टीनं क्रिकेटला खरी लोकमान्यता मिळाली, ती १९८५च्या 'बेन्सन अँड हेजेस वर्ल्ड कप'नंतर. ज्यात रवी शास्त्रीला 'मॅन ऑफ द सिरीज'साठी 'ऑडी' गाडी मिळाली होती. मला आठवतंय, की मी चौथीचा स्कॉलरशिपचा पेपर देऊन धावतपळत गल्लीतल्या एका घरात घुसून मॅचचा शेवट पाहिला होता. त्या वेळी नुकताच टीव्हीचा प्रचार आणि प्रसार सुरू झाला होता. तरीही आमच्या शाळेत अजून क्रिकेटला मान्यता नव्हती; पण म्हणतात ना, 'इच्छा तिथं मार्ग' आणि शाळेत क्रिकेट खेळायची तहान 'चिंधी'च्या चेंडूवर भागवायला सुरुवात झाली.

सहावीत सुरू झालेल्या या चळवळीचे जनक होते 'महेश काटकर.' कदाचित 'चिपळूणकर टेलर्स'मुळे कच्च्या मालासाठी त्याला चांगला ॲक्सेस असावा. अगदी दररोज नवीन चेंडू हातांनी मारून खेळायचो. सुरुवातीला शाळेच्या पाठीमागं झाडांच्या आडोशाला एका कोपऱ्यात चालू झालेला खेळ सातव्या इयत्तेत जाईपर्यंत राजरोसपणे मैदानावर सुरू झाला. आता व्याप्ती वाढली होती आणि खेळाडूदेखील.

सातवीत गुरुवर्य महाजन सर शाळेत स्कॉलरशिपचा दररोज तास घ्यायचे; पण त्यांना यायला हमखास वेळ व्हायचा आणि तोपर्यंत आमचं 'चिंधीचेंडू'वालं क्रिकेट रंगात यायचं. एव्हाना शाळेमध्ये एक नवीन इमारत तयार झालेली. त्या बिल्डिंगसमोर पत्र्याच्या शेडच्या दिशेनं, जिथं पाचवी-सातवीचे वर्ग भरत, तिकडे तोंड करून फलंदाजाची जागा ठरलेली. त्यानंतर नियम ठरलेले, की भिंतीवर चेंडूचा

पहिला टप्पा म्हणजे चौकार, मग पत्र्यावर टप्पा पडला की सिक्सर. गंमत म्हणजे पत्र्यांवरून चेंडू खाली पडताना कॅच पकडल्यास फलंदाज बाद होत असे. या खेळाची अजून एक गंमत म्हणजे यात खालचा बॅट्समन नसायचा, टीम नसायची. प्रत्येकानं स्वतंत्रपणे खेळायचं. ज्याचे जास्त रन, तो पुढच्या डावात पहिल्यांदा बॅटिंग करणार वगैरे वगैरे.

आठवीत पूर्ण संस्कृतमुळे तुकड्यांची 'फाळणी' झाली आणि अकारण जबाबदारी वाढल्याचं जाणवू लागलं. परिणामी, आमचं हातावर चालणारं चिंधीचेंडूचं क्रिकेट संपुष्टात आलं, ते कायमचंच!

५

महाजन सर

पहिली ते चौथीपर्यंत घराजवळच्याच नगरपालिकेच्या मराठी शाळेत शिक्षण झाल्यानं शाळेत डबा घेऊन जाण्याचा कधी प्रश्नच नव्हता. व्यंकटरावमध्ये आल्यावर मात्र शाळेत डबा घेऊन यायला सुरुवात झाली.

माझे थोरले बंधू तेव्हा दहावीत असल्याने पाचवीतले पहिले सहा-सात महिने मी त्यांच्या वर्गात जाऊनच डबा खायचो. आमच्या डब्यात तेव्हा नेहमी ज्वारीची भाकरी, भाजी आणि कालवून दिलेला दहीभात असायचा. घरी गव्हाची चपाती फक्त सोमवारी असायची. त्यानंतर मात्र मग डबा खाणं माझ्या माझ्या वर्गातच होऊ लागलं. डबा खाऊन झाल्यावर नळाच्या पाण्याने तो विसळून घ्यायचा आणि ओंजळीनं तिथलंच पाणी प्यायचं. त्यामुळे कधी पाण्याची बाटली शाळेत नेल्याचं स्मरत नाही. इतका गाढ विश्वास होता आमचा आमच्या शाळेवर आणि टाकीतल्या पाण्यावरदेखील. ती पाण्याची चव कुठल्या पॅकेज्ड वॉटर बॉटलमध्ये परत कधीच लागली नाही; पण सगळ्यात जास्त गोडी वाटायची ती विज्ञान प्रदर्शनावेळच्या किंवा एखाद्या स्पर्धेवेळी दुसऱ्या शाळेत गेल्यावर होणाऱ्या पंगतींची आणि त्यातल्या त्यात गुरुवर्य महाजन सरांच्या सोबतीची. कुठलीही पंगत म्हटली, की गुरुवर्यांचा भोजनमंत्र ठरलेला असायचा,

ॐ सह नाववतु। सह नौ भुनक्तु।
सह वीर्यं करवावहै।
तेजस्विनावधीतमस्तु। मा विद्विषावहै।
ॐ शान्तिः शान्तिः शान्तिः।।

'आपण गुरू-शिष्य एकत्र येऊन प्रार्थना करू, एकत्र भोजन करू, एकत्र कार्य करू आणि एका विद्वेषरहित समाजाची निर्मिती करून खूप मोठी कार्यं पार पाडू. पराक्रम करू.' इतका मोठा अर्थ या प्रार्थनेत सामावला आहे. आणखी असंच एक समाधान आठवतं. ते म्हणजे, शाळेतल्या अल्पोपहाराच्या वेळचं. तेव्हादेखील भोजनमंत्र ठरलेला असायचा. पूर्ण शाळेतले सगळे विद्यार्थी मैदानावर जमायचे आणि अल्पोपहारावर मनसोक्त ताव मारायचे.

शाळेच्या मैदानातल्या कुठल्याही कार्यक्रमावेळी शेवटी 'वंदे मातरम्' म्हणून झालं, की मुलं चड्ड्या झाडत उठायची आणि एकच धुळीचं लाल वादळ परिसरात उठायचं. कुणीही किती सांगोत, जी. जी. कुलकर्णी सर सांगू देत किंवा बेडकिहाळ सर; कुणीच ढिम्म ऐकायचं नाही. मातीचा लोळ उठायचा, अपवाद असायचा तो फक्त अल्पोपहाराच्या कार्यक्रमावेळचा. खरंच, कित्ती गुणी मुलं होतो ना आम्ही?

६

क्राफ्टचा तास आणि कोंबडा

कलेचा आणि आमचा पहिल्यापासूनच 'छत्तीस'चा आकडा. मग ती कोणतीही असो. चित्रकला किंवा हस्तकला. पहिली ते चौथी तिरंगा झेंडा, घागर–बादली, सहा पाकळ्यांची नक्षी, सूर्योदय या पलीकडे शाळेत चित्रकलाच नव्हती. पाचवीत हायस्कूलमध्ये आल्या आल्या पहिलं चित्र कोणतं होतं, तर 'कुत्र्या'चं. घरी आल्यावर कागदावर छाप उठवून चित्र पूर्ण केलं. त्या वेळी साळी सर चित्र व हस्तकला हे दोन्ही विषय शिकवायचे. चित्र काढण्यासाठीचा 'कोरा ताव' त्या वेळी शाळेतच दिला जायचा. सगळ्यात वैतागवाडी तेव्हा असायची, जेव्हा चित्रकलेचे सलग दोन तास असायचे; पण एक चांगली गोष्ट म्हणजे चित्र पूर्ण करून दाखवणं बंधणकारक नसायचं.

आमच्या हस्तकलेचीदेखील तीच गत. पाचवीत कागदाची फुलं करायला साळी सरांनी शिकवलं. मी शेवटच्या बाकावर बसायचो. कागदाची कुठली घडी कुठं घालायची आणि कागदाचं कुठलं टोक बाहेर ओढायचं ते 'ठो' काहीच
...यचं धाडस नव्हतं. आणखी एक, त्या वेळी
...वापरायचा. 'क्रेप' पेपर वापरायचा नाही. जो
...तो रंग मला कधी मिळायचा नाही. त्यामुळे
...चं नाही आणि फुलांच्या पाकळ्या म्हणाल,
...यच्या; पण प्रामाणिक प्रयत्नांमुळे किमान
...ळेत गाठू शकलो.
...होती ती 'मांगलेकर बंधूं'ची. 'फोल्डिंग'ची

कात्री कायमच त्यांच्या 'खिशात'च असायची. पाचवीत एकदा शिक्षणाधिकारी कुठल्या तरी इन्सपेक्शनच्या निमित्तानं येणार होते, तर कागदांच्या पताका, झुंबर व तोरणांनी केवढा वर्ग सजवला होता. टेबलवर टेबलक्लॉथ, पाण्याचा ग्लास इत्यादी वस्तूंसह खूप काही सजावट केली होती; पण दुर्दैवानं त्या दिवशी ते अधिकारी वर्गात आलेच नाहीत.

तेव्हा शाळेत सातवीपर्यंतच 'हस्तकला' होती. सातवीत विजय शिंदे सर होते. हस्तकलेच्या वार्षिक परीक्षेत कोंबड्याचं चित्र काढून त्याला रंग देऊन तो आकार व्यवस्थित कापायचा होता. मी सुरुवात तर केली; पण अर्धा-पाऊण तास गेला. कसाबसा आकारही जुळून आलेला; पण रंगकाम वेळेत होणं खूप दुरापास्त होतं. शेवटी हातचलाखीनं दप्तरात एक-दोन दिवसांपूर्वी तयार करून पुस्तकात ठेवलेला 'कोंबडा' बाहेर काढला आणि अर्धवट तयार 'कोंबडा' पुस्तकात ठेवून टाकला. पुढच्या पंधरा मिनिटांत शिंदे सरांनी सर्व त्रेसष्ट 'कागदी कोंबडे' कापून कचऱ्यात टाकले.

हस्तकलेबाबतच नाही, तर आपल्या आयुष्यातही चांगल्या गोष्टींची 'कॉपी' करणं सोपं काम नाही. कलेमध्ये तर तुमची क्षमता, बोटांची सहजसुंदर हालचाल, सर्जनशीलता याची गरज निश्चितच असते. त्यातून तुमची एकाग्रता वाढते. नवनिर्मितीच्या आनंदानं मानसिक कार्यही वेगानं व सकारात्मक दिशेनं हो[illegible] लागतं; पण माझ्यातली कलेची कमतरता कायमस्वरूपी स्मरणात राहून गे[illegible]

खूपदा आयुष्याच्या परीक्षेतदेखील आपल्याला 'शॉर्टकट्स' घ्याले[illegible] पण प्रत्येक शॉर्टकट हा 'सुसह्य' होईलच असं नाही. नाही का मित्रां[illegible]

७

अण्णा शिपाई

तो २६ जून १९८६चा दिवस. नुकतीच पाचवीची सुट्टी संपून सहावीचं वर्ष सुरू झालं होतं. त्या दिवशी माझ्या सर्वांत थोरल्या चुलत बहिणीचं सांगलीत लग्न होतं. आम्ही सगळे जण आनंदात, उत्साहात होतो. संध्याकाळी इचलकरंजीत घरी परत आलो.

घरी येऊन पाहतो, तर शाळेतले 'अण्णा' शिपाई सायकल घेऊन अंगणात वाट पाहत बसलेले. आम्ही आल्यावर अण्णा उठून उभे राहिले. अण्णा शाळेतले वयानं सर्वांत ज्येष्ठ शिपाई. त्यांच्या बोलण्यातून कळलं, की ते सकाळपासून तिसऱ्यांदा आमच्या घरी आले होते; पण आमच्या घराला 'कुलूप' बघून हिरमुसले होते.

मोबाइल फोन्सच्या जन्माआधीचा जमाना होता तो. अण्णा शाळेतून निरोप घेऊन आले होते, तो एसएससी बोर्डाकडून आलेल्या 'तारे'बद्दलचा. माझ्या थोरल्या बंधूंचा दहावीच्या बोर्ड परीक्षेत नंबर आला होता. आमच्या 'बाप्पां'ना त्यांनी ती बातमी सांगितली. आम्हा सर्वांना अतीव आनंद झाला. आऊ झटकन स्वयंपाकघरातून अण्णांसाठी लाडू घेऊन आली. अण्णा नको म्हणाले. आमच्या बाप्पांनी खूप आग्रह केल्यावर मग चहा घ्यायला तयार झाले. अण्णांनी चहा तर घेतला; पण चहा प्यायलेली कपबशी त्यांनी स्वतःच विसळून ठेवली. गोगटे सरांचा निरोप पोहोचवून समाधानी चेहऱ्यानं अण्णा पुन्हा सायकलवरून परत शाळेकडे मार्गस्थ झाले.

गोगटे सर मुख्याध्यापक असले, तरी अण्णांचा एकेरी उल्लेख कधी करत नसत. कायम आदरार्थी 'अहो – जाहो' असाच असे. शाळेच्या मुख्य ऑफिस परिसरातल्या व्हरांड्यात अण्णांचा वावर असे. वक्तशीरपणात अण्णांचा हात

कुणी शिक्षकसुद्धा धरू शकत नसत. अण्णांच्या शाळेत घंटा वाजण्याच्या वेळेवर कित्येक जण आपलं घड्याळ लावत.

आम्ही सहावीत असताना शाळेच्या नवीन इमारतीचं बांधकाम सुरू होतं. उन्हाळ्यात ते 'चौथऱ्या'पर्यंत बांधून झालेलं. उन्हाळ्यामुळे शाळा सकाळची भरायची. जेवणाच्या मधल्या सुट्टीत पाठशिवणीचा आमचा खेळ रंगात आलेला. लहानपणापासून एक तर माझं वजन जरा जास्तच होतं. त्यात चपलांमुळे अडचण नको म्हणून अनवाणीच पळापळी आणि पकडापकडी सुरू होती. खेळता खेळता एका वेळी चौथऱ्याच्या कठ्ठ्यावरून खाली उडी मारली. खाली काय आहे ते मी पाहिलंच नव्हतं. नुकतीच मोठी दगडं फोडून त्यांच्या बारीक चिपऱ्यांचा सर्वत्र ढीग लागला होता. मी उडी मारली आणि माझा पाय पडला तो नेमका एका टोकदार दगडाच्या चिपरीवर. पायातून रक्त भळभळू लागलं. दोन वर्गमित्रांच्या खांद्यावर भार टाकून ऑफिसपर्यंत पोहोचलो. अण्णा शिपाई तिथंच उभे होते. आम्ही कुणी काही बोलायच्या आत लगबगीनं अण्णा पोतदार सरांच्या केबिनमध्ये गेले आणि आयोडीनची बाटली, ड्रेसिंग कापड आणि कापूस घेऊन आले. कुणी सांगायची वाट न बघता माझं ड्रेसिंग केलंदेखील.

पुढे एक-दोन वर्षांनी अण्णा रिटायर्ड झाले. नंतर ते बरेचदा शिवेवरच्या मारुती मंदिरात भजन म्हणताना दिसायचे.

शाळा म्हणजे विद्येचं माहेरघर. आपल्याला शिक्षकांनी घडवलं; पण याच जडणघडणीत एक छोटासा का होईना अप्रत्यक्ष सहभाग राहिला आहे, तो आपल्या शाळेतल्या शिपाई मंडळींचा. आपण नेहमी आपल्या शिक्षकांना स्मरणात ठेवतो; पण अण्णांसारखा शिपाई विरळाच. त्यांच्याविषयी मनःपूर्वक कृतज्ञता जपण्याचा हा एक छोटासा प्रयत्न.

८

दगडी पाटी

पाडव्याचा सण म्हटला, की आठवतं ते माझं पहिल्या इयत्तेतलं प्रवेशाचं पाटीपूजन. पूर्वी पहिलीतल्या ॲडमिशनची नावनोंदणी गुढीपाडव्याला व्हायची. त्या दिवशी पाटीपूजन व्हायचं. 'श्री गणेशाय नमः' असं पाटीवर गिरवण्यापासून आमच्या शिक्षणाचा श्रीगणेशा झाला. योगायोगानं ज्या गुरुजींनी पाटीवर पहिल्यांदा अक्षरं लिहिली, त्यांचं नाव 'शालिवाहन कुंभार' होतं. अशाच एका शालिवाहनानं परदेशीय आक्रमक शकांचा पराभव केला आणि पाडव्यापासून 'शालिवाहन' शक सुरू झालं.

त्या वेळची पाटी 'दगडी' असायची आणि आमच्यासारख्या 'दगडां'ना घडवायचं काम करायची. दुसरीपर्यंतच्या सगळ्या परीक्षा पाटीवरच व्हायच्या. पाटीवरचं लिखाण शाळेत गुरुजींपर्यंत नेणं हे जसं 'स्किल' असायचं, तसंच पाटीच्या पट्ट्या काढून मारामारी करण्यातदेखील असायचं; पण सर्वांत समाधान 'दगडी पाटी' परीक्षेच्या आदल्या दिवशी कोळशानं धुताना व्हायचं. 'चिमणी चिमणी पाणी दे, कावळ्या कावळ्या वारा घाल' करत पाटी सुकवण्यात कोण आनंद असायचा.

पुढे हायस्कूलमध्ये पाटी कापडी दप्तरात वह्या-पुस्तकांना आधार द्यायची. एव्हाना पाटीचे सगळे लाकडी कोपरे गळून पडले होते. आठवीनंतरची बीजगणितं असो, की भूमितीतली प्रमेयं आणि सिद्धान्त. संस्कृतातले विभक्ती आणि प्रत्यय पाटीवरचं लिहिणं सोयीचं असायचं. अगदी बारावीतले क्लिष्ट डेरिव्हेटिव्ह आणि इंटिग्रेशनदेखील पाटीवर सुटायचे. पुढे फार्मसीला कराडला गेलो. तिथंदेखील

पाटीनं साथ सोडली नाही. पेन्सिलीचा 'टक टक' आवाज शांततेचा भंग करायचा. पुढे शिक्षण संपलं आणि पाटी कुठल्या तरी अडगळीत गायब झाली.

'शाळा सुटली, पाटी फुटली, आई मला भूक लागली,' पोटाच्या भुकेसाठी खरंच पाटीची साथ सुटली काय?

तीन-चार महिन्यांपूर्वी 'ब्युरो व्हेरिटास'च्या एका थर्ड पार्टी क्वालिटी ऑडिटसाठी डझनभर पाट्या विकत घेतल्या होत्या; पण दगडी पाटीतला जिवंतपणा त्यात जाणवला नाही. म्हणूनच की काय, काहीच दगडांना 'देवत्व' प्राप्त होत असतं, नाही का मित्रांनो?

१

आवडणारा 'ऑफ तास'

चौथीपर्यंत नगरपालिकेच्या शाळेत असताना, तेव्हा एकच शिक्षक सगळे विषय शिकवत. पाचवीत हायस्कूलमध्ये आल्यावर मात्र प्रत्येक विषय वेगवेगळे शिक्षक शिकवायचे. सगळ्या तासिकांमध्ये सर्वांना आवडणारा तास म्हणजे 'ऑफ तास.' कधी कधी बदली आलेले शिक्षक ऑफ तासाला वर्गात येऊन परत स्टाफ रूममध्ये निघून जात. सगळ्यांच्यात मी जरा अंगानं थोराड आणि चेहऱ्यानं 'सिन्सिअर' आणि 'शांत' दिसायचो. बरेचदा बदली आलेले शिक्षक मला बजावून जायचे, की 'बोलणाऱ्यांची नावं लिहून ठेव. मी परत आल्यानंतर बघतो.'

ते मोठं धर्मसंकट असायचं. सगळेच जण आपले मित्र. त्यातल्या त्यात कुणाची 'खुन्नस' काढायची असेल, तर आयती संधी असायची; पण नंतर कुणाला शिक्षा झाली, अंगठे धरायला सांगितलं किंवा कोंबडा केला, की कसं तरी वाटायचं.

ऑफ तास म्हटलं, की काही 'टिपिकल' ठरलेल्या गोष्टी असायच्या. कार्लेकर मॅडमचं 'धिस ओल्ड मॅन'सारखं एखादं बडबडगीत असायचं, खाडिलकर सर दरवेळी एका 'सिंदबाद'च्या सफरीवर घेऊन जात, तर कधी शेक्सपिअरच्या नाटकांना, म्हाकाळे सरांचा 'जीवन संघर्ष' मन हेलावून टाकायचा. हणमसागर मॅडम 'बलोपासने'त गुंतवून ठेवत. महाजन सरांच्या 'खंडो बल्लाळ', 'वासुदेव बळवंत', 'वीर सावरकर' आदींच्या स्फूर्तिदायक गोष्टी असायच्या, तर गोगटे सरांचं समृद्ध 'जीवन चिंतन' असायचं. सातशे वर्षं होऊन गेली, तरी ज्ञानेश्वरी वाचली जाते; पण सकाळी आलेलं वर्तमानपत्र दोन तासांत रद्दीत पोहोचतं, असं आशयघन आणि संपन्न चिंतन असायचं.

काही ऑफ तासांवेळी आपल्या विद्यार्थी मित्रांचे वेगवेगळे विनोद किंवा काही गोष्टी, कथा सांगणं व्हायचं. अमित कुलकर्णीच्या गोष्टी आणि मंजिरी कुलकर्णीचं चिं. वि. जोश्यांचं कथाकथन... खरंच, सारं काही अविस्मरणीय असायचं.

ऑफ तासावेळी काही वेळा 'बुक क्रिकेट' ठरलेलं असायचं. दुर्गेश ऊर्फ गणेश पत्कीचा त्यात हातखंडा होता. त्याच वेळी बऱ्याच जणांचं पुस्तकातल्या व्यक्तिचित्रांना दाढी, मिशा काढणं आणि स्त्रीला पुरुष आणि पुरुषांना स्त्री करणं सुरू असायचं. काहींचं बेंचवर 'कोरीव' काम चालू असायचं, तर अजय भिसेसारख्यांचं 'रेडियम'चं आर्ट वर्क सुरू असायचं. वर्ष संपेपर्यंत मात्र पुस्तक-वह्यांच्या हमखास पत्रावळ्या व्हायच्या. ऑफ तासावेळी काही जण पेंडिंग राहिलेला अभ्यास करायचे, तर काही जण गप्पांमध्ये रमायचे. कधी अशाच एखाद्या ऑफ तासाला आमची मैदानावर खेळायला किंवा साफसफाईला रवानगी व्हायची.

शाळेतल्या 'चाकोरी'तल्या अभ्यासाच्या तासांपेक्षा 'ऑफ' तासादरम्यानच आपण अधिक प्रतिभावान होत असू, असं मला वाटतं.

१०

गणिताचे शिंदे सर

सन २०१८-१९ हे राम गणेश गडकरींचं स्मृती शताब्दी वर्ष. संगीत 'भावबंधन' ही त्यांची अजरामर कलाकृती. त्यातलंच एक पद 'कठीण कठीण कठीण किती, पुरुषहृदय बाई...' हे अलीकडे वर्षभरात बऱ्याचदा ऐकण्यात आणि वाचनात आलं. मात्र, या ओळी समोर आल्या, की दर वेळी आठवण येते ती डी. एल. शिंदे सरांची.

सर एखादं अवघड गणित घालायचे आणि वर्गात गुणगुणत फिरायचे, 'कठीण कठीण कठीण किती...' कोल्ह्याची शिकार जरी करायची असली, तरी तयारी वाघाच्या शिकारीची करावी लागते, असं म्हणतात. आम्ही पाचवीला हायस्कूलमध्ये आलो. डी. एल. शिंदे सर दहावीच्या वर्गालाही गणित शिकवायचे. त्यांच्याकडे पाचवीतल्या कोल्ह्यांच्या शिकारीची (शिकवायची) जबाबदारी दिली होती. कदाचित पाचवीतच पाया पक्का व्हावा हा उद्देश असावा.

आपल्याला ज्या शिक्षकांनी घडवलं, त्यातलं एक अग्रणी नाव म्हणजे डी. एल. शिंदे सर. 'राजदूत' वापरणारं एक 'भारदस्त' व्यक्तिमत्त्व. गणित समजावून सांगताना सुरुवात 'माझ्या बालचमूंनो' अशी व्हायची, तर आपण बेसावध असताना त्यांनी मारलेला पाठीवरला 'धप्पाटा' आजही आठवतो. लागायचं काही नाही; पण नुसता आवाज मोठा असायचा.

'त्रैराशिक' उदाहरणं सोडवताना 'ह्यांनी ह्याला गुणायचं आणि ह्यांनी ह्याला' इतक्या विनोदी भाषेत सांगायचे. जेणेकरून मुलांच्या पक्कं लक्षात राहिलं पाहिजे, की गणित कसं सोडवायचं.

पाचवीतल्या गणिताचा बेस सरांनीच घट्ट केला. मिली-सेंटी-डेसी- (मीटर/लीटर/ग्रॅम) डेका-हेक्टो-किलोसारख्या मेट्रिक सिस्टीममधल्या युनिट्सचा सिक्वेन्स आजही सरांमुळेच पक्का लक्षात आहे.

चौथीच्या स्कॉलरशिप परीक्षेत माझा इचलकरंजी शहरात पहिला नंबर आला होता. त्या परीक्षेत बहुपर्यायी प्रश्न असायचे. 'शॉर्टकट'ची इतकी सवय झालेली, की पटकन उदाहरणं सोडवून उत्तराची नोंद करायचो. पुढे पाचवीत आल्यावर सहामाही परीक्षेत तीच सवय 'कंटिन्यू' राहिली. गणिताच्या पेपरमध्ये माझी तर सगळी उत्तरं बरोबर होती; पण स्टेप्स गायब. झालं! पंचेचाळीस मार्कांपर्यंत कशीबशी आमची गाडी आली. सर मला काही बोलले नाहीत; पण दहावीत असणाऱ्या थोरल्या बंधूंना बोलावून पेपर दाखवला. पुढे मात्र योग्य त्या सुधारणा होत गेल्या; पण योग्य वेळी, योग्य व्यक्तीने कानउघडणी केली म्हणून.

आम्ही दहावी झाल्यानंतर काही दिवसांनी सरांची 'बायपास सर्जरी' झाली आणि पुढे काही महिन्यांतच निधन. गणितासारखा 'कठीण' विषय मुलांमध्ये मिसळून तितक्याच तन्मयतेनं त्यांच्या गळी उतरवणारे आमचे शिक्षक होते. खऱ्या अर्थानं आम्ही 'भाग्यवान' होतो.

११

गुळवणीसरांशी हातमिळवणी

चौथीपर्यंत गुरुजींना 'एक साथ नमस्ते' म्हणून पाटावर उभं राहून अभिवादन करायची सवय होती. पाचवीत हायस्कूलमध्ये आलो आणि वर्गात शिक्षक येताना 'सर, वी वेलकम यू... वी आर सीटिंग डाउन' असं तालासुरात म्हणण्याची प्रथा रुजली. काही शिक्षकांना आमचं असं काहीबाही म्हणणं आवडायचं नाही. त्या वेळी फक्त शांतपणे आम्ही उभे राहत असू, तर महाजन सरांना 'आचार्य नमो नमः' एवढंच म्हणायचं, असं भिनलं होतं.

दोन परिचित व्यक्ती भेटल्यावर एकमेकांना अभिवादन करण्याचे खूप प्रकार आहेत. काही ठिकाणी हस्तांदोलन करतात, काही जण एकमेकांची गळाभेट घेतात. जगात काही ठिकाणी ओळखीतले भेटल्यावर नाक, तर काही ठिकाणी गाल एकमेकांना घासतात. काही ठिकाणी लोक गुडघ्यावर बसतात, काही ठिकाणी भेटल्यावर पायातले चप्पल, शूज काढून बाजूला ठेवले जातात, तर काही ठिकाणी सिगारेट एक्स्चेंज होतात. एक ना अनेक तऱ्हा आणि वेगवेगळे सो कॉल्ड एटिकेट्स!

पूर्वी पॅलेस्टाइनचे नेते 'यासर अराफत' यांचंच आलिंगन प्रसिद्ध होतं; पण आता आपल्या पंतप्रधानांचं आलिंगनदेखील जगप्रसिद्ध झालं आहे. असो... तर सांगायचा मुद्दा हा, की पाचवीचा शारीरिक शिक्षणाचा जी. जी. कुलकर्णी सरांचा तास होता. सगळे विद्यार्थी मैदानावर आले होते. सर काही कामानिमित्त आम्हाला तिथंच थांबवून स्टाफ रूममध्ये गेले. काही वेळानं तिथून गुळवणी सर जात होते. य. शं. गुळवणी सर म्हणजे लहान मुलांचे आवडते शिक्षक. नेहमी पांढरी विजार-

शर्ट असा पेहराव असायचा आणि चेहरा कायम हसरा. कधीही पाहिलं, तर सगळी लहान मुलं त्यांच्या अवतीभोवती जमा होऊन न घाबरता 'शेक हँड' करताना दिसायची. गुळवणी सर समोरून जात असताना आम्हालादेखील राहवलं नाही आणि आम्ही 'हात मिळवणी' करण्यासाठी एकेक जण सरांकडे धावलो. पाचेक मिनिटांत 'जी. जी.' सर परत आले. त्यांनी आल्या आल्या विचारलं, 'गुळवणी सरांकडे कोण कोण गेलं होतं?'

सरांच्या रौद्र अवतारामुळे सगळे जण कबूल झाले. 'सरांचं वय काय, तुमचं वय किती?' तेव्हा सरांचे फटके बसले; पण आमची चूकदेखील उमगली. त्यानंतर परत कधी आम्ही गुळवणी सरांच्या आसपासही फिरकलो नाही. आजही इचलकरंजीत असल्यावर शहीद भगतसिंग उद्यानात अधूनमधून खोचरे सर भेटतात, तेव्हा सरांशी हात मिळवताना नेहमी 'जी. जी.' सर आठवतात.

सुफी संत कवी रहीमदासचा एक दोहा काहीसा याच बाबतीत प्रसिद्ध आहे.

सब को सब कोऊ करै, कै सलाम कै राम।

हित रहीम तब जानिए, जब कुछ अटकै काम।।

कुणी राम राम करतं, तर कुणी सलाम; पण तोच खरा मित्र, जो तुमच्या अडचणीच्या वेळी कामाला येतो.

१२

प्रयोग आणि कन्फ्युशियस

मागच्या आठवड्यातला प्रसंग. तासगावमधल्या एका व्यावसायिक ग्रुपला पुण्याजवळचा आर्थिकदृष्ट्या अडचणीत आलेला एक 'केमिकल प्लांट' विकत घ्यायचा होता.

आयुष्यात यशस्वी माणसांपेक्षा अपयश चाखलेल्यांचे सल्ले 'मोला'चे असतात, असं म्हटलं जातं. कदाचित त्यामुळंच असेल, की बरेच जण अशा प्रकल्पांसंदर्भातल्या कामकाजाकरता मला सल्ले विचारतात. थोडक्यात सांगायचं, तर प्रकल्पाचा 'स्वॉट'चा (SWOT - Strength, Weakness, Opportunities and Threats) अभ्यास करायचा होता. उत्पादन होतं 'पोटॅशियम क्लोराइड'चं. प्रोजेक्टबद्दल थोडेफार जुजबी पेपर्स मिळाले होते. मलादेखील पुढे नगरला जाणं सोईचं होतं, म्हणून भेटीसाठी तयार झालो. भेटीतल्या पहिल्या सत्रात प्रकल्पाचा कागदोपत्री अभ्यास झाला. नेमक्या 'चुका' माझ्या चटकन ध्यानात आल्या. काय करावं लागेल, ते लक्षात आलं. दुसऱ्या सत्रात 'उत्पादन प्रक्रिये'चा अभ्यास होता. केमिकल प्लांट सेटअप चांगला केला होता.

रिॲक्टर्स, सेंट्रिफ्यूज, ड्रायर, कुलिंग टॉवर, बॉयलर इत्यादी प्रक्रिया पाहिल्या. त्यामध्ये 'म्युरिएट ऑफ पोटॅश'पासून पोटॅशियम क्लोराइडचं उत्पादन करत होते. थोडक्यात पोटॅशियम क्लोराइडच्या शुद्धीकरणाची प्रक्रिया.

मी पाहत तर होतो; पण मनानं बत्तीस/तेहेतीस वर्षांपूर्वीचा काळ केव्हाच गाठला होता. सहाव्या इयत्तेतला 'रसायनशास्त्रा'चा पहिला-वहिला प्रयोग. सहावीत तेव्हा कांबळे सर (नरंदेकर) शिकवायला होते. सरांचा भर कायम प्रयोगांवर आणि

तिथल्या उपकरणांवरच असायचा. पहिला प्रयोग आम्ही केला होता, तो मिठाच्या द्रावणातून 'अशुद्धी' बाजूला करण्याचा. 'पोर्सेलीन'च्या डिशमध्ये अशुद्ध द्रावण ठेवलं होतं. डिशच्या खाली तिवईवर जाळी ठेवलेली आणि त्याखाली स्पिरिटचा दिवा होता. अशुद्धी वाफेबरोबर निघून गेली आणि 'शुद्ध पांढरं मीठ' तयार झालं.

आमचा शाळेतला, विद्यार्थीदशेतला पहिलाच प्रयोग. तिवई, स्पिरिटचा दिवा, पोर्सेलीन डिश पहिल्यांदाच प्रयोगशाळेत हाताळले होते. मी समोर 'प्लांट'मध्ये साधारण असाच प्रयोग पाहत होतो. मिठाच्या (सोडियम क्लोराइड) जागी पोटॅशियम क्लोराइड होतं. स्पिरिटच्या दिव्याच्या जागी 'बॉयलर' होता आणि पोर्सेलीन डिशऐवजी 'रिॲक्टर्स' होते. शाळेतल्या प्रयोगाचंच मोठं आणि नावीन्यपूर्ण रूप.

तिथं मला चिनी तत्त्ववेत्ता 'कन्फ्युशियस' आठवला.

I hear and I forget,
I see and I remember,
I do and I understand.

आवश्यक त्या नोंदी करून घेतल्या. चर्चा झाली आणि चहा घेऊन आम्ही निघालो.

१३

भीमसरट

लहानपणी शाळेत असताना कधी कोणत्या गोष्टींचं अप्रूप वाटेल सांगता येत नाही. सहावीत असताना आमच्या शाळेच्या ईशान्य कोपऱ्यात 'चौगुले डेअरी'समोर एक पानपट्टी होती. तिथं 'लकी ड्रॉ'प्रमाणे एखाद्याच चॉकलेटच्या रॅपरवरती 'अंक' असायचा. ते अंक असणारं चॉकलेट आपल्याला आलं, तर एखाद्या क्रिकेटपटूचा फोटो मिळायचा. महेश काटकर याबाबतीत खूप 'लकी' होता. त्या काळी अशा प्रकारे खूप फोटो त्यांने संग्रह करून ठेवले होते. बऱ्याचदा ते फोटो पोस्टकार्ड साइजचेदेखील असायचे. फोटो 'रिपीट' झाला, की तो एक्स्ट्राचा फोटो मला किंवा आनंद दिवाणला मिळायचा.

सहावीत असताना जीवशास्त्र विषयात एका प्राण्याचं खूप आकर्षण वाटलं होतं. तो प्राणी होता 'भीमसरट.' तीन-चार मजली इमारती इतक्या उंचीचा सरपटणारा प्राणी. तो काही वेळा उडायचाही म्हणे; पण पुढे काळाच्या ओघात बिचारा नष्ट होत गेला. कांबळे सरांकडे त्या वेळी भीमसरटाचं चित्रदेखील होतं. आम्हाला तो असा वेगळा प्राणी खूप आवडला. इचलकरंजीत त्या वेळी जनता बँकेजवळच्या 'शॉपिंग सेंटर'मध्येच एकमेव 'झेरॉक्स सेंटर' होतं आणि पाच रुपयांना एक झेरॉक्स मिळायची त्या वेळी.

मी आणि आनंदने सरांकडून तो फोटो घेतला. जेवणाच्या मधल्या सुट्टीत मग त्या दुकानातून झेरॉक्स करून एक मी व एक आनंदने घेतली. शालेय जीवनातला स्वतः ठरवून केलेला कदाचित तो पहिलाच खर्च असेल. पुढे काही वर्षांनी स्टीव्हन स्पिलबर्गचा 'ज्युरासिक पार्क' रिलीज झाला आणि तो आमचा आवडता

'भीमसरट' मग 'डायनोसोर' म्हणून नावारूपाला आला आणि जगप्रसिद्ध झाला.

अशीच एक अपूर्वाई वाटलेली ती 'ॲमीटर' आणि 'व्होल्टमीटर'बद्दल. विज्ञान प्रदर्शनाच्या निमित्तानं आम्ही एक प्रयोग केला होता. एका लाकडी फ्रेमवर 'बोल्ट' फिक्स केले होते आणि त्यांना तांब्याच्या तारांचे वेटोळे गुंडाळलेले. वेटोळ्यांची संख्या वेगवेगळी होती. त्यातला विद्युत प्रवाह, विभवांतर आणि तारांचे वेटोळे यातलं गुणोत्तर पाहायचं होतं. माहिती संकलित करायची होती. इतक्या वेळा रीडिंग झालं, की पुढे त्या मीटर्सच्या प्रेमात पडलो. आम्ही ॲमीटरच घरी उचलून नेला. वास्तविक घरी त्याचा काही एक उपयोग नव्हता. आमच्या घरच्यांकडून चौकशा नकोत, म्हणून अजय कुलकर्णींकडे सुरक्षित केला; पण त्या वयात कशात मन गुंतून जाईल, काही सांगता येत नाही. पुढे आमचा प्रयोग राज्यस्तरीय विज्ञान प्रदर्शनात मांडलेल्या उपकरणाचा एक भाग राहिला होता.

अशाच कुतूहलापोटी एकदा 'पाऱ्याची बाटली' शाळेतून उचलली. केवळ एक अप्रूप आणि निरागसता त्यात होती.

बहुधा लहानपणीचे हे दिवस म्हणजे त्या 'बॉम्बे मिठाई'सारखे असतात. जिभेवर ठेवून आस्वाद घ्यावा, तोवर संपूनही जातात; पण मागं रेंगाळणारी ती चव मात्र विसरू म्हटलं, तरी विसरता येत नाही, हे नक्की.

१४

ग्रेडचे कोडे

शाळेत वार्षिक परीक्षेचा शेवट नेहमी चित्रकलेच्या पेपरने व्हायचा. त्या आधीचा पेपर झाला, की डोक्यावरचं ओझं उतरल्यागत व्हायचं आणि मग चित्रकलेचा पेपर म्हणजे निव्वळ 'फॉरमॅलिटी' उरायची. पाचवी-सहावीत शाळेतलंच 'छंद संस्कार शिबिर' केलं; पण नंतर मात्र शिबिरच झालं नाही.

त्या वेळी १ मे 'महाराष्ट्र' किंवा 'कामगार दिवसा'पेक्षा 'निकालाचा दिवस' म्हणूनच लक्षात राहायचा. निकालपत्र हातात येईपर्यंत मनात कायम हुरहुर लागून राहायची. वर्षभर लावलेले 'दिवे' त्या दिवशी 'प्रकाशमान' व्हायचे. आमचे 'दिवे' कधी फार लख्ख नाही; पण 'अॅव्हरेज' तरी तळपायचे.

शाळेच्या गुणपत्रिकेबरोबरच 'मकरंद'चा वार्षिक अंक असायचा. 'मकरंद'मधला स्वतःचा फोटो बघताना आणि इतरांना दाखवताना कॉलर ताठ व्हायची. त्यात सातवीत असताना 'मी पाहिलेलं स्वप्न' स्वकल्पनेनं लिहिलेलं. आमच्या घरी कुणीही आलं, की मी त्यांना तो लेख दाखवायचो आणि आग्रहानं वाचायला लावायचो. नववीत असताना शाहीर राजाराम जगताप यांची मकरंदसाठी घेतलेली मुलाखत तर अविस्मरणीय होती. शाळेच्या निकालात कितीही गुण मिळाले, तरी 'चौगुले डेअरी'तून थोडे का होईना पेढे घेऊन जायचो. घरी येताना ओळखीपाळखीतले लोक हमखास विचारायचे, 'किती पडले', 'कितवा नंबर' किंवा 'पेढे कुठं आहेत', 'कितवीला गेलास?'

निकालपत्र हातात आल्यावर मगच मागच्या वर्षीच्या वह्यांची शिल्लक पानं काढून 'बाइंडिंग'ला द्यायचो किंवा 'थोरल्या' भावंडांकडून वही शिवून घ्यायचो.

नाही म्हटलं, तरी तीनएकशे तरी कोरी पानं निघायची. सगळ्यात जास्त कोरी पानं निघायची ती गृहपाठाच्या वहीतून.

एक मेच्या निकालाची 'क्रेझ' शाळेत असतानाच होती. नंतर ग्रॅज्युएशन करताना परीक्षाच 'मे' महिन्यात व्हायच्या; तसेच 'किती पडले' किंवा 'कितवा नंबर' हे सगळे प्रश्नही मागं पडले. आजकाल लेकीच्या निकालासाठी शाळेत जायची वेळ येते; पण शासनाच्या नियमानुसार शाळेत 'नंबर'ही काढले जात नाहीत आणि मार्क्सदेखील सांगितले जात नाहीत. फक्त 'ग्रेड्स' ए, ए प्लस, बी, बी प्लस दिले जातात. निकालपत्र शाळेतून आणणं केवळ औपचारिकता होऊन गेली आहे. ती हुरहुर आता पार हरवून गेली असून, पेढ्यांचा गोडवाही गायब झाला आहे.

१५

दीपस्तंभ

अहिल्यानगरहून बसने निघाल्यावर पहिलं मोठं स्टँड लागतं ते बारामतीचं. दिवसाचा प्रवास असेल, तर संभाजीनगर–निपाणी ही माझी ठरलेली एसटी. दर वर्षी उन्हाळ्याच्या सुट्टीत तिथल्या स्टँडवर काही शाळकरी मुलं पाणी, वेफर्स, चिक्की वगैरे विकण्यासाठी धावपळ करत असतात.

आज साधारण साडेअकरा वाजता थंड पाण्याची बाटली विकत घेतो न घेतो, तोच एक चुणचुणीत शाळकरी मुलगा 'ओ साहेब, खारे शेंगदाणे घ्या ना,' म्हणून मागं लागला. शेंगदाणे तर माझा 'वीक पॉइंट.' एक वेळ जेवण नसलं तरी चालेल; पण शेंगदाणे कधीही चालतील. मात्र, माझ्याकडे तर शंभरची नोट. माझी अडचण त्यानं ओळखली. 'द्या साहेब,' म्हणून त्यानं खिशातून नोटांचं बंडल काढलं आणि नव्वद रुपये मला परत दिले.

"अरेच्चा, बरेच पैसे मिळवले आहेस की." मी म्हणालो.

"माझे नाहीत साहेब, मालकाचे आहेत." तो म्हणाला.

"छान." मी म्हणालो आणि विचार केला, की एक तर परिस्थिती माणसाला शिकवते किंवा आपले गुरुजन. थोड्या वेळानं एसटी पुढे निघाली. आठवीत असतानाचा एक प्रसंग आठवला. आठवीत असताना जी. जी. कुलकर्णी सर दररोज सामान्य ज्ञान या विषयाचे तास घ्यायचे. माहिती मिळवण्याचा आकाशवाणी आणि वृत्तपत्रांनंतरचा एकमेव मार्ग म्हणजे तो तास असायचा.

काही महिन्यांनी एका रविवारी 'लायन्स क्लब'मार्फत 'रिक्रिएशन हॉल'मध्ये एक 'क्विझ स्पर्धा' होती. आमच्या शाळेमार्फत मी, अजय आणि नववीतला पांडुरंग

माने नावाचा विद्यार्थी सहभागी झालो होतो. स्पर्धा चांगली झाली आणि आमचा त्यामध्ये पहिला नंबर आला. बक्षीस रोख रक्कम तीनशे रुपयांचं आणि सर्टिफिकेट होतं. झालं, तिघांना वेगवेगळं सर्टिफिकेट तर होतंच; पण रोख रक्कमदेखील शंभर रुपये प्रत्येकी याप्रमाणे वाटून घेतली आणि आनंदानं आम्ही आपापल्या घरी परतलो.

दुसऱ्या दिवशी सोमवारी सर्टिफिकेट घेऊन शाळेत गेलो आणि सरांना दाखवलं. सरांनी विचारलं, “पैसे कुठं आहेत?” आम्ही वाटून घेतल्याचं सांगितलं. मग सरांचा रागाचा पारा एकाएकी चढला. “पैसे आणून जमा करा,” सरांनी सांगितलं. आम्ही मनातल्या मनात सरांना शिव्या दिल्या. ‘आम्ही क्विझ खेळून जिंकलो आहोत, तर पैसे आम्हालाच मिळाले पाहिजेत,’ असं आम्हाला वाटत होतं.

सर म्हणाले, “तुम्ही शाळेमार्फत गेला होतात. त्यामुळे पैसे शाळेत माझ्याकडे जमा झाले पाहिजेत.”

तेव्हा एका क्षणासाठी मला वाटलं, ‘बहुतेक सरांनाच पैसे हवे असतील. म्हणून शाळेचं नाव सांगताहेत.’ सरांचं बोलणं ऐकून आम्ही खूप खजील झालो; पण मित्रांनो, पुढे काही दिवसांतच शाळेतल्या एका कार्यक्रमात समारंभपूर्वक ती बक्षिसाची रक्कम आम्हाला पुन्हा देऊ केली.

तसं पाहिलं तर एक छोटासा प्रसंग; पण आयुष्यात खूप मोठी शिकवण देऊन गेला. हाती कित्येक पैसे आले आणि गेले; पण ज्या एखाद्या संस्थेकरता आपण काम करतो, तिचा त्यावरचा हक्क पहिला. नंतर मग वैयक्तिक खर्च आणि महत्त्वाकांक्षा.

आमच्या दिलीप सुतार सरांनी एक खंत त्यांच्या एका कवितेत मांडलेली आठवली, *‘दीपस्तंभ म्हणवणारी माणसं आता कुठंच भेटत नाहीत. मशाली हल्ली पेटतच नाहीत...’*

आम्ही त्यामानाने खूप ‘भाग्यवान’ आहोत. ‘दीपस्तंभा’सारखे गुरुजन आम्हाला भेटले. ज्यांनी ज्ञानरूपी मशाली पेटवून आमचं आयुष्य प्रकाशमान केलं आहे.

१६

कुष्ठरोग तपासणी

अगदी लहानपणी आम्ही घरापुढच्या अंगणातल्या मातीत खेळायचो, तेव्हा आमच्या गावात अजून घरांची दाटीवाटी झाली नव्हती. त्यामुळे खेळताना 'होल वावर इज अवर' ही पॉलिसी असायची. त्याच वेळी मला एकदा पूर्ण अंगभर फोडी उठायच्या आणि त्यात 'पू'देखील व्हायचा. डॉक्टरांना दाखवल्यावर 'रक्त नासलं आहे,' एवढंच ते सांगायचे. देवीचा कोप झालाय, असं समजून संबंधित उपचारदेखील केले; पण काहीएक फरक पडेना. आईनं 'सोळा सोमवारा'चं व्रत, जोगवा, भिक्षा वगैरे सगळे उपाय केले.

चार-सहा महिने असेच निघून गेले. पुढे काही महिन्यांनी सगळं ठीकठाक झालं. नंतर व्रत उजवायला घरचे सगळे जण कोल्हापूरच्या अंबाबाईला गेलो. माझे वडील प्राथमिक शिक्षक होते. काही निमित्तानं एकदा मी त्यांच्याबरोबर शाळेत गेलो होतो. वडिलांच्या एका सहकारी शिक्षकाला माझ्या पायावर एक फिकट पांढरा डाग दिसला. त्या वेळी एक शासकीय घोषणा गाजत होती. 'पांढरा चट्टा दिसला की कुष्ठरोग ओळखा.' त्यांनी त्यांची शंका माझ्या वडिलांच्या कानावर घातली. वडील काळजीत पडले. घरी आल्यावर त्यांनी टाचणीनं त्या पांढऱ्या डागावर टोचून पाहिलं आणि मला दुखून आलं. कदाचित 'सेन्सेशन' होतंय का ते पाहिलं असावं. त्यांनी मला समजावून सांगून लक्ष द्यायला सांगितलं; पण त्यांच्या मनातून काही ते जाईना.

पुढे पाचवीत शाळेत जाताना थोरात चौकातून 'जनता बँके'कडे जाणाऱ्या रस्त्यावर नेहमी एक काळा चष्मा घातलेला कुष्ठरोगी दिसायचा. त्याच्याकडे

बघितल्यावर खूप भीती वाटायची. अशीच काही मंडळी 'साखरे' आणि 'शिवे'च्या मारुतीच्या देवळापुढे बसलेली दिसायची.

सहावीत असताना एकदा आमच्या शाळेच्या स्टोअरमध्ये स्वस्त वह्या घ्यायला गेलो. तिथं बाबू येसादे शिपाई असायचा. वह्या घेऊन वर्गात आलो. पाहतो तर बाबा आमटेंच्या 'आनंदवना'त तयार केलेल्या काही वह्या त्यात होत्या. त्या वेळी सहावी 'क'च्या वर्गाला लागून ते कन्झ्युमर स्टोअर होतं. वहीवर आनंदवनाचं नाव वाचलं आणि हे कुष्ठरोगी आपली काय पाठ सोडत नाहीत, असं वाटलं. तातडीनं पुन्हा स्टोअर गाठलं. तासाच्या वेळी शिकवताना विद्यार्थ्यांना दाखवण्यासाठी कांबळे सर मला प्रयोगशाळेतले काही मॉडेल्स आणि साहित्य वर्गात घेऊन यायला सांगायचे. त्यामुळे प्रयोगशाळेतल्या बाबू शिपायाची नुकतीच ओळख झालेली. स्टोअरला वह्या द्यायलादेखील बाबू शिपाईच असल्यानं मी त्याची समजूत घातली. त्या वह्या नकोत म्हणून परत केल्या. सगळ्या वह्या एकसारख्या असाव्यात, असं सांगितलं आणि 'मविम'चं (MAVIM) नाव असलेल्या वह्या घेऊन वर्गात आलो. वह्या बदलून घेतल्यावर मग कुठं हायसं वाटलं. तो एक फिकट पांढरा डाग सतत मला अशी भीती दाखवत होता.

नववीत असताना शाळेत कुष्ठरोग तपासणी शिबिर येणार होतं. खरंच तो फिकट पांढरा डाग कुष्ठरोगाचा नसेल ना, ही भीती माझं मन खात होती. जर खरंच

तो त्या रोगाचा असेल तर? ते कळल्यावर शाळेतले सगळे मित्र माझ्याशी नीट वागतील का? मला त्यांच्यात मिसळून घेतील का? त्यापेक्षा आपण शिबिराच्या दिवशी गैरहजरच राहिलो तर? किंवा त्यावर शाईचा किंवा स्केचपेनचा डाग पडलाय, असं दाखवलं तर? डोक्यात असंख्य विचार येत होते; पण सुचत काहीच नव्हतं. कुणाला बोलूही शकत नव्हतो. मात्र, माझ्या तत्कालीन सुदैवानं ज्या दिवशी ते शिबीर होणार होतं, तेव्हा ते झालंच नाही आणि मनाला पुन्हा एकदा खूप बरं वाटलं.

पुन्हा काही दिवसांनी 'तेच' शिबिर होणार असल्याची नोटीस आली. परत एकदा तेच विचार डोक्यात येऊ लागले; पण आता काही झालं तरी सोक्षमोक्ष लावायचाच ठरवलं. शिबिराच्या वेळी हिंमत केली आणि तो पांढरा डाग दाखवला. त्यांनी तपासलं आणि तसं काही नसल्याचा निर्वाळा दिला. तेव्हा मी किती खूश झालो होतो म्हणून सांगू मित्रांनो.

पुढे फार्मसीला गेल्यावर लहानपणी मातीत खेळल्यानं झालेलं 'बॅक्टेरियल स्किन इन्फेक्शन' अभ्यासलं. त्यातून निर्माण झालेला तो फिकट पांढरा डाग असल्याचं लक्षात आलं; परंतु तेव्हा उपलब्ध असलेलं 'बीटा लॅक्टम अँटिबायोटिक्स' औषध डॉक्टरांकडून का दिलं गेलं नाही, हे अनुत्तरीतच राहिलं आणि शिकलेले घरचे लोक दैवी उपचारांकडे कसे काय वळले तेही... आपण शिक्षण घेत असलो किंवा तथाकथित सुशिक्षित असलो, तरी किती अंधश्रद्धा जतन करत असतो, नाही?

१७

प्रदक्षिणा शाळेची

चौथीपर्यंत नगरपालिकेच्या शाळेत शिकल्यावर पाचवीला 'व्यंकटराव हायस्कूल'मध्ये आलो; पण आमच्या त्या शाळेतलं कुणीच 'व्यंकटराव'मध्ये आलं नाही. इतकंच काय, घराजवळ राहणारंदेखील इथं कुणी नव्हतं. सगळेच नवीन मित्र मिळाले आणि मिळत गेले. पाचवीत ज्येष्ठ बंधूबरोबर सायकलवरून शाळेत यायचो; पण बंधू दहावीला असल्यानं अभ्यास करता करता त्याचं कधी वेळेत आवरायचं नाहीच. मला मात्र शाळेत थोडं लवकर जाऊन खेळायचं असायचं; पण शाळेत जायला उशीर व्हायला लागला, की माझी चिडचिड व्हायची. मी रागाच्या भरात इतका मूर्खपणा करायचो, की ज्या सायकलवरून आम्ही जाणार असायचो, त्या सायकलच्या टायरमधली हवा सोडून द्यायचो; पण माझा भाऊ मात्र शांतपणे परत हवा भरून आणायचा आणि मला सायकलवरून घेऊन जायचा.

पुढे सहावीत आल्यावर मात्र माझं थोडं लवकरच शाळेत येणं सुरू झालं. खेळायला आता पुरेसा वेळ मिळू लागला. दुपारच्या सव्वा ते दीडपर्यंतच्या लहान सुट्टीतदेखील खेळणं सुरू व्हायचं. सहावीत पाठशिवणीचा खेळ असायचा. पंधरा मिनिटांच्या सुट्टीनंतर तसंच घामेजल्या चेहऱ्यानं वर्गात तासाला जाऊन बसायचो.

सातवीत तर काय स्कॉलरशिपच्या तासाच्या निमित्तानं साडेनऊ वाजताच शाळेत यायचो. गुरुवर्यांना नेहमीप्रमाणे शाळेत यायला वेळ व्हायचा. मग काय, सर येईपर्यंत चिंधीच्या चेंडूचं क्रिकेट सुरू व्हायचं.

आमच्या शाळेला तशी खो-खोची देदीप्यमान परंपरा होती. आमचा मनोहर आग्रे तर राष्ट्रीय पातळीवर खो-खो खेळायचा; पण कबड्डी, खो-खो हे खेळ

शारीरिक शिक्षणाच्या तासाला कधी तरी खेळले जायचे तेवढेच; आम्ही मात्र असे चिंधीचे फुटकळ खेळ खेळण्यात धन्यता मानायचो!

आठवीत आलो आणि 'बालभारती'चं रूपांतर 'कुमारभारती'त झालं. मिसरूडं फुटायला लागली. थोडेसे मोठे झालो आणि सगळे खेळ मागे पडले. मग सुरू झाल्या त्या शाळेभोवतीच्या प्रदक्षिणा. एव्हाना शाळेत लवकर यायची सवय तर लागलीच होती. वर्गात दप्तर ठेवायचं आणि बाहेर पडायचं. प्रदक्षिणा मार्गानं जाताना एक एक करत सगळा मित्रपरिवार एकत्र जमायचा. जवळपास वर्गातली निम्म्याहून अधिक मुलं या परिक्रमेत सहभागी असायची. शाळा सुरू व्हायची वेळ असो, की मधली सुट्टी, शाळेभोवतीच्या प्रदक्षिणा ठरलेल्या असायच्या. एक वेळ अणू-रेणूंमधले 'इलेक्ट्रॉन' सेंटरभोवती फिरताना वेगवेगळे 'पाथ' फॉलो करतील; पण आमचा शाळेभोवती फिरण्याचा पाथ कधीच बदलला नाही. तिथं वर्गापासून आंतरराष्ट्रीय स्तरापर्यंत सगळ्या विषयांवर चर्चा व्हायच्या; पण कुणाच्या टिंगल टवाळक्या कधी व्हायच्या नाहीत.

मित्रांनो, प्रदक्षिणा हेच जीवनाचं अंतिम सत्य आहे. पदार्थातला अंतिम घटक अणू-रेणू घ्या. इलेक्ट्रॉन्सच्या प्रदक्षिणा सुरू असतात. आपण ज्या ब्रह्मांडात

राहतो, तिथं चंद्र पृथ्वीभोवती प्रदक्षिणा घालतो. आपल्या ग्रहमालिकेतले सगळे ग्रह सूर्याभोवती प्रदक्षिणा घालतात. आपल्या आयुष्यातल्या अवस्था, जन्म, बालपण, तारुण्य, म्हातारपण, मृत्यू आणि तिथून चौऱ्याऐंशी लक्ष योनीतून परिक्रमा आणि पुढील जन्म म्हणजे एक प्रदक्षिणाच.

प्रदक्षिणेचा शब्दशः अर्थ प्र+दाक्षिणा अर्थात दक्षिण दिशेकडचा प्रवास. 'दक्षिण दिशे'च्या शाळेतल्या प्रवासाची आठवण नंतर कधी तरी सांगेन.

तूर्त : यानि कानि च पापानि जन्मांतर कृतानि च।

तानि तानि विनश्यन्ति प्रदक्षिणे पदे-पदे।।

जन्मापासूनची पापं किंवा जन्मोजन्मीची पापं प्रदक्षिणा घालता घालता पदोपदी नाश होऊ देत, अशी एक प्रार्थना आहे. आमचं पाप नाश झालं की नाही, ते माहीत नाही; परंतु माझी पुण्याई इतकी आहे, की पुन्हा एकदा शाळेतल्या सगळ्या मित्रांची भेट झाली आणि या आभासी जगाच्या माध्यमातून का असेना; पण सर्वांशी संवाद साधता आला.

१८

संस्काराची दहशत

नीता अंबानींच्या बाबतीत त्यांची श्रीमंती आणि लाइफस्टाइलबाबतचे खूप सारे किस्से समाजमाध्यमातून वाचनात येतात. अशीच एक खूप वेगळी गोष्ट नुकतीच वाचनात आलेली. ती म्हणजे, नीता अंबानी त्यांच्या मुलांना शाळेत जाताना किती रुपये 'पॉकेटमनी' देत असत? तर मित्रांनो, त्या फक्त पाच रुपये प्रत्येक मुलाला देत असत. मुलं मग दर शुक्रवारी शाळेतल्या कँटीनमध्ये नाश्ता करायची. यावरून बाकीची मुलं त्यांची चेष्टा, टिंगल करत. कारण शाळा खुद्द अंबानींची! इतकंच नाही, तर मुख्याध्यापिका म्हणजे नीता अंबानींची बहीण; पण मुलं पब्लिक ट्रान्सपोर्टनेच शाळेत जायची. स्वतः नीता अंबानीही 'बेस्ट'च्या बसने शाळेत जात असत. असे संस्कार मुलांवर व्हावे लागतात. कदाचित त्या स्वतः लग्नापूर्वी शिक्षिका होत्या, म्हणूनच हे जमलं असेल. मित्रांनो, चांगलं तेवढं घ्यावं आणि वाईट ते सोडून द्यावं.

मित्रांनो, लहानपणी आम्ही फार सुखी होतो. कारण आमच्या फार अपेक्षा नसायच्या. रस्त्याच्या कडेला, हातगाडीवर मिळणार बर्फाचं साधं 'गारेगार'ही खूप छान लागायचं. शनिवारी मारुतीच्या मंदिरात प्रसाद म्हणून मिळणारी खडीसाखरदेखील खूप समाधान देऊन जायची. 'जनता बँके'च्या कॉर्नरवरचे 'बागवाना'कडचे खारे शेंगदाणे चवदार असत. कधी कुणी पाहुणे चॉकलेट, बिस्किटं घेऊन आले, तर त्याच्या ब्रँडशी देणंघेणं नसायचं. 'मेलडी'चं चॉकलेट असो की रावळगावचं, दोन्ही तितक्याच गोडीनं खायचो.

शाळेत चालतच येणंजाणं असायचं. त्यामुळे आम्हाला कधी 'पॉकेटमनी' नसायचा. शाळेतदेखील कधी कसला खर्च नसायचा. दिवाळीत कपडे खरेदी

करताना रंग किंवा ब्रँड कधी पाहिला नाही. ज्याची किंमत सर्वांत कमी, तोच ड्रेस पसंत करायचो.

खूपदा शाळेतले बरेच जण मधल्या सुट्टीत काही ना काही खाद्यपदार्थ विकत घेऊन खात असत; पण मला कधीच त्या गोष्टींचं वैषम्य वाटलं नाही. असं बाहेरचे पदार्थ न खाण्याबाबत गुरुवर्य महाजन सरांचा दंडक असायचा. तसाच कडकपणा आमच्या घरीही असायचा; पण एकदा आठवीत असताना आमचा 'कंट्रोल' सुटला. शाळेसमोरच्या 'कैलास'मध्ये जाऊन कचोरी खायचं ठरवलं. सर्वांनी घरून पैसे आणले. 'कैलास'मध्ये पाच-सहा जण गेलो. कचोरीची ऑर्डर दिली. सगळे जण खूप आनंदात होतो; पण आमचं दुर्दैव आड आलं. साक्षात गुरुवर्य समोर. कचोरीचा घास काही घशाखाली उतरेना. या नंतर एकदा नववीत असताना विज्ञान प्रदर्शनाच्या वेळी गुरुवर्यांना चुकवून पेठवडगावमध्ये एका हॉटेलमध्ये 'वडा सांबार' खाल्लेला आठवतो. शाळेत असताना हॉटेलमध्ये काही खाल्लेले असे हे दोनच प्रसंग! पण कचोरीच्या प्रसंगानंतर खूणगाठ बांधली आणि शाळेजवळ कधी काही खाल्लं नाही.

आजही शाळेसमोर 'दावणगिरी' डोसा खाताना गुरुवर्य येतील का, असा विचार डोक्यात चमकून जातो आणि नकळत हसू येतं. अरेच्चा, आपण आता 'व्यंकटराव'मध्ये शिकायला नाही आहोत.

'अपरिग्रह' ही जैन धर्मातली मूलभूत शिकवण. अतिरिक्त धनसंचय करू नये. अशीच शिकवण गौतम बुद्धांनी त्यांच्या 'पंचशील' तत्त्वांमधून दिलेली आहे. हिंदू धर्मातल्या 'पतंजली' योग सूत्रांमध्येही याच अपरिग्रह संकल्पनेचा उल्लेख येतो. या अपरिग्रहतेची बीजं कदाचित लहानपणापासून जोपासलेल्या आपल्या समाधानी वृत्तीमध्ये आहे, असं मला वाटतं.

१९

गणिताची वही

गेल्या दोन-तीन दिवसांपासून जोडाक्षरांचा बराच गोंधळ चालू आहे. 'बालभारती'च्या दुसरीच्या गणिताच्या पुस्तकात नवे बदल करण्यात आले आहेत. एकवीस ते नव्याण्णव हे आकडे आता यापुढे जोडाक्षराप्रमाणे नाही, तर संख्यावाचनाप्रमाणे शिक्षकांनी शिकवायचे आहेत. म्हणजेच बत्तीस या आकड्याचा थेट बत्तीस असा उल्लेख न करता 'तीस आणि दोन' असा उल्लेख करायचा आहे.

मी पहिल्यांदा बातमी वाचली, तेव्हा मलाही काय हा बालिशपणा आहे, असं वाटलं. चीडही आली; पण त्या मागची 'बालभारती'च्या मंगला नारळीकरांची भूमिका जेव्हा वाचली, तेव्हा गणिताचं आकलन सोपं व्हावं, एवढं एकच कारण असल्याचं कळलं आणि माझादेखील गैरसमज दूर झाला.

मला आठवलं, की आपणही शाळेत पहिली-दुसरीत असताना 'तिनावर दोन बत्तीस' किंवा 'तिनावर तीन तेहेतीस' असंच मोठ्यानं सुरात म्हणायचो. मी तर म्हणेन की उलट आता संख्या अर्थपूर्ण होतील. 'नवीन बाटलीत जुनी दारू' किंवा 'जुन्या वहीला नवीन कव्हर' असं समृद्ध मराठीत म्हणतात. असो.

माझ्या थोरल्या बंधूंचा दहावीच्या बोर्डपरीक्षेत नंबर आला होता. आठवीपासूनच्या त्यांच्या सगळ्या वह्या घरी जपून ठेवलेल्या. त्या वह्यांचा मला खूप फायदा झाला. एक तर माझं हस्ताक्षर त्यांच्या वह्यांमधलं लिखाण बघून लिहिताना कधी सुधारलं ते माझ्यादेखील लक्षात आलं नाही आणि दुसरं म्हणजे, माझी अभ्यासाची तयारी झाली.

नववीत असतानाची एक आठवण. तेव्हा बीजगणिताला आरगे सर होते. वार्षिक परीक्षा तोंडावर आलेली. शाळेत शेवटी शेवटी तोंडी परीक्षा असायची. गृहपाठ वह्या, वर्गपाठाच्या वह्यांची तपासणी असं सगळं 'वेळापत्रक' ठरलेलं असायचं. वर्षभर वर्गात आपण काय दिवे लावलेत, ते गुरुजनांना लगेच लक्षात यायचं. वर्षभरात वर्गात दिलेला अभ्यास कधी कधी पूर्ण न केल्यानं शेवटी शेवटी आमची खूप धावपळ व्हायची. अगदी तोंडी परीक्षा सुरू असतानादेखील वर्गात मागं बसून आमची 'खर्डेघाशी' सुरूच असायची.

असंच एका धावपळीत अजयनं सांगितलं, की त्याच्या गणिताच्या वहीत त्यानं फारसं काहीच लिहिलेलं नाहीये. एका रात्रीत तर पूर्ण वही लिहून काढणं काही शक्यच नव्हतं. एव्हाना ही गोष्ट आमच्या सगळ्या मित्रपरिवाराला कळली. झालं, दुसरा दिवसही उजाडला; पण अजयची वही मात्र पूर्ण झाली होती. कुणीही फारसे प्रयत्न न करता!

तेव्हा त्याने काय केलं असेल? तर आमच्या थोरल्या बंधूंची नववीची बीजगणिताची वही घेतली. त्याला नवीन कव्हर घातलं. वर 'अजय कुलकर्णी' असं नाव टाकलं. इतकंच! 'जुन्या वहीला नवीन कव्हर.'

शाळेतलं आयुष्य किती सोपं होतं ना आणि सगळ्या प्रश्नांना, समस्यांना कशी चुटकीसरशी उत्तरं मिळायची. आताही आपल्या सर्वांना असंच 'समस्याविरहित आयुष्य लाभावं,' याच सदिच्छा!

२०

रेडिओची बॅटरी आणि हीटर

आजही कुठं 'हॅट्रिक' असा शब्द ऐकू आला, तरी आठवते ती 'चेतन शर्मा'ची सत्याऐंशीच्या क्रिकेट वर्ल्ड कपमधली हॅट्रिक. परवा शमीच्या हॅट्रिकनंतर प्रकर्षानं त्याची आठवण झाली. चेतन शर्मा आठवला, की हमखास आठवते ती १९८२-८३च्या दरम्यान झालेली, इचलकरंजीत लाइव्ह बघितलेली 'मफतलाल विरुद्ध निरलॉन'ची राजाराम मैदानावर झालेली मॅच आणि चेतन शर्माचा मैदानातली माती उडवत जाणारा मोठा रन अप.

मी सातवीत असताना १९८७च्या भारतातल्या क्रिकेट वर्ल्ड कपच्या वेळी आमच्या घरी 'बुश' कंपनीचा 'ब्लॅक अँड व्हाइट' टिव्ही आणला होता. घरी आम्ही सगळेच क्रिकेट शौकीन असल्यानं टीव्ही घेण्यात केवळ मॅच बघण्याचा माफक उद्देश होता. त्यापूर्वी एक तर शेजारीपाजारी गल्लीत कुणाच्या तरी घरी जाऊन त्यांच्या सोयीनुसार टीव्हीवर मॅच बघणं व्हायचं किंवा नसेल तर रेडिओवरची कॉमेंट्री ऐकणं. रेडिओवरची कॉमेंट्री ऐकणं म्हणजे एक थ्रील असायचं. त्या वेळी मॅचच्या दिवशी इचलकरंजीत मुख्य रस्त्यावरून जाताना प्रत्येक दुकानातून रेडिओचे आवाज ऐकू यायचे आणि वातावरण सगळं क्रिकेटमय होऊन जायचं. तेव्हा कॉमेंट्री सांगायला असायचे वि. वि. करमरकर किंवा बाळ पंडित वगैरे. आम्ही प्रत्येक चेंडूचं 'धावतं समालोचन' ऐकायचो. पुढे सुशील दोषी, मुरली मनोहर मंजूल, नरोत्तम पुरी, बालू अल्गनन्, जसदेव सिंग, मनीष देव यांची कॉमेंट्री असायची. रणजी क्रिकेटची मॅच असली, की कॉमेंट्रीला प्रकाश पायगुडे असायचे.

आजकाल 'किती वाजलेत?' हे सांगायला लोक त्रासिक चेहरा करतात; पण

तेव्हा मॅचचा 'डिटेल्ड स्कोअर' लोक रेडिओ ऐकत ऐकत आनंदानं सांगायचे. आमचा फिलिप्सचा रेडिओ 'बॅटरी सेल'वर चालायचा. कधी कधी मॅचच्या वेळी सेलमधला 'मसाला' संपत आलेला असायचा. सेल संपत आले, की रेडिओचा गळा घोटल्यागत आवाज यायचा. मग तासभर ते सेल उन्हात ठेवले, की त्यातला 'मसाला' चार्ज व्हायचा. मग रेडिओ पुन्हा सुरू व्हायचा. बॅटरी सेलचं चार्जिंग किती आहे, हे आमचे बाप्पा त्या सेलला केवळ जिभेचा स्पर्श करून सांगायचे.

रेडिओचे बॅटरी सेल पूर्ण खराब झाले, की मग ते आमच्या ताब्यात येत. बॅटरी सेलच्या आत काय असतं, याचं तेव्हा भारी कुतूहल असायचं. सहावीत असताना बॅटरी सेल व्यवस्थित फोडण्याचं आणि अलगदपणे त्यातली 'लेड/कार्बन' कांडी (इलेक्ट्रोड) बाजूला काढण्याचं टेकनिक मला आत्मसात झालेलं. अशाच दोन 'बॅटरी सेल'च्या कांड्या वहीच्या पुठ्ठ्यावर 'फिक्स' करून त्यांना इलेक्ट्रिक वायर्स जोडून पाणी तापवायचा 'हीटर' तयार केला होता. हीटर तयार झाल्यावर पहिल्यांदा जेव्हा पाण्याच्या वाफा दिसल्या, तेव्हा कोण आनंद झालेला म्हणून सांगू; पण हा उपद्व्याप करताना दोन-तीन वेळा तरी घरातल्या लाइटचे फ्यूज उडाले होते आणि तेवढ्याच वेळा विजेचे झटके मला बसलेले.

या विजेच्या झटक्यातूनच बॅटरी सेलच्या कांड्या आणि वायर्स वापरून एक सर्किट सातवीत असताना तयार केलेलं ते विद्युत सुवाहक आणि दुर्वाहक पदार्थ ओळखण्याचं. सुवाहक पदार्थ असेल, तर बल्ब लागायचा आणि दुर्वाहक असेल, तर लागायचा नाही. सातवीत असताना शाळेत विज्ञान प्रदर्शनात ते सर्किट मांडलेलं. त्या सर्किटला तेव्हा एक बक्षीसदेखील मिळालेलं. 'व्यंकटराव'च्या पारितोषिक वितरण समारंभात मिळालेलं सर्टिफिकेट अजूनही जपून ठेवलं आहे.

गरज ही शोधाची 'जननी' आहे म्हणतात. मला कुठलंच संशोधन करता आलं नाही; पण 'जुगाड' लावण्याची सवय गरजेमधून लागत गेली. दर शनिवारी शाळेत होणाऱ्या विज्ञान मंडळाच्या सभा हा दृष्टिकोन निर्माण होण्यास कारणीभूत होत्या, असं मला वाटतं.

२१

वंदे मातरम्

मागच्या आठवड्यात, म्हणजे २७ जूनला पंचमदांचा जन्मदिन झाला. एफ. एम. चॅनलवर पंचमदांची सदाबहार गाणी ऐकायला मिळाली. त्यांच्या एक दिवस आधी जन्मदिन असतो 'वंदे मातरम्'चे जनक बंकीमचंद्र चॅटर्जींचा.

हल्ली 'वंदे मातरम्'वरून विनाकारण गोंधळाचं वातावरण निर्माण झालं आहे. राष्ट्रगीत आणि वंदे मातरम् म्हटलं, की प्रत्येकाला 'शाळेतले दिवस' निश्चितच आठवतात. पावसाळ्यातले काही दिवस सोडले, तर शाळेच्या मैदानावरच प्रार्थना व्हायची. पाचवीत आल्यावर पुढच्या विद्यार्थ्यामागे 'एक हात' अंतर सोडून कसं उभं राहायचं, हे आम्हाला शिकवलं गेलं. कारण प्रतिज्ञा म्हणताना एकमेकांच्या खांद्यावर कुणी हात ठेवू नये म्हणून.

प्रार्थनेची सुरुवात 'जन-गण-मन'ने व्हायची. राष्ट्रगीताची चाल एकदम 'युनिव्हर्सल', त्यामुळे त्यात काहीच बदल व्हायचा नाही आणि देशाच्या सुदैवानं ते सुरळीत पार पडत असे. राष्ट्रगीतानंतर व्हायचं ते 'सरस्वती वंदन.'

या कुंदेंदु तुषार हार धवला या शुभ्र वस्त्राव्रिता॥ याचा शब्दशः अर्थ कधी आम्हाला सांगितला गेलाच नाही. नाहीतर, *सामां पातु सरस्वती भगवती निःशेष जाड्या पाहा॥* यात 'निःशेष जाड्या पाहा' म्हटल्यावर वर्गातल्या जाड मुलांकडे कधी कुणी पाहिलं नसतं. सातवीत असताना काही दिवस इंग्रजीतून प्रतिज्ञा सुरू झाली. स्टेजवरचा विद्यार्थी प्रतिज्ञेतलं एक एक वाक्य सांगायचा आणि आम्ही ते वाक्य त्याच्या मागं म्हणायचो; पण बरेच शब्द आणि उच्चार काही कळायचे नाहीत. उगी त्याच्या शब्द-उच्चारासारखं काही तरी म्हणायचो; पण 'वंदे मातरम्'ची

वेळ शनिवार सोडून एक तर सायंकाळची असायची. त्यामुळे शाळेतून घरी जायची घाई व्हायची. शारीरिक शिक्षणाच्या तासाची मुलं सोडली, तर बाकिच्यांचं 'वंदे मातरम्' वर्गात होई. जी मुलं वर्गाबाहेर असायची, ती ज्या त्या जागी 'वंदे मातरम्' संपेपर्यंत उभी राहात. कुणी बाहेर पाणी प्यायला नळावर असायचं, तर कुणी व्हांड्यात असायचं. आहे त्या जागी सगळे उभे. सव्वापाचची शेवटची घंटा झाली, की दप्तर भरायची गडबड सुरू व्हायची. घरून शाळेत येताना जितकी व्यवस्थित वह्या-पुस्तकं दप्तरात असायची, त्या उलट स्थिती शाळा सुटताना व्हायची. दप्तरात वह्या-पुस्तकं अक्षरशः कोंबली जायची.

दप्तर भरून झालं, की वर्गात उभे राहून विद्यार्थी 'वंदे मातरम्'ला आळवीत. चाल मात्र 'जन-गण-मन'च्या मानाने एकदमच वेगळी, भारी आणि अवघड! चालीचे मीटरच वेगळे. एका पट्टीत चालली असताना मधेच हेलकावे घेत एकदम भलत्याच ठिकाणी लँडिंग व्हायचं.

'वंदे माऽऽतरम् वंदे माऽऽतरम् सुजलाऽऽम सुफलाऽऽम मलयज शीतलाऽऽम...' मग परत 'वंदे माऽऽतरम् वंदे माऽऽतरम...' भलतीच चाल आणि भलतेच सूर. ते ऐकून आदरणीय रवींद्रनाथ टागोरांना काय वाटलं असेल कुणास ठाऊक?

आठवीनंतर शिक्षक लोकांचा धाक थोडासा कमी झाला होता. पोरांना मिसरूडं फुटली होती. काही 'वेगळं' धाडस करायला सगळ्या पोरांना उत्साह असायचा. त्या उत्साहाच्या भरात असताना एकदा 'वंदे मातरम्'च्या वेळी पाढे म्हणणं सुरू केलं. 'बे एके बे'पासून मोठ्या तालासुरात पाढे सुरू झाले. 'वंदे मातरम्' संपेपर्यंत पाढे सुरूच होते; पण यात कुठल्याही राष्ट्रीय प्रतीकांचा दुस्वास करण्याचा कोणताही हेतू नव्हता. राष्ट्रभक्ती ही अंतःकरणातून असली पाहिजे, केवळ प्रदर्शनातून किंवा देखाव्यातून नको.

२२

आषाढातले ढग

आषाढस्य प्रथम दिवसे!

पहिल्या दिवसाबरोबर आषाढ आठवतो तो विख्यात संस्कृत कवी 'कालिदास' आणि त्याची अजरामर कलाकृती 'मेघदूत'; पण त्याबरोबर कायम आठवतात ते कालिदास आणि त्याच्या मेघदूताशी ओळख करून देणारे आमचे शिक्षक!

प्रियतमेस निरोप पोहोचवण्यासाठी आषाढातल्या त्या ढगांचा वापर केला. त्या ढगांचा प्रवास नागपूर जवळील रामटेकपासून उज्जैनमार्गे 'यक्षनगरी' अलकापुरीपर्यंत (हिमालय) कसा आणि कोणत्या मार्गानं झाला आणि सध्याच्या मोसमी वाऱ्यांचा प्रवासमार्ग हादेखील त्या मार्गाप्रमाणे कसा एकसारखा आहे, याची इत्थंभूत माहिती एका शिक्षकांनी आम्हाला दिली होती; पण त्या शिक्षकांनी आम्हाला कधी 'संस्कृत' मात्र शिकवलं नव्हतं. तर त्यांनी आम्हाला 'भूमिती' विषय शिकवला होता. ते र. र. पोतदार सर! आम्ही शाळेत असताना सुरुवातीला सर पर्यवेक्षक होते आणि नंतर उपमुख्याध्यापक.

वर्गात येताना टेलरकडे असते तशी लांबलचक मोठी लाकडी पट्टी सरांकडे नेहमी असायची. तसाच एक मोठा 'कंपास' त्यांच्याकडे असे, ज्यात खडू फिट करून भौमितिक रचना फळ्यावर सहजपणे काढता येत असत. अशा जय्यत तयारीनिशी सर भूमिती शिकवायला वर्गात येत. भूमिती शिकवताना सर काही प्रश्न ओळीने विचारत आणि बऱ्याचदा पुढे फळ्यावरदेखील येऊन सोडवायला सांगत. अशा वेळी सरांचं तोंड फळ्याकडे झालं रे झालं, की बऱ्याचदा आम्ही बसण्याच्या जागा बदलत राहायचो. साधारणपणे ज्याला उत्तर माहिती आहे, तो त्या जागी

बसत असे. बाकीचे मागे–पुढे सरकून जागा अदलून बदलून बसत.

सरांचा स्वभाव आणि चेहरेपट्टी तशी खूप गंभीर; पण मेघदूतासारखा 'उत्कट प्रेमाचा' विषय आणि त्यामागचं विज्ञान त्यांनी आम्ही दहाव्या इयत्तेत असताना एकदा एका तासावेळी सांगितलं होतं.

आजचंच वर्णन कविकुलगुरू कालिदासाने मेघदूतात केलेलं,

'आषाढस्य प्रथम दिवसे मेघमाश्लिष्टसानुं।'

वप्रक्रीडापरिणतगज प्रेक्षणीयं ददर्श ॥

(पूर्वमेघ-२-३, मेघदूत)

म्हणजे,

आषाढ महिन्याच्या पहिल्या दिवशी पर्वतशिखरांनाही मिठी मारणारा, एक ढग कवीनं पाहिला. तो माती उकरण्याच्या क्रीडेत मग्न असलेल्या हत्तीसारखा भव्य आणि सुंदर दिसत होता.

नेमून दिलेल्या कामात चूक केल्यामुळे एका वर्षाची शिक्षा भोगणारा एक 'यक्ष' हा कालिदासाच्या मेघदूताचा नायक आहे.

'एक वर्ष आपल्या प्रेयसीचा विरह सहन करावा लागेल,' अशी शिक्षा कुबेराने यक्षाला दिली होती. त्याकरता त्याची रवानगी पार हिमालयातल्या यक्षनगरी अलकापुरीतून नागपूरजवळच्या रामटेकला करण्यात आली. तिथल्या रामगिरीच्या टेकडीवर त्याला वर उल्लेख केलेला 'आषाढातला ढग' आढळून आला. अशा परिस्थितीत हा मेघच आपला 'संदेशदूत' म्हणून वापरता येईल, अशी कल्पना करून यक्षाने जो संदेश अलकापुरीतल्या आपल्या प्रेयसीला ढगांकरवी पाठवला, त्याचंच वर्णन या महाकाव्यात कालिदासाने अत्यंत सरलपणे केलेलं आहे.

यात सर्वांत महत्त्वाची गोष्ट ही, की कालिदासाने मेघाचा जो मार्ग वर्णन केला आहे, त्यात असलेली आपल्या मौसमी मेघप्रवासाची परिपूर्ण अशी जाण. नैऋत्येकडून येणारे मान्सूनचे ढग उत्तर दक्षिण पसरलेल्या सह्याद्रीच्या

डोंगररांगांना अडतात. त्या डोंगरावर चढून देशावर पार होतात. आपल्या ईशान्येकडील प्रवासात ते पूर्वेला हवे तेवढे जाऊ शकत असतात. मात्र, उत्तरेला त्यांना सातपुड्याच्या रांगा आड येतात. नागपूरजवळ उत्तरेला जाण्यासाठी त्यांना सातपुड्याच्या खिंडीतून सातपुड्याच्या सात भिंतींतून वर चढावं लागतं. उत्तरेच्या मार्गावर पुन्हा पश्चिमेकडे वळावं लागतं. उज्जैनपर्यंत असाच प्रवास चालतो. मग मात्र क्षिप्रेच्या पात्रावरून निर्वेधपणे ढग ईशान्येस मार्ग आक्रमू लागतात. शेवटचं ठिकाण म्हणजे कुबेराची अलकापुरी असते. ते मेघ तिथवर जाऊन पोहोचतात.

कालिदासाच्या काळापासून तर आजवर हा मान्सूनच्या ढगांचा मार्ग असाच आहे. महाकवी कालिदासाचा हवामानशास्त्राचा अभ्यास एवढा संपन्न असल्याचं पाहून आपल्याला नक्कीच आश्चर्य वाटतं. आजही खरेखुरे ढग असाच मार्ग चालत असताना पाहायला मिळतात. साधारण अशा अर्थाने आम्हाला पोतदार सरांनी कालिदासाचा मेघदूत नकाशा घेऊन समजावून सांगितला होता. असा हा आषाढ महिन्याचा पहिला दिवस आणि कालिदासाच्या नायकाला लागलेले प्रियतमेचे वेध.

आषाढ सुरू झाला, की आपल्यालादेखील बरेच वेध लागतात. भजी खायचे वेध, ट्रेकिंगला जायचे वेध, वर्षासहलीचे आणि भटकंतीचे वेध. कांदे नवमीचे वेध आणि श्रावण सुरू होण्यापूर्वी 'गटारीचे!'

तो तिकडे एकटा मात्र...
डोळे तारवटून...
वाट पाहतो आहे, प्रत्येक थेंबाची...
कारण अजूनही...
त्याच्या शिवारात रणरणाट आहे
गाडग्या-खापरात खडखडाट आहे
आणि खिशात चिल्लरचा किनकिनाट...

मित्रांनो, दर वर्षी आषाढ सुरू होताना आपण या सृष्टीतल्या प्रत्येक घटकाचे ऋणी असायला हवे. पांडुरंगाच्या कृपेनं दर वर्षी चांगला पाऊस पडावा आणि सर्व जण सुखी व्हावेत!

२३

बक्षिसाच्या नव्या कोऱ्या नोटा

मागच्या आठवड्यात रियाच्या, म्हणजे माझ्या लेकीच्या बँक खात्यावर शिक्षण संचालनालयाकडून 'स्कॉलरशिप'ची रक्कम जमा झाली आणि मला मागच्या वर्षी घडलेला तो प्रसंग आठवला.

अहिल्यानगर जिल्ह्यात शहरी विभागातून २०१८मध्ये आठवीच्या 'माध्यमिक शिष्यवृत्ती परीक्षे'त तिचा नंबर आला होता. तिच्या शाळेतून शिष्यवृत्तीसाठी ती एकमेव विद्यार्थी पात्र ठरली होती. त्यानंतर एक-दोन आठवड्यांनी मी नगरला गेल्यावर तिला सहज विचारलं, "तुमच्या शाळेच्या मुख्याध्यापिका किंवा वर्गशिक्षिका तुझ्या या निकालाबद्दल काय म्हणाल्या?"

शाळेतली ती एकमेव विद्यार्थिनी होती, जिला शिष्यवृत्ती मिळाली होती. ही गोष्ट तिच्या शाळेतल्या शिक्षकांच्या ध्यानीमनीदेखील नव्हती. आजच्या फ्लेक्सच्या जमान्यात शाळेतल्या फळ्यावरसुद्धा हे कुठं लिहिलं गेलं नव्हतं किंवा प्रार्थनेच्या वेळीदेखील तिचा नामोल्लेख कुठं केला गेला नव्हता.

लेकीला न सांगता तिच्या शाळेत गेलो आणि मुख्याध्यापिकेच्या निदर्शनास ही गोष्ट आणून दिली. "उलट शाळेनं विद्यार्थ्यांच्या या यशाचं 'मार्केटिंग' करायला हवं. मुलांना प्रोत्साहन द्यायला हवं," असंही त्यांना म्हणालो. इतकंच काय, मी स्वतः चौथीच्या स्कॉलरशिप परीक्षेत नगरपालिकेच्या शाळेतून नंबर आल्यावर शिक्षकांनी पेपरला फोटोसह स्वखर्चाने बातमी दिली होती, हा किस्साही त्यांना

सांगितला. त्यानंतर मात्र त्यांनी दिलगिरी व्यक्त केली.

दुसऱ्या दिवशी शिक्षकांच्या वागण्यात झालेला बदल लेकीच्या लगेच लक्षात आला. तेव्हा तिनं मला विचारलं, "पप्पा, तुम्ही शाळेत आला होतात काय?"

मी काहीच न बोलता मनातल्या मनात हसलो. आपल्या शाळेत मात्र असं नक्कीच नव्हतं. गुरुजनांची कायम पाठीवर थाप असायची. अगदी कुठली वक्तृत्व स्पर्धा असो, की निबंध स्पर्धा, की क्विझ. खरंच, खूप कौतुक असायचं त्यांना या सगळ्या गोष्टींचं. शाळेत वार्षिक पारितोषिक वितरण समारंभ असायचा. कार्यक्रमात प्रशस्तिपत्र दिलं जायचं; पण बक्षिसाची रक्कम देताना पाकिटात मात्र रोख रकमेऐवजी एक छोटी चिठ्ठी असायची आणि 'बक्षिसाची रक्कम शाळेच्या कार्यालयातून घ्यावी,' असं त्यात लिहिलेलं असायचं.

बक्षिसाची किंवा स्कॉलरशिपची रक्कम कार्यालयातल्या वझे सरांकडून नव्याकोऱ्या नोटा पाकिटातून घेणं म्हणजे अमूल्य पर्वणीच असे. आजकाल दिवाळीतलं 'लक्ष्मीपूजन' सोडलं, तर नवीन नोटा दिसत नाहीत; पण आमच्या शाळेत इतक्या बारकाईनं विचार व्हायचा.

नववीत असताना सामान्यज्ञान परीक्षेत राष्ट्रीय पातळीवर माझा नंबर आल्यावर तर सगळ्या वृत्तपत्रांमधून ती बातमी आली होती. इतकंच काय, पण त्या दरम्यान सुतार सरांनी मला वर्गाबाहेर बोलावून "'कलासंगम', 'कुरुंदवाड' या आमच्या ग्रुपतर्फे कुरुंदवाड नगरपालिकेच्या हॉलमध्ये उद्या दुपारी 'विद्यार्थी सत्कार समारंभ' आयोजित केला आहे. त्या कार्यक्रमात तुझाही सत्कार करण्यात येणार

आहे," असं सांगितलं. माझ्यासाठी तो कार्यक्रम खरंच संस्मरणीय ठरला.

त्या काळी 'टोमॅटो', 'मिरची', 'ऑरेंज' किंवा 'सिटी' असा कुठल्या एफ. एम. वाहिन्यांचा अजून जन्म झाला नव्हता. आम्ही तेव्हा 'आकाशवाणी सांगली'च्या 'बाराशेपन्नास किलोहर्ट्झ'वरून प्रसारित होणारे कार्यक्रम ऐकायचो. त्या वेळी 'आकाशवाणी सांगली केंद्रा'वरून 'प्रभातीचे रंग' नावाचा खूप छान कार्यक्रम सादर व्हायचा. 'प्रसारित करत आहोत, काही घटना, माहिती आणि संगीतावर आधारित कार्यक्रम, 'प्रभातीचे रंग.' सादरकर्ते वामन काळे.' ही छोटीशी टायटल ओळ; पण तिचे लयबद्ध उच्चार ऐकताना उत्साह वाटायचा. ती वामन काळे यांच्या आवाजाची जादू होती. अत्यंत बेस असलेला आवाज, ते इतक्या खुबीनं वापरायचे की नुसतं ऐकत राहावं, असं वाटायचं. सांगली केंद्राचा आवाज म्हणजे वामन काळे यांचा आवाज. लोकांवर त्याचा इतका प्रभाव होता.

त्या वामन काळेंच्या हस्ते कुरुंदवाड नगरपालिकेच्या वरच्या मजल्यावरच्या हॉलमध्ये माझा सत्कार झाला होता. मला एक छोटीशी डिक्शनरी मिळालेली. वामन काळेंचं भाषण आणि तो कार्यक्रम म्हणजे माझ्यासाठी स्वप्नवतच होता. जणू आपण रेडिओच ऐकत आहोत की काय, असाच भास व्हावा.

तेव्हा दूरदर्शन वर 'जॉकी' नावाची एक मराठी सिरीयल सुरू होती. त्यातले शशी गजवानीदेखील कार्यक्रमाला आले होते. गुरुजनांकडून मिळणारी शाबासकी हा आपल्यासाठी एक ऊर्जेचा अक्षय्य स्रोत असतो. आपल्याला शाळेत असताना काय अपेक्षा असते मित्रांनो? एक कौतुकाची थापच तर हवी असते. 'तू फक्त लढ' एवढंच सरांनी म्हणणं अपेक्षित असतं ना?

२४

बुक क्रिकेट

'कागल एमआयडीसी'मध्ये एका इंडस्ट्रीत 'प्लास्टिक रिसायकलिंग'संदर्भात चर्चा करण्यासाठी गेलो होतो. चर्चा संपवून परत गेटवर आलो आणि वॉचमन लोकांकडे गेटपास दिला. दोघंही चिंताक्रांत दिसले. अचानक तासाभरात यांना काय झालं असावं, असा मनात विचार आला. मला काहीच उमजेना.

"तीन आउट झाले, साहेब." दोघा वॉचमनपैकी एक जण म्हणाला.

मला काही कळलं नाही. 'इन-आउटची नोंद ठेवणं तर यांचं कामच आहे. मग तीन आउट झाले तर यांचं काय बिघडलं?' मी असा विचार करतच होतो, तर पुन्हा एक जण म्हणाला, "तीन नाही, पाच आउट झालेत."

तेव्हा माझ्या डोक्यात प्रकाश पडला, की हे लोक क्रिकेटबद्दल बोलत आहेत आणि भारताच्या विकेट्स पडल्यामुळे ते काळजीत आहेत. तेव्हा कुठं मला त्यांच्या चिंतेचा उलगडा झाला.

आपल्याकडे लोक क्रिकेट केवळ 'बघत' नाहीत, तर 'जगत' असतात. जिंकलं की डोक्यावर घेणं आणि हरलं की पायात... मग कुणीही सोम्या-गोम्या 'फोर्थ अंपायर' होऊन खेळाचं विश्लेषण करतो.

सगळ्यात सोपं होतं ते शाळेतलं आयुष्य आणि त्याहून सोपा खेळ म्हणजे 'बुक क्रिकेट'चा. त्यासाठी काळ, वेळ काही नसायचं. अगदी ऑफ तास असो, की शिकवणं सुरू असो. कुठल्याही तासाला कंटाळा आला, की हा खेळ सुरू व्हायचा. शिकवताना पुस्तक उघडलं, की झालं. जे पान उघडेल त्याचा पृष्ठ क्रमांक म्हणजे तितक्या रन्स. पान क्रमांक दोन, चार, सहा, आठ... तेवढ्या रन्स आणि

क्रमांक नसलेलं पान उघडलं की आउट! मग दुसऱ्याने पानं उघडायची आणि अशीच बॅटिंग करायची. वहीत स्कोअर किती झाला ते लिहून ठेवायचं. खेळ असाच पुढे सुरू राहायचा. एवढं साधं सरळ क्रिकेट होतं ते! आम्ही शिक्षकांना कधी 'रंगेहात' सापडलो नाही. हा क्रिकेटचा खेळ साधारण आठवीपर्यंत सुरू राहिला. कदाचित शिक्षक लोकांना आमचा चेहरा फार 'सिन्सिअर' वाटायचा. नंतर आम्ही 'मोठे' झालो!

नववी-दहावीचे वर्ग शाळेच्या उत्तर दिशेला होते. रस्त्यापलीकडे दुमजली इमारती होत्या. 'इचलकरंजी एक्स-रे', 'बॉम्बे लॉज', 'हेरंब एजन्सी' आणि साड्यांची एक-दोन दुकानं त्या लेनला होती. वर्गातल्या खिडकीतून बऱ्याचदा बाहेर लक्ष जायचं. त्यातल्या त्यात मुलींची, स्त्रियांची वर्दळ नेहमी असायची. आमच्या वर्गात सगळ्यात तीक्ष्ण नजर अजयची होती. बाहेर बघून तो केवळ तेवढ्यावरच थांबायचा नाही, तर त्यावर त्याची काही तरी 'प्रतिक्रिया' हमखास असायची. मग मागच्या तीन-चार बेंचवरच्या नजरा बाहेर वळायच्या.

एकदा पोतदार सरांचा भूमितीचा तास सुरू होता. सर फळ्यावरचं गणित समजावून सांगत होते. एका 'स्लिव्हलेस'मुळे नेहमीप्रमाणे अजयचं आणि ओघानं सर्व मुलांचं लक्ष बाहेर गेलं; पण आमच्यापेक्षा तीक्ष्ण नजर सरांची होती. सगळी

मुलं आणि बाहेरचा 'व्ह्यू' असा सगळा नजारा त्यांच्या डोळ्यासमोर होता.

"कुलकर्णी, परीक्षेत काही ती 'फिगर' येणार नाही. इकडे फळ्यावर लक्ष द्या." सर गंभीर आवाजात अजयला म्हणाले.

आता झाली का पंचाईत? हसावं की नको या धर्मसंकटात सगळे जण पडले. एक-दोन मिनिटांत तास संपल्याची 'घंटा' वाजली आणि सगळ्यांचा जीव भांड्यात पडला!

२५

पेपरक्विन

पुण्यात एका मीटिंगच्या निमित्तानं गेलो होतो. दोनेक तासांच्या घमासान चर्चा आणि वाटाघाटींनंतर अपेक्षेप्रमाणे चर्चा सफल झाल्यावर एकमेकांना निरोपाची 'हात मिळवणी' करायला उभे राहिलो. नकळत शर्टच्या खिशाकडे लक्ष गेलं, तर शाईचा एक निळा डाग तिथं पडल्याचं दिसलं. जेल पेन असूनही डाग पडल्याने आश्चर्य वाटलं. सुदैवानं पोटाच्या वाढलेल्या घेरामुळे शर्टची नेमकी त्या जागेवर घडी पडलेली. त्यामुळे मीटिंगला बसल्यावर ते दिसलं नव्हतं.

वाकडला जाऊन परतीच्या बसमध्ये बसल्यावर पुन्हा मनाने शाळेपर्यंत भरारी घेतली. सातवीपर्यंत माझं हस्ताक्षर खूपच खराब होतं. त्यानंतर बंधूंच्या वहीतली अक्षरं बघून आणि जाणीवपूर्वक प्रयत्न करत राहिल्यानं अक्षर सुधारत गेलं. अक्षर सुधारणेत माझी साथ पुरेपूर निभावली होती ती 'पेपरक्विन'ने.

पेपरक्विनचा फाउंटन पेन. खूप जाडजूड शाईपेन. सुरुवातीला अक्षरंदेखील तशीच जाड आणि मोठी मोठी असायची. नंतर एकदा अक्षरांना वळण लागलं आणि अक्षरांचं 'डाएटिंग' सुरू झालं. मग वर्षभरात ते एकदम 'स्लिम ट्रीम' झालं. त्याच दरम्यान 'रेनॉल्ड्स'चा निळ्या टोपणाचा पांढरा पेन आला; पण माझं पेपरक्विनवरचं प्रेम अबाधित होतं. अगदी 'रेनॉल्ड्स पेन फाइन कारबर' अशी पेनावरची काही अक्षरं ब्लेडनं खोडून 'इंडिया' असं करता यायचं तरीही.

शाईचा पेन असल्यानं बऱ्याचदा बोटांवर, वहीतल्या पानांवर, दप्तरावर सर्वत्र शाईचे डाग पडलेले असत. पेपरक्विनमध्ये शाई भरताना 'ड्रॉपर' जागेवर नसेल, तर हातांवर हमखास शाईचे डाग पडायचे. 'कॅम्लिन'ची शाई फिक्या रंगाची

असायची. त्यामुळे आम्ही 'चेल्पार्क'ची दौत घ्यायचो. कारण ही शाई गडद तर असायची; शिवाय स्वस्तदेखील असायची. पेपरक्विनमधली शाईची लेव्हल बघायला पेनावरच 'व्ह्यू ग्लास'ची खिडकी होती. पुढे काही दिवसांनी 'हिरो'चा पेन आला. ज्यात इनबिल्ट 'इंक पंप' होता. त्यामुळे शाई भरताना ती हातावर पडत नसे; पण आमच्यावर गुरुवर्यांचा प्रभाव असल्यानं चिनी बनावटीचा 'हिरो' न वापरता आम्ही पेपरक्विनशीच जवळीक कायम ठेवली. नंतर शाईच्या पेनात उत्क्रांती होत आता बंदुकीतल्या काडतुसासारखी भरलेल्या शाईची काडतुसं बाजारात आली.

बोर्डाच्या परीक्षेतदेखील पेपर लिहिताना पेपरक्विनच वापरली. परीक्षेच्या आदल्या दिवशी गरम पाण्यात पेपरक्विनला स्वच्छ धुवून सुकवणं असायचं. ओघानं 'नीब' स्वच्छ करणंदेखील आलंच. पेनची नीब फार जपून वापरावी लागे. हात जरा जरी वेडावाकडा फिरला, की नीब तुटलीच म्हणून समजा. कोर्टातले न्यायाधीश मात्र फाशीची शिक्षा दिली, की सही झाल्यावर पेनाची नीब मोडतात म्हणे! असो.

कधी कुणाची खुन्नस काढायची असेल, तर पेपरक्विनचा उपयोग व्हायचा. त्याकरता टोपणातले चार थेंबदेखील पुरेसे असायचे. वर्गांच्या भिंतीवर कधी कधी नक्षी म्हणून पेपरक्विनचे शिंतोडे उडवले जायचे. उन्हाळ्याच्या सुट्टीत मात्र दोरा

शाईच्या दौतीत बुडवून वहीच्या मागच्या पानांवर नक्षीकाम चालायचं. शाळा संपल्यानंतर मात्र थोड्याच वर्षांत पेपरक्विनची जागा इतर आधुनिक 'बॉल पॉइंट' आणि 'जेल' पेनांनी घेतली.

इतर पेनांमध्ये वैविध्य असतं, वेगवेगळे आकर्षक रंग, रूप; परंतु रिफीलची नळी संपली, की तो पेन आयुष्यातून जवळपास हद्दपार होतो. त्यामुळंच इतर 'मॉडर्न' मॉडेल्सबरोबर पेपरक्विनसारखी जवळीक कधी निर्माणच झाली नाही आणि पेन हे लिखाणाचं केवळ साधन होत गेलं. पेपरक्विनसाठी जो भाव, जी आपुलकी वाटायची, ती रिफीलच्या पेनातून निघून गेली. हल्ली तर कॉम्प्युटर आणि स्मार्ट फोनच्या जमान्यात पेन वापरणं हे किराणा मालाची यादी करण्यापुरतं आणि चेकवर सही करण्यापुरतंच मर्यादित झालं आहे.

वय वाढत गेलं आणि छोट्या-छोट्या गोष्टींमधली मजा हरवून गेली. सगळ्या वस्तू 'यूज अँड थ्रो'च्या तत्त्वावर आयुष्यात येतात आणि जातात. पेपरक्विनदेखील कुठं अडगळीच्या कोपऱ्यात गेली असेल कुणास ठाऊक!

अगदी रम्य आठवणीतून माझं मन आता वास्तवात येत होतं. पेपरक्विनबरोबरच आपण बऱ्याच गोष्टी विसरून गेलो आहोत, याची जाणीव झाली; पण पेपरक्विनची ती खास जागा अजूनही माझ्या मनात आहे, ही सुखद जाणीवही झाली. तेवढ्यात कंडक्टरनं तिकीट घेण्याबद्दल विचारलं. विनातिकीट कुठपर्यंत जाऊन आलो, हे आता त्याला काय सांगू?

२६

अशीही परीक्षा

तो दिवस होता ०४ फेब्रुवारी, १९९०. मी तेव्हा नवव्या इयत्तेत होतो. रविवारचा दिवस होता. सुट्टी असल्यानं 'मिरज मेडिकल कॉलेज'ला शिकत असलेले माझे बंधू इचलकरंजीत घरी आलेले. रात्री आम्ही दोघांनी मिळून पिण्याचे पाणी भरले. घरच्यांशी खूप मनमोकळ्या गप्पा मारल्या. बऱ्याच दिवसांनी आमचे बाप्पा खूप मनसोक्त हसले होते. त्यानंतर छान झोप लागली होती. साधारण साडेपाचच्या सुमारास आईनं झोपेतून उठवलं. देवघरात लवकरच दिवा लावलेला.

आईनं मला देवाला नमस्कार करायला सांगितलं. त्यानंतर म्हणाली, 'बाप्पांना रात्री दवाखान्यात नेलंय.' मग मी आणि आई 'बडबडें'च्या दवाखान्याकडे चालत निघालो. इतक्या सकाळी कुठली रिक्षा मिळायला. तेव्हा 'निरामय'मार्गे जाणारा 'रिंग रोड' अजून अस्तित्वात आला नव्हता. 'निरामय मोबाइल'ही अजून जन्मायचा होता. टेलिफोनचं जाळं अजून विणलं गेलं नव्हतं.

बाप्पा 'आयसीयू'मध्ये होते. मॉनिटर वगैरे जोडलेलं होतं. डॉक्टरांनी आम्हा सर्वांना केबिनमध्ये बोलावलं आणि म्हणाले, "आता धोका टळला आहे. मात्र आणखी आठवडाभर तरी इथंच ठेवावं लागेल."

तेव्हा डॉक्टर काय सांगत होते ते 'ओ' की 'ठो' मला कळत नव्हतं. बाप्पांना थोडंसं अस्वस्थ वाटत होतं आणि पाठीला खूप घाम आला होता. इतकंच समजलेलं. 'हार्ट ॲटॅक' वगैरे काही कळालं नव्हतं. म्हणतात ना, अज्ञानात सुख असतं; पण मला तेव्हा एक जाणीव झालेली, की इथून पुढे माझ्यावर जबाबदाऱ्या असणार आहेत. शिवाय यापुढे मला स्वतः काही निर्णयही घ्यावे लागतील. बाप्पांना

साधारण आठ-दहा दिवसांनी हॉस्पिटलमधून डिस्चार्ज मिळाला. दुसऱ्याच दिवशी लगेचच माझी दुसरी घटक चाचणी परीक्षा होती. त्या वेळी 'कोल्हापूर जिल्हा माध्यमिक शिक्षक संघा'मार्फत सगळ्या परीक्षांचे पेपर घेतले जात. मग ती घटक चाचणी असो, की सहामाही किंवा वार्षिक. आमच्या शाळेत पेपर सेटिंग होत नसे. कदाचित त्यामुळंच परीक्षेचा आणि शिक्षणाचा दर्जा चांगला राखला जात असेल.

या वेळी माझा काहीएक अभ्यास झाला नव्हता. पूर्व तयारी न करता दिलेली कदाचित ती एकमेव परीक्षा असेल. घटक चाचणी परीक्षा तेव्हा साधारणपणे तीन दिवसांत पूर्ण व्हायची. गुरुवार, शुक्रवार आणि शनिवार. रविवार सुट्टीचा दिवस आणि सोमवारपासून पुन्हा नियमित शाळा सुरू.

आमच्या वर्गातला निलेश कुलकर्णी हातकणंगल्यातून दररोज एसटीने शाळेत यायचा. हातकणंगल्यातल्या एका हायस्कूलमध्येदेखील 'कोल्हापूर जिल्हा माध्यमिक शिक्षक संघा'चे पेपर घेतले जात. मात्र, शनिवारचे पेपर आदल्या दिवशी म्हणजे शुक्रवारी घेतले जायचे.

भूगोल आणि जीवशास्त्राचे पेपर आमच्याकडे शनिवारी व्हायचे. ते पेपर तिथं शुक्रवारी झालेले असायचे. या वेळीदेखील परीक्षेच्या आधी आमच्या हातात पेपर होते. मग काय, परीक्षेचा भार पूर्णपणे हलका झाला होता. अभ्यास न करतादेखील परीक्षेचा शेवट 'गोड' झालेला; पण हे सगळं शाळेतल्या चाचणी परीक्षेपुरतंच. परीक्षा दिल्या की शेवट 'गोड' होतो, हे आपल्या मनावर बिंबवलं जातं.

शैक्षणिक परीक्षा संपल्या, की पोटाची खळगी भरणं सुरू होतं; पण केवळ खळगी भरून शेवट गोड काही होत नाही. पुन्हा पोटाच्या वर हृदय असतं, त्यात चलबिचल व्हायला सुरुवात होते. मग माणूस बोहल्यावर चढतो आणि संसारातल्या परीक्षा सुरू होतात. मग पुन्हा एकदा हृदयात चलबिचल होते आणि दवाखान्याच्या पायऱ्या चढाव्या लागतात. आपण पुन्हा 'शेवट गोड' व्हायच्या प्रतीक्षेत राहतो. खरंय ना?

२७

पहिलं कौतुक

सन १ ऑगस्ट १९८३. लोकमान्य टिळकांच्या पुण्यतिथीचा दिवस. तिसरीत असताना आजच्या दिवशी मी केलेलं पहिलं भाषण. पाय थरथरत होते. आवाजात कापरं भरलं होतं. तेव्हा गुरव गुरुजींनी खांद्यावर हात ठेवून माझी पोझिशन फिक्स केली आणि मग आमची गाडी रुळावर आली.

'माननीय मुख्याध्यापक, आदरणीय परीक्षक, पूज्य गुरुजन वर्ग आणि येथे उपस्थित माझ्या बालमित्रांनो, आज मी तुम्हाला जे दोन शब्द सांगणार आहे, ते तुम्ही शांत चित्ताने ऐकून घ्याल, अशी मी आशा बाळगतो. लोकमान्य बाळ गंगाधर टिळकांचा जन्म दि. २३ जुलै रोजी रत्नागिरी जिल्ह्यात चिखली येथे...' शाळेत सर्वांच्याच भाषणाची अशी टिपिकल सुरुवात असायची. आमचीही सुरुवात अशीच झाली.

मग पुढे शेंगांच्या टरफल्यांचा प्रसंग, पाटीवरचा 'संत' शब्द तीन प्रकारे लिहिण्याचा एक आणि 'स्वराज्य हा माझा जन्मसिद्ध अधिकार आहे आणि तो मी मिळवणारच...' नंतर 'केसरी' आणि 'मराठा' ही वर्तमानपत्रं. मग सार्वजनिक गणेशोत्सव व शिवजयंती आणि शेवटी 'असा मोहरा झाला नाही, कधी न होणार! बाळ टिळक हे नाव जगात गर्जत राहणार! जय हिंद!' असं म्हणून ते भाषण संपवलं. पोरांनी टाळ्या वाजवल्या, तसा जीव हुश्श होऊन भांड्यात की काय तो पडला. सगळ्या मुलांच्या भाषणात तेच शब्द आणि तेच प्रसंग होते.

त्याच दिवशी संध्याकाळी अंगात पांढरा सदरा आणि धोतर असा अवतार असलेली एक व्यक्ती आमचं घर शोधत आली. कुणी तरी 'मारवाडी' शेठजी

असतील, असं आम्हाला वाटलं.

"अजितकुमार इथंच राहतात काय?" असा प्रश्न अस्खलित मराठीत आणि उच्च स्वरात त्यांनी विचारला, तेव्हा ती व्यक्ती मारवाडी असल्याचा आमचा गैरसमज दूर झाला. नंतर त्यांनी स्वतःची ओळख सांगितली. मग मी दादाला बोलावून आणायला लगबगीनं गेलो.

गुरुवर्य महाजन सर पहिल्यांदा घरी आले होते, तेव्हा माझीदेखील त्यांच्याशी ओळख करून देण्यात आली. मग काय, परत एकदा मी त्यांच्यापुढे सकाळचं टिळकांचं भाषण ठोकलं. आता आत्मविश्वास वाढला होता. सरांची पहिली कौतुकाची थाप मिळाली ती तेव्हा. या निमित्तानं एक पुस्तक सरांनी 'भेट' म्हणून दिल्याचं आठवतं. 'कौरव-पांडवांच्या युद्धात हतबल झालेल्या अर्जुनाला युद्धाकरता उभं करण्यासाठी श्रीकृष्णानं सगळी शस्त्रं बाजूला ठेवून शेवटी 'वक्तृत्वा'चं शस्त्र हाती घेतलं आणि अर्जुनाला गीता सांगितली. इतकं वक्तृत्वाचं मोठेपण आहे,' अशा आशयाचं काही तरी सरांनी सांगितलं होतं.

पुढे हायस्कूलला गेलो आणि आमचं वक्तृत्व काळाच्या ओघात मागं पडलं. आणि आमचा प्रवास सामान्यज्ञानाकडे (जनरल नॉलेज) वळवला. तिथं मात्र राष्ट्रीय पातळीवरदेखील चमकता आलं. गुरुवर्य महाजन सरांची कौतुकाची थाप आयुष्यात पुढे खूपदा मिळाली; मात्र पहिल्या कौतुकाची आठवण चिरस्मरणीय ठरली!

२८

सामाजिक बांधिलकी

आम्ही १९७५ साली उगवलो. सन १८७५ साली म्हणजे शंभर वर्षं आधी जन्मलेल्या महान व्यक्तींबद्दल विशेष आपुलकी. त्यातली दोन प्रेरणादायी नावं, एक म्हणजे सरदार वल्लभभाई पटेल, ज्यांना तिसऱ्या इयत्तेतल्या 'थोरांची ओळख'मध्ये पहिल्यांदा भेटलो आणि दुसरं म्हणजे, डॉक्टर अल्बर्ट श्वाईट्झर.

शाळेत असताना एका सुट्टीत श्वाईट्झरचं चरित्र वाचलेलं. 'थिऑलॉजी', अर्थात 'धर्मशास्त्रा'मध्ये डॉक्टरेट मिळवलेला माणूस वयाच्या तिसाव्या वर्षी मेडिकल कॉलेजमध्ये ॲडमिशन घेऊन डॉक्टर होतो. आफ्रिकेत जाऊन जंगलात आदिवासींची सेवा करत राहतो. पुढे त्याला शांततेचं 'नोबेल पारितोषिक' मिळतं. असा हा प्रेरणादायी प्रवास आहे.

आदिवासी लोकांसाठी हॉस्पिटलची इमारत त्यांना आपलीशी वाटावी म्हणून दगड, विटांची न बांधता 'लाकडी' बांधलेली. माणूस ज्या वातावरणात राहिलेला असतो, तो 'अधिवास' त्याला कायम आपलासा आणि प्रिय वाटतो; पण मागच्या वर्षी ठाणे जिल्ह्यातल्या वाडा, जव्हार, मोखाडा भागातल्या आदिवासी मुलांना मुख्य प्रवाहात आणण्यासाठी व त्यांना उच्च दर्जाचं इंग्रजी शिक्षण मिळावं, या उद्देशानं आदिवासी विकास विभागाकडून नामांकित इंग्रजी शाळांची निवड करून जवळपास दोन-एकशे गोरगरीब आदिवासी मुलांना पाचगणी भागातल्या शाळांमध्ये मोफत प्रवेश दिला गेला; पण तिथल्या वातावरणात मुलं बावरून गेली, म्हणून मग ती पुन्हा आपल्या गावी परतली.

कधी कधी प्रश्न पडतो, की यामध्ये नेमकं कुणाचं कल्याण अपेक्षित

होतं? आदिवासी मुलांचं की इंग्रजी माध्यमाच्या शाळांचं? असो. मात्र, आम्ही पाचवीत असताना याच वाडा तालुक्यातून आदिवासी मुलांच्या शिक्षणासाठी धडपडणारी, कार्य करणारी व्यक्ती आमच्या शाळेत आलेली. त्यांचं नाव होतं सुरेश पांडुरंग कुलकर्णी.

आदिवासी मुलांच्या हालअपेष्टांबद्दल खूप काही सांगितलं; शिवाय आपल्याला आर्थिक मदतीचं आवाहनही केलं होतं. आम्हाला वर्गणी गोळा करण्यासाठी कार्ड्स दिले होते. तेव्हा सुरुवातीला काही तरी ब्याद गळ्यात पडलीये, असं वाटलं होतं; पण पैसे तर गोळा करावेच लागणारच होते. रविवारी पैसे जमा करू लागलो आणि माझं मतपरिवर्तन होत गेलं. आयुष्यात पहिल्यांदाच कुणाच्या तरी मदतीसाठी फिरत होतो. खूप सुखद कल्पना होती. लहानपणी ज्यांच्याकडून गोळ्या-बिस्किटं घ्यायचो, त्यांच्याकडून पहिली मदत घेतली. एक, दोन, पाच असं करत दुपारपर्यंत त्रेचाळीस रुपये जमा झाले होते.

ही रक्कम सोमवारी वर्गशिक्षिका गायकवाड मॅडम यांच्याकडे जमा केली. आर्थिक स्वरूपात कुणाला तरी केलेली ती पहिली मदत. मदत करण्याने झालेलं समाधान हे निश्चितच वेगळं होतं. अर्थात त्यामुळेच ही आठवण राहिली.

काही दिवसांपूर्वी गुगलवर शोध घेतला. सुरेश कुलकर्णींचं २०११च्या दरम्यान निधन झालं; पण वाडा तालुक्यात त्यांनी उच्च शिक्षणासाठी महाविद्यालय सुरू करून त्यांची शैक्षणिक परंपरा अखंड तेवत ठेवली आहे. त्यात आमच्या शाळेचा खारीचा वाटा असेल आणि त्यातला आमचा सहभागदेखील मन सुखावणारा असेल.

२१

भवतालातून जडणघडण

वर्गात पहिल्या तीन क्रमांकात माझा नंबर कधी आलाच नाही. त्यातही मी 'बॅक बेंचर.' शेवटचा बेंच कधीच सोडला नाही; पण यावरून कधी कुठल्या शिक्षकांनी भेदभावही केला नाही. सर्वांत जास्त म्हणाल, तर आदरणीय गुरुवर्य महाजन सरांचा स्नेह लहानपणापासून होता.

अगदी तीनेक वर्षांपूर्वी सर कराडला आमच्या घरीदेखील आले होते. आल्यावर तब्बल अडीच-तीन तास गप्पा झाल्या. सरांबरोबर आलेल्या तिथल्या 'सरस्वती हायस्कूल'च्या मुख्याध्यापकांनादेखील याचं खूप आश्चर्य वाटलं.

गुरुवर्य राष्ट्रीय स्वयंसेवक संघाचं काम करत; पण ते मला कधी 'शाखेत येत जा' असं म्हणाले नव्हते. मलादेखील कधी जावंसं वाटलं नाही. कदाचित कुठल्या शिस्तीची बांधिलकी आवडली नसावी. किंबहुना त्यामुळे कुठल्याच विचारसरणीच्या किंवा आध्यात्मिक गुरूंच्या बंधनात राहिलो नाही.

सन १९८९-९०मध्ये मी नवव्या इयत्तेत होतो. दूरदर्शनवरचं रामायण, उत्तर रामायण केव्हाच आटोपलं होतं. राम अयोध्येचा राजा, विष्णूचा अवतार इत्यादी गोष्टी ठाऊक होत्या; पण एकदा एका तासावेळी रामजन्मभूमीच्या वादाबद्दल आणि बाबरी मशिदीबद्दल गुरुवर्यांनी माहिती दिली. लालकृष्ण अडवाणींची सोमनाथ मंदिर ते अयोध्यापर्यंतची रथयात्रा, कारसेवा, नवीन राममंदिर असं खूप काही सांगितलं. १९५०च्या आसपास वादग्रस्त जागेवर रामाच्या मूर्तींची प्रतिष्ठापना केल्याचं आणि गेली चाळीस वर्षं मशिदीमध्ये कुणीही नमाज न पडल्याचं सांगितलं होतं.

सन १९९०मधली अडवाणींची रथयात्रा पूर्ण होऊ शकली नाही; पण १९९२ला मात्र बाबरीचा पाडाव झाला. गुरुवर्य स्वतः त्या मोहिमेत सहभागी झाले होते. देशातलं वातावरण खूप ढवळून निघालं होतं.

शाळेत सांगितलं गेलेलं योग्य की अयोग्य, हे मला तेव्हादेखील समजलं नव्हतं; पण इतिहास पाहिला, तर बहुसंख्यांकांच्या आणि बलवान लोकांच्या मतांचा आदर होतो. मग ते कोणत्याही धर्माचे असोत. असो.

शिक्षण आणि संस्कार देण्याचं शाळा हे केवळ एक माध्यम आहे. काय शिकायचं हे सर्वस्वी त्या विद्यार्थ्यावर अवलंबून असतं. लालकृष्ण अडवाणी आणि परवेझ मुशर्रफ कराचीतल्या 'सेंट पॅट्रिक' नावाच्या कॉन्व्हेंट शाळेत शिकले. एकाच ख्रिस्ती कॉन्व्हेंटमध्ये शिक्षण घेतलेले लालकृष्ण अडवाणी आणि पाकिस्तानचे माजी अध्यक्ष जनरल परवेझ मुशर्रफ यांची वाटचाल मात्र अगदी विरुद्ध दिशेने झालेली आहे. अडवाणी राष्ट्रीय स्वयंसेवक संघाचे कट्टर समर्थक, म्हणजे हिंदुत्ववादी आहेत, तर जनरल मुशर्रफ पाकिस्तानच्या लष्कराचे प्रमुखही होते. त्यांनी राजकीय व लष्करीदृष्ट्याही मुस्लीम धर्माचा कट्टरपणे अंगीकार केलेला आहे. मित्रांनो, ती शाळा किती महान असेल, याचा मी विचार करत होतो. म्हणूनच आमचे शिक्षक परवा म्हणाले, "शाळेत तुम्ही केवळ सहा तास असता; पण उर्वरित अठरा तास शाळेबाहेर असता. आपल्या जडणघडणीवर खूप साऱ्या गोष्टींचा आणि घटनांचा परिणाम होत असतो."

३०

यातु क्रिया

आदिम अवस्थेतला माणूस स्वतःचं जीवन कसंबसं पुढे ढकलत होता. माणसाला त्याच्या भूकेबरोबरच काही गोष्टी अगम्य आणि अनाकलनीय होत्या. उदाहरणार्थ, ढग का गडगडतात? धुव्वांधार पाऊस का कोसळतो? वीज चमकते कशी आणि अदृश्य कुठं होते? जंगलंच्या जंगलं बेचिराख करणारा वणवा कसा निर्माण होतो? समुद्रात उसळणाऱ्या लाटा, वादळं, वावटळं, भूकंप, हिमवृष्टी या सर्व बाबी त्या आदिम माणसाच्या आकलनाच्या पलीकडे होत्या. स्वाभाविकच त्याला असं वाटत असावं, की हे सगळं घडवून आणणारी एक अदृश्य, अलौकिक शक्ती कुठं तरी असली पाहिजे. त्या शक्तीच्या सामर्थ्यांनेच या सगळ्या असंख्य घटना घडत असल्या पाहिजेत.

या शक्तीला आदिम मानवाने जवळजवळ सर्व ठिकाणी 'यातु' असं नाव दिलं. या शक्तीची पूजा बांधणं हे ओघानं आलंच. ही पूजा बांधण्याची जी कर्मकांडं होती, त्याला 'यातु क्रिया' असं संबोधलं गेलं. यातू क्रियाचे साधारण दोन मुख्य प्रकार आहेत. पहिला प्रकार म्हणजे, ज्यातून लोकांचं कल्याण साधलं जाईल, ती चांगली यातू क्रिया. जिच्यातून पुढे धर्माची उत्पत्ती झाली. दुसरा प्रकार म्हणजे, ज्या क्रियेतून लोकांचं नुकसान होऊ शकतं, ती वाईट यातू क्रिया. जिच्यातून पुढे 'काळी जादू', 'भानामती', 'सैतान' वगैरेंचा जन्म झाला.

नरेंद्र दाभोलकरांनी इचलकरंजीतल्या एका व्याख्यानात सांगितलेली धर्माची उत्पत्ती. जी त्यांच्या लेखनात बऱ्याच ठिकाणी आली आहे. गेली काही वर्षं पाऊस सात किंवा आठ जूनला मृगाच्या मुहूर्ताला पडतच नाही. त्यासाठी मग

विज्ञान आणि पर्यावरणाची काय काय कारणं दिली जातात. मध्ये काही वर्षं 'विंडमिल्स'चा विषय गाजला होता. पश्चिम महाराष्ट्रातल्या पवनचक्क्यांमुळे पाऊस कमी झाला आहे वगैरे वगैरे.

मग आपल्याला वृक्षारोपण आठवतं. वृक्षारोपण करताना अमुकतमुक, अमुक लाख, अमुक कोटी झाडांची लागवड अशा जाहिराती झळकू लागतात. आम्ही शाळेत असतानादेखील अशीच परिस्थिती असायची.

साधारण १९८९-९०चा तो काळ. आम्ही नवव्या इयत्तेत असू. महाराष्ट्राचे राज्यपाल शंकर दयाळ शर्मांची वर्णी उपराष्ट्रपतीपदी झालेली. नवीन राज्यपाल म्हणून कासू ब्रह्मानंद रेड्डी यांची नियुक्ती झाली होती.

या वर्षी जसा जून महिना कोरडा गेला, तसाच तेव्हादेखील गेलेला. मग काय, महामहीम साहेबांनी पावसासाठी राज्यभरातल्या जनतेला पावसाला 'साकडं' घालण्यासाठी पूजा करायला लावल्या होत्या. तसा अध्यादेशच काढला होता. शाळांमध्ये त्यासाठी विद्यार्थ्यांनी प्रार्थना केल्या, प्रभातफेऱ्या काढल्या. बऱ्याच जणांनी टिका-टिपण्या केल्या, तेव्हा कुठं नंतर तो अध्यादेश मागं घेण्यात आला.

मग नंतर दोन-तीन आठवड्यांनी पाऊस यायचा तो आषाढातच आला. पाऊस समाधानकारक होतो आणि आपला वृक्षारोपणाचा संकल्प बारगळून जातो. आपण दुसरीत शिकलेल्या माकडाच्या गोष्टीसारखं पावसाळा आला, की घर बांधायच्या त्याच्या संकल्पाप्रमाणे...

राज्यपालांनी पावसासाठी राज्यभर जनतेला दिलेला आदेश हा त्याच यातू क्रियेचा एक प्रकार आहे; पण पुरोगामी महाराष्ट्रात तो चालला नाही.

सन १९८९चा तो पावसाळा. यंदाच्या वर्षीसारखाच. खूप लोकं बेघर झाली होती तेव्हा. आमच्या वर्गातल्या सर्वांनी एक दिवस प्रत्येकी पाच-दहा चपात्या पूरग्रस्त लोकांसाठी आणलेल्या. एका स्टीलच्या रिकाम्या पिंपात त्या चपात्या एकत्र करून शाळेमार्फत वाटप केलेल्या. ग्रुपवर पूरग्रस्त लोकांसाठी चपात्यांचा विषय निघाला आणि तेव्हाची आठवण ताजी झाली.

३१

चालतानाची मजा

आजकाल 'इन बिल्ट' आणि 'एक्सटर्नल'चा जमाना आहे. त्यातल्या त्यात लोकांना इन बिल्ट असलेल्या गोष्टी आवडतात. उदाहरणार्थ, इन बिल्ट कॅमेरा, इन बिल्ट साउंड सिस्टीम, इन बिल्ट बॅटरी, इन बिल्ट मेमरी वगैरे वगैरे. आमचं 'स्थूलत्व' याच कॅटॅगरीतलं आहे. म्हणजे 'इन बिल्ट!' थोडक्यात आमच्या जन्मापासून होतं, किंबहुना आहे. जन्मजात वजन नऊ पौंड इतकं होतं. माझा जन्म झाल्यावर 'भिडे डॉक्टरां'च्या दवाखान्यातल्या नर्सिंग स्टाफनी मला सगळीकडे फिरवून सर्वांना 'सुदृढ बालक' म्हणून दाखवलं होतं, असंदेखील सांगतात. भरीस भर म्हणून स्वातंत्र्य दिनी जन्मलेल्या बाळांना एका वर्षासाठी मोफत 'औषधपाणी' दिलं गेलं होतं. मित्रांनो, हे मात्र मला काही आठवत नाही; पण लहानपणापासून माझ्या कानावर यायचं म्हणून आपल्याला सांगितलं.

हल्ली आपण पाहतो, की अनेक मुलं स्कूल बस किंवा स्कूल व्हॅनने शाळेत जातात. अनेकदा शाळाही घरापासून खूप लांब असल्यानं पालक मुलांना स्कूल बसने शाळेत पाठवतात. पालक नोकरी, व्यवसाय करणारे असल्यानं काही पालकांना मुलांना शाळेत सोडणं शक्य नसतं. आम्ही शाळेत असताना आतासारख्या स्कूल बस नव्हत्या; पण रिक्षा असायच्या. आमच्या वेळी फक्त 'मॉडर्न हायस्कूल'वाल्यांची निळ्या रंगाची 'हापटन' बस होती; परंतु शक्य असल्यास चालत मुलांना शाळेत सोडणं त्यांच्या (मुलांच्या) आरोग्यासाठी जास्त फायदेशीर असतं. शाळेत चालत किंवा सायकलनं जाणाऱ्या मुलांमध्ये स्थूलपणाचा धोका कमी जाणवतो, असं आता संशोधनातून समोर आलं आहे. वेगानं चालल्यास

आयुष्य वाढतं, असं म्हटलं जातं. शाळेत असल्यापासून आजतागायतदेखील चालतो आहे; पण माझं वजन काही कमी झालं नाही. कदाचित नियमांना काही अपवाद असतात, त्यातला अपवाद म्हणजे एक आम्ही असू. असो.

सहावीनंतर शालेय शिक्षण होईपावेतो चालतच ये-जा करायचो. शाळेतून घरी येताना खूप मजा असायची. मी, विवेकानंद मगदूम, अशोक टाकळकर, शिवाजी गोरे, किशोर पवार. कधी एक-दोन जण आलटून पालटून साथीदार बदलत राहायचे. येताना बऱ्याचदा अशोक सोबत असायचा.

गाडीवर असलेल्या नंबर प्लेटच्या आकड्यांचा खेळ भन्नाट असायचा. शाळेतून येताना आम्ही गाड्यांचे नंबर बघत यायचो. समजा, एखाद्या गाडीच्या नंबरमध्ये दोन वेळा तीन अंक असेल आणि तो नंबर मी अशोकला दाखवला, तर मी त्याला तीन वेळा मारणार. समजा, त्याने पाहिला आणि मला दाखवला, तर तो मला तीन वेळा मारणार. जो अंक नंबर प्लेटवर दोन वेळा रिपीट झाला असेल, तेवढ्या वेळा मार बसायचा. असं एकमेकांना पिटी पिटी मारत, हसतखिदळत

चालत चालत आम्ही यायचो. थोरात चौक आल्यावर मी उजवीकडे वळायचो आणि अशोक सरळ विक्रमनगरच्या दिशेनं जायचा. खूपदा आमचा आकड्यांचा हा खेळ चालायचा; पण असं रमतगमत चालल्यानंच आमच्या वजनात काही घट झाली नसेल.

शाळेतही असंच वजन होतं! नववीत असताना आमचा बेंच खराब झाल्यानं निळ्या रंगाचा नवीन बेंच आम्हाला दिला होता; पण तोही तकलादू निघाला. मग काय, एकदा संधी मिळाली, की बेंच बसल्या बसल्या हलवणं सुरू झालं. दुपारनंतर हलण्याचं प्रमाण वाढत गेलं. संध्याकाळी शाळा सुटेपर्यंत फळ्या बाजूला काढून ठेवाव्या लागल्या. वजनाचा दुष्परिणामच तो.

घड्याळाच्या छोट्याशा परिघातून आणि कॅलेंडरच्या चौकड्यांमधून आयुष्याकडे पाहणं आणि त्यातल्या एखाद्या चौकडीमध्ये 'आठवणी'चा रंग भरून त्याला उजळणं हा माणसाचा आशावाद! माणूस आशावादी असतो. हा आशावाद वृद्धिंगत होऊ दे, हीच प्रार्थना.

३२

त्या त्या क्षणाचं मोल

लहानपणी आम्हाला फक्त 'बच्चन'चे पिक्चर आवडायचे. अर्थाअर्थी काही कळत नसतानासुद्धा 'डॉन', 'शान', 'मिस्टर नटवरलाल', 'मुकद्दर का सिकंदर', 'नसीब' वगैरे टॉकीजला पाहिलेले. कुठं पडद्यावर बच्चनचा पिक्चर दाखवणार असल्याचं कळलं, की तिथं आम्ही हजर असायचो. त्यातल्या त्यात बच्चनची फायटिंग 'भारी' प्रिय. 'कुली'च्या वेळी झालेल्या त्याच्या ॲक्सिडेंटचा हालता देखावा गणपतीत आमच्या घराजवळच्या 'युनिक' इंडस्ट्रीत केला होता. आम्ही न चुकता दररोज बेडवर झोपलेल्या बच्चनला बघायला 'युनिक'मध्ये जायचो. तिथं झोपवलेल्या बच्चनच्या पुतळ्यालासुद्धा बघून अस्वस्थ व्हायचो.

चौथीला असताना शिवछत्रपतींचा इतिहास अभ्यासाला होता. त्याचदरम्यान आम्हाला नगरपालिका शिक्षण मंडळातर्फे नारायण टॉकीजला 'बाल शिवाजी' चित्रपट दाखवला होता; पण बाल शिवाजीबरोबर लक्षात राहिली ती 'वॉशिंग पावडर निरमा'ची जाहिरात. पुढे हायस्कूलला गेल्यावर टॉकीजला पिक्चर बघणं जवळपास बंदच झालं. सहावी-सातवीत वाचनाचा छंद जडला. शाळेतदेखील गोष्टींची पुस्तकं आणि कॉमिक्स वाचायला मिळत. गुळवणी सरांच्या केबिनलगत जी लायब्ररी होती, तिथं पत्र्याच्या पेट्या भरून गोष्टींची पुस्तकं आणि कॉमिक्स होती. फँटम, चाचा चौधरी, साबू, स्पायडर मॅन, नागराज, सुपर कमांडो ध्रुव वगैरे वगैरे पात्रं तिथं भेटायची. 'इंद्रजाल', 'डायमंड कॉमिक्स' इत्यादींचा भरणा होता; पण तिथल्या 'अमर चित्रकथा' मात्र सर्वांत वाचनीय असायच्या.

आनंद दिवाणचा वाचनाचा स्पीड भन्नाट असायचा. मधल्या सुट्टीत आमचं

हे वाचन चालायचं. असंच एकदा वाचन करताना आमच्यावर गुरुवर्यांची 'नजर' पडली आणि कॉमिक्सची जागा 'भारत-भारती' सिरीजच्या 'खारवेल', 'चंद्रगुप्त', 'विवेकानंद', 'खंडो बल्लाळ', 'गोळवलकर गुरुजी' इत्यादींच्या छोट्या छोट्या पुस्तिकांनी घेतली. मग आमचं त्या लायब्ररीत जाणंच बंद झालं.

अलीकडे आपले आदरणीय पंतप्रधान मोदीदेखील या पात्रांच्या प्रेमात पडलेत. सर्व शिक्षा अभियानांतर्गत 'चाचा चौधरी आणि नरेंद्र मोदी' नावाची कॉमिक्स सिरीज मध्यंतरी प्रकाशित झाल्याचं वाचलं होतं. असो.

सातवीच्या दुसऱ्या सत्रात 'वर्ल्ड कप'च्या निमित्तानं आमच्या घरी टीव्ही आला. पुन्हा आवडीनिवडी बदलू लागल्या. ज्या दिवशी घरी टीव्ही आला, तो रविवारचा दिवस होता. 'सनी' नावाचा एक हिंदी चित्रपट त्या दिवशी लागलेला. दूरदर्शनवरचं प्रक्षेपण बंद होईपर्यंत आमचा टीव्ही सुरूच होता.

केवळ दूरदर्शन हे एकच चॅनल असलं, तरी आमचं सिरीयल्स बघणं व्हायचंच. तरी आमचं नशीब चांगलं, की दर आठवड्याला सिरीयलचा एकच भाग असायचा. आजकालसारख्या दररोज लागणाऱ्या सिरीयल असत्या, तर आम्ही भलतेच 'ॲडिक्ट' झालो असतो. त्याची कल्पनासुद्धा करवत नाही; पण आजकालच्या मुलांच्या 'मोबाइल ॲडिक्शन'पेक्षा निश्चितच कमी होतं.

मी साधारण नववीत असताना रविवारी एक मराठी नाटक दूरदर्शनवर लागलं होतं. त्यातला एक डायलॉग कायमस्वरूपी माझ्या लक्षात राहिलेला आणि दुसऱ्या दिवशी शाळेत सर्व मित्रांच्या तोंडी आलेला,

घटका गेली, पळे गेली, तास वाजे ठणाणा
आयुष्याचा नाश होतो, राम का रे म्हणाणा...

वास्तविक रामदास स्वामींच्या दासबोधातलं हे पद; पण नाटकात वारंवार वापरल्यानं कायम लक्षात राहिलं. शालेय जीवनातलं एक वास्तव. वेगवेगळ्या कारणांमुळे विस्कळीत होत असणारी अभ्यासाची शृंखला.

मित्रांनो, प्रत्येकाच्या आयुष्यातला प्रत्येक क्षण मौल्यवानच आहे. नाही का?

३३

एक आठवण

चौथीपर्यंत नगरपालिकेच्या शाळेत शिकत होतो. प्राथमिक शिक्षण स्तरावर म्हणजे चौथीपर्यंत एकच गुरुजी होते. आम्ही दुसरीतून तिसरीत, चौथीत गेल्यावर त्यांचंसुद्धा त्या त्या इयत्तेत प्रमोशन होत गेलं. सगळे विषय ते एकटेच गुरुजी शिकवत. पाचवीत हायस्कूलमध्ये आल्यावर मात्र प्रत्येक विषयवार शिक्षक आले. त्याचबरोबर नवनवीन विषय आणि त्यांचे तास वाढत गेले.

नवीन विषयात सर्वांत आवडता तास होता शारीरिक शिक्षणाचा! बाकी कलाक्षेत्रात एक तर आमची गती नव्हती. म्हणजे कलाक्षेत्र तसं आमचं नावडतंच. चित्रकला आणि हस्तकला फार किचकट प्रकार. एक तर चित्रकलेत आमचा 'जड' हात काही केल्या वळायचा नाही आणि हस्तकलेत कागदाची कुठली 'घडी' कशावर पडली ते न दिसल्यानं आमची 'कागदी फुलं' कधी फुललीच नाहीत. त्या मानानं शारीरिक शिक्षणाच्या तासाला बरं वाटायचं. अभ्यासातून मोकळा वेळ मिळायचा. नुसतं खेळ, गप्पा आणि मौजमस्ती! शारीरिक शिक्षणाची थोरली बहीण म्हणजे 'मास पीटी.' कधी काळी हा शब्द ऐकल्यावर 'रंगीत माशांची पेटी' डोळ्यासमोर येई. पूर्ण शाळेची कवायत. पाचवीत शारीरिक शिक्षणाला जी. जी. कुलकर्णी सर होते. एकदम कडक स्वभाव. जरा चूक झाली, की फटके ठरलेले. त्यामुळे सरांना घाबरूनच जास्त चुका व्हायच्या.

'दायने मूड' म्हटल्यावर 'डावीकडं' वळायचं, हा माझा एक 'गैरसमज' सुरुवातीला डोक्यात फिट्ट झाला होता. सगळे उजवीकडे वळायचे आणि आम्ही डावीकडं. मग शेजारी उभा राहिलेला वर्गमित्र आणि मी समोरासमोर. आमची ट्यूब

उशिरा पेटायची. तोपर्यंत सरांचा कटाक्ष पडायचा. एकदा फटकादेखील बसला होता; पण त्यानंतर पुन्हा कधी नाही बसला. नुसत्या नजरेतच आम्ही गार व्हायचो.

आणखी एक 'कन्फ्युजन' व्हायचं ते 'पीछे मूड' म्हटल्यावर. उजवीकडून मागं वळायचं की डावीकडून, हे लवकर कळायचं नाही; पण 'दायने मूड'सारखी चूक इथं व्हायची नाही. कसंही झालं तरी सगळ्यांची तोंडं एका बाजूलाच व्हायची.

'गिनती कर'लापण असाच गोंधळ व्हायचा. एक तर आधीचा नंबर पुन्हा आमच्याकडून 'रिपीट' व्हायचा किंवा एखाद्या नंबरचा 'गॅप' पडायचा. सगळ्यात सोपा प्रकार म्हणजे 'कदमताल.' एक-दो करत पायाचा ठेका सुरू व्हायचा. ही गाडी काही दिवसांनी रुळावर आली. कवायतीचे प्रकार सुरू झाले. उभे राहून कवायत प्रकार, नंतर बैठे... घरी आल्यावर फावल्या वेळेत कधी कधी कवायतीचीही प्रॅक्टिस सुरू केली जायची.

आमची शाळा खो-खो खेळात चॅम्पियन होती. आमचा मनोहर आग्रे तर राष्ट्रीय पातळीवर खो-खो खेळायचा; पण मी कधी खो-खो खेळण्याचा प्रयत्न केला नाही. जमिनीत रोवलेल्या खांबाची भीती वाटायची. चुकून आपल्या ओझ्यानं निखळून पडला तर?

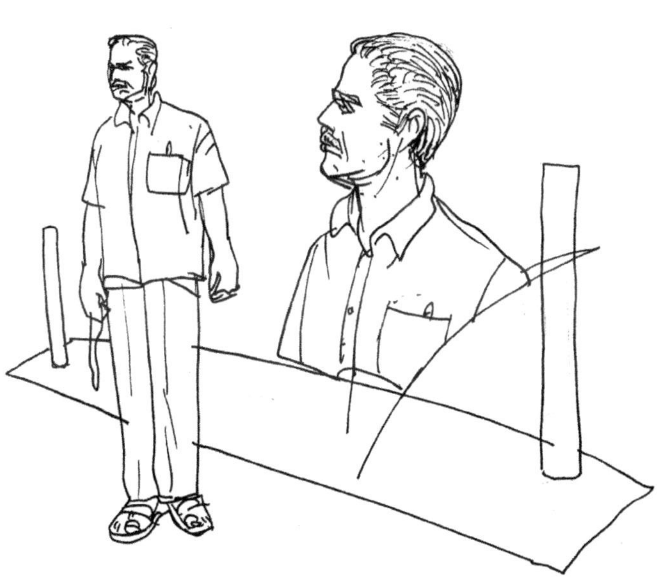

असंच कधी तरी कबड्डी खेळावी म्हटलं; पण एकदा गुडघ्याला सपाटून मार बसला. मग काय, असले खेळ खेळणं आपल्याला जमणार नाही, हे मनात पक्कं झालं. तरीही कधी कधी खेळायचो. पुढे एकदा बॅडमिंटनमध्ये तेवढं क्रीडा महोत्सवात खेळलो होतो. तेव्हा सगळीकडे खेळाला दुय्यम स्थान दिलं जायचं. असो.

सहावीनंतर बेडकिहाळे सर शारीरिक शिक्षणाला आले आणि वातावरण सगळं 'लिबरल' होऊन गेलं. 'जीजीं'सारखा त्यांचा कडक स्वभाव नव्हता. त्यांना राग आल्यावर ते 'ए निल्या, धनगरा' असं निलेश कुलकर्णीला बऱ्याचदा बोलल्याचं आठवतं; पण त्यांच्या मनात काही नसायचं. हायस्कूल सुटल्यावर सर पुन्हा भेटलेच नाहीत. बारावीनंतर शिक्षण आणि नोकरी, व्यवसायाच्या निमित्तानं माझं इचलकरंजी सुटलं.

माझ्या वडिलांचं २६ मे २००० रोजी निधन झालं. दुर्दैवाने त्या दिवशी मी एका कामानिमित्त पुण्यात होतो. आलो तेव्हा पंचगंगेकाठी व्यंकटराव हायस्कूलचा सगळा स्टाफ होता. आमच्या बाप्पांना 'व्यंकटराव'मधले शिक्षक चांगले ओळखत; पण सगळेच जण बघून थोडं वेगळं वाटलं. अजयला विचारल्यावर समजलं, की बेडकिहाळे सरदेखील आजच गेलेत. सर शेवटी भेटले ते तिथं...

३४

दप्तर ते सॅक

आजकाल प्रत्येक शाळेचा गणवेश वेगळा, शाळेचं दप्तर वेगळं, पोरांच्या चपला, बूट, सँडल सगळंच वेगवेगळं. एकेका शाळांचे तीन-तीन युनिफॉर्म असतात. बुधवारी एक, शनिवारी एक आणि इतर उर्वरित दिवशींचा वेगळाच एक! मात्र आम्ही शिकताना असं नव्हतं. खाकी हाफ चड्डी आणि पांढरा हाफ शर्ट हाच सर्वमान्य बहुतेक शाळांचा गणवेश असायचा.

मी पहिली ते चौथी नगरपालिकेच्या शाळा क्रमांक-१२मध्ये होतो. सम्राट अशोकनगर आणि लालनगर सीमेवरची आमची शाळा. युनिफॉर्म होता; पण तो घालण्याची सक्ती नव्हती. त्या काळी दप्तर तर शक्यतोवर कुणाकडेच नसायचं. वह्या-पुस्तकांचं पाण्या-पावसापासून रक्षण करायचंच झालं, तर केवळ एक मेणकागदाची पिशवी असायची. प्लास्टिकची कॅरी बॅग, कुणाकडे कापडी पिशवी आणि फार फार तर बाजारासाठी घरात असलेली नायलॉनच्या धाग्यांची पिशवी मिळायची. माझ्याकडेदेखील अशीच नायलॉन धाग्याची पिशवी दप्तर म्हणून असायची. नंतर थोरल्या बंधूंचं दप्तर मिळालं; पण त्याला एकच मोठा बंद होता. त्यामुळे दप्तर खांद्यावर अडकवायला लागायचं.

'पाठीला टांगण्याचं दप्तर आपल्याकडंही असावं,' असंच आमच्यापैकी बहुतेकांच्या मनात असायचं; पण प्राथमिक शिक्षण संपेपर्यंत आमच्या वर्गमित्रांपैकी कुणाचीही इच्छा पूर्ण झाली नाही. कॅरीबॅग किंवा पिशवीत वह्या-पुस्तकं कोंबली, की झालं 'दप्तर' तयार. प्लास्टिक बॅगच्या दप्तरात कायम कुणाची ना कुणाची काही तरी वस्तू ठेवायची किंवा काढायची लगबग सुरूच असायची. त्यामुळे मेणकागदाच्या

दप्तराचा टिपिकल 'कचकच' आवाज कायम वर्गात सुरूच असायचा.

मला पहिलं नवीन दप्तर मिळालं ते पाचवीत आल्यावर; पण दुर्दैवानं तेही एका वर्षात फाटून गेलं. सहावीत आल्यावर मग पुन्हा एकदा थोरल्या बंधूंचं दप्तर मिळालं. खाकी रंगाचं जाडजूड 'गोणपाटा'प्रमाणे कापड असलेलं दप्तर. कारण बंधू अकरावीला नुकतेच कॉलेजला जात होते. त्यामुळे दप्तराचा मालकी हक्क आपोआप आमच्याकडे आलेला; पण त्या दप्तराला कायम काही तरी सपोर्ट लागायचा, तेव्हा आमची 'दगडी पाटी' त्या कामी यायची. सपोर्ट नसेल, तर दप्तराची दोन्ही 'टोकं' भेटायला एकत्र येत. जेवणाच्या डब्यासाठी स्वतंत्र 'टिफिन बॅग' आमच्याकडे कधीच नसायची. आमचा जेवणाचा डबा दप्तरातल्या वरच्या कप्प्यातच असायचा. भाजीतल्या तेलानं हमखास दप्तराबाहेर डोकं काढलेलं असायचं. कधी कधी पेनातल्या शाईची साथ त्या तेलाला असायची. मग रंगांची बरसात आणखी फुलायची. आमच्याकडे पाण्याची बाटली किंवा वॉटर बॅग तर कधीच नसायची. शाळेतल्या पाण्यावर पूर्ण भरवसा होता आणि तोंड लावून पाणी प्यायल्याशिवाय तहान जायची नाही. दप्तरातला एक मौल्यवान ऐवज म्हणून 'कंपास पेटी'कडे बघितलं जायचं. त्या काळी 'कॅमल' आणि 'ओमेगा सोनी' या दोन कंपासपेट्या खूप वरच्या दर्जाच्या समजल्या जायच्या. आमच्याकडे मात्र 'विल्सन'ची कंपासपेटी होती. 'वुड्रो विल्सन' नावाचा एक अमेरिकन राष्ट्राध्यक्ष होता. त्याच्याशी असलेल्या नावसाधर्म्यामुळे 'विल्सन'ची कंपास भारी वाटायची. बदल ही काळाची गरज आहे, हे मान्य; पण त्यामुळे 'दप्तरा'ची 'स्कूल बॅग' कधी झाली, हे कळलंच नाही. शिक्षणाच्या प्रवाहात ते दप्तर कुठं 'हरवून' गेलं कळलंच नाही.

आजकाल तर 'स्कूल बॅगे'ऐवजी शाळेतसुद्धा 'सॅक' वापरली जाते. कारण 'इंडिया' आता मोठा झाला आहे आणि ज्ञानाऐवजी आता दिखाऊपणालाच इथं जास्त किंमत आहे.

३५

रंगीत गणपती

अगदी लहानपणापासून गणेश चतुर्थीच्या दिवशी दरवेळी 'गणोबा घेता काय, गणोबा... गणपती घेता काय?'च्या आवाजानं सकाळी जाग यायची. इचलकरंजीत प्रत्येक सणाला कुंभारीण आमच्या गेटवर येऊन हाका मारायची. हा प्रकार वर्षानुवर्षं सुरू आहे. बेंदराची बैलं असोत, की पंचमीचा नागोबा, गणपतीतला गणोबा असो, की दिवाळीच्या पणत्या. अगदी लहानपणापासून त्याच सुरातला तसाच आवाज भल्या सकाळी येतो. आई प्रत्येक वेळी कुठली घासाघीस न करता ती ती दैवतं नेमानं घेत असते.

आमच्या घरी आजवर रंगीत गणपती कधी बसवला नाही. त्यामुळे लहानपणापासून रंगीत गणपतींचं आम्हाला खूप अप्रूप असायचं! अजूनही त्यामुळे घरी गणोबाच येतो. सगळ्या मित्रांकडं, शेजारीपाजारी रंगीत गणपती असायचे. आमच्यात मात्र गणोबाच. बाजारात गेलो की लहानपणी दर वर्षीसारखं आम्ही विचारायचो, "एक छोटी रंगीत गणपतीची मूर्ती न्यायची का?"

मग नेहमीचा संवाद व्हायचा.

"नाही न्यायची!"

"पण का?"

"आपल्याकडे रंगीत गणपती नाही आणत."

"पण का म्हणून? सगळ्यांकडे असतो. मग आपल्याकडेच का नाही?"

"नाही."

"पण काय होतंय नेला तर? वाटल्यास पूजा नको करायला त्याची."

"अरे, असं नाही चालत. मूर्ती आणली की पूजाअर्चा सगळं करावंच लागतं."

"मग करू या ना."

"आपल्यात नाही करत."

पहिल्या दिवशी मन थोडं खट्टू व्हायचं; पण लगेच मातीचा साधासुधा आमचा गणोबादेखील मित्र होऊन जायचा. बंदुकीच्या केपा, फटाक्यांच्या माळांचा आमचा हट्ट मात्र पुरवला जायचा; पण बंदुकीच्या केपांपेक्षा गोल 'टिकल्या' दगडांनी फोडण्यात वेगळंच 'थ्रील' असायचं.

पहिल्या दिवशीचे मोदक, नैवेद्याचे गोडधोड पदार्थ मात्र कधी चुकले नाहीत. एवढे सगळे आमचे बालहट्ट पुरवल्यामुळंच बहुतेक गणोबा परत जाताना खूप वाईट वाटायचं. निरोपाच्या चुरमुऱ्यांबरोबर खोबऱ्याचे तुकडे खाणं ही गोष्ट अफलातून चवदार लागते.

पुढे रंगीत गणपती बसवायची इच्छा कॉलेजच्या होस्टेलवर, नंतर फ्लॅटवर आणि सध्या आमच्या 'फॅसिलिटी'वर बसवून पूर्ण होत आहे; पण लहानपणी भावलेला 'गणोबा' परत कधी भेटलाच नाही.

आमच्या शाळेत मुख्याध्यापकांच्या टेबल-खुर्चीशेजारी लाकडी कपाटं ओळीनं ठेवलेली असायची. कपाटांमागं असलेल्या मोकळ्या जागी स्टाफरूम होती. तिथं मोकळ्या जागी गणपतीची प्रतिष्ठापना व्हायची.

जुन्या वह्या आणि पुस्तकांचे गठ्ठे वापरून त्यावर कापड, बारदानं, कापूस वगैरे अंथरूण हिमालयाच्या पर्वतरांगा केल्या जायच्या. गणपती बाप्पांची आरास करण्यात दबडे गुरुजींचा पुढाकार असे. विसर्जनाला शाळेतला ढोल हमखास असायचा. वेताळपेठेजवळच्या पायऱ्यांच्या विहिरीत तेव्हा बाप्पांचं विसर्जन व्हायचं. चौथीपर्यंत शाळेत 'प्रार्थना' सांगायला मी असायचो. प्रार्थना संपल्यावर गणपतीच्या प्रसादाची 'खडीसाखर' खायला स्टाफरूमची चक्कर हमखास असायचीच.

मागे एकदा सांगितल्याप्रमाणे, बहुधा लहानपणीचे हे दिवस म्हणजे त्या 'बॉम्बे मिठाई'सारखे असतात. जिभेवर ठेवून आस्वाद घ्यावा तोवर संपूनही जातात; पण मागे रेंगाळणारी ती चव मात्र विसरली जात नाही, हे नक्की. आपण फार मोठे झालो नाही, याची तेवढीच एक खूण.

३८

नोटीस वहीची उत्सुकता

गुरुवर्य महाजन सरांचा परिचय शाळेत येण्याआधीपासूनचा. असं असलं, तरी सर पहिल्यांदा आम्हाला सातव्या इयत्तेत असताना गणित विषय शिकवायला आले. गणित विषयाची गोडी ही तेव्हापासून लागली. गणितातल्या 'पायाभूत संकल्पना' कळायला तेव्हाच खऱ्या अर्थानं सुरुवात झाली.

आजकाल बऱ्याच शाळांच्या सूचना, नोटीसांचे मेसेज पालकांच्या मोबाइलवर येतात; पण आम्ही शाळेत असताना 'नोटीस वही'वर शाळांचं हे मेसेजिंगचं काम चालायचं. आमच्या पालकांना यातलं काहीच माहिती नसायचं. शाळेत शिपाई लोक 'नोटीस' वही घेऊन वर्गात येत, तेव्हा त्या तासाला असणारे शिक्षक आम्हा विद्यार्थ्यांना ती नोटीस वाचून दाखवत आणि त्या वहीत सही करत. कुठल्या स्पर्धा असोत किंवा शाळा सुटल्यानंतर विज्ञान मंडळाची बैठक असो, एखादी सुट्टी असो, की आज पाचव्या तासानंतर 'अध्यापना'चे कामकाज होणार नाही अशी सूचना असो, दिवसातून एखादी तरी नोटीस यायचीच.

शाळा अशी मध्येच कधी तरी सुटणार असली, की खूप हर्षोल्हासाचं वातावरण असायचं. निवांत टंगळमंगळ करत घर गाठणं व्हायचं. बहुतेक वेळी शिपाई लोक नोटिशीची वही घेऊन आले, की आम्हाला 'सुट्टी'चीच नोटीस असावी किंवा शाळा लवकर सुटण्याची तरी असावी, असं मनोमन वाटायचं. शिपाई 'नोटीस वही' घेऊन शाळेतल्या आवारात कुठंही फिरत असलेले दिसले, तरी काय नोटीस आहे, याची नेहमी उत्सुकता असायची. काही शिपाई नोटिशीचा विषय सांगत, तर काही जण विनाकारण खेकसत. नोटीसमधला

विषय आधी माहीत करून घेतला, की स्वतःला काही क्षण तरी 'डिटेक्टिव्ह' असल्यासारखंच वाटायचं. वर्गात कुठल्याही तासाला 'नोटीस वही' आली म्हटलं, की पाचएक मिनिटं तरी टाइमपास व्हायचाच. कधी कधी एखादा अवघड प्रश्न शिक्षकांनी विचारलेला असायचा आणि तितक्यात शिपाई नोटीस वही घेऊन वर्गात हजर व्हायचे आणि ती लिंक तुटायची; पण उत्तर शोधायला जरा उसंतही मिळायची. कधी कधी शिक्षक नोटिशीबाबत जास्तीची माहिती सांगत. बऱ्याचदा नोटीस येऊन गेल्यानंतर आम्हा विद्यार्थ्यांचा किमान पाचएक मिनिटं तरी वर्गात गोंधळ चालायचा.

सगळ्यात नकोशी वाटायची ती 'दिनांक अमुक तारखेपासून संयुक्त घटक चाचणी परीक्षा घेण्यात येणार आहे,' अशा आशयाची नोटीस; पण महाजन सरांचा तास सुरू असताना 'नोटीस वही' घेऊन आलेला शिपाई वर्गात डोकावून पुढे निघून जात असे आणि तास संपायच्या वेळी पुन्हा नोटीस वही घेऊन वर्गात येत असे. कारण सरांनी बऱ्याचदा या मंडळींना बजावलेलं असायचं, की नोटीस वाचायला साधारण एक मिनिट लागला, तरी साठ विद्यार्थ्यांची साठ मिनिटं म्हणजे 'एक तास' वेळ वाया जातो. वेळेचं महत्त्व आणि गणित पहिल्यांदा कळलं ते तेव्हा.

३७

वैज्ञानिक जबाबदारी

पाचवीतून सहावीत आलो. पाचवीत फक्त जीवशास्त्र आणि भौतिकशास्त्रच अभ्यासाला होतं. सहावीत आल्यावर मात्र रसायनशास्त्राची त्यात भर पडली. सहावीतली ही सगळी शास्त्रं शिकवायला कांबळे सर (नरंदेकर) होते. कांबळे सर म्हणजे खूप रागीट आणि तापट स्वभाव, त्यांची अशीच 'इमेज' आमच्या मनात होती. सहावीत पहिल्याच तासाआधी सरांनी मला वर्गाबाहेर बोलावलं. मला खूप भीती वाटू लागली. 'माझं काही चुकलं-बिकलं की काय? की कुणाशी बोलताना किंवा दंगा करत असताना सरांनी मला पाहिलं?' असे विचार मनात आले; पण नेमकं कारण कळेना.

नंतर सर मला प्रयोगशाळेत घेऊन गेले. तिथं बाबू शिपाई होता. कांबळे सरांनी बाबूला सांगितलं, "प्रयोगशाळेतलं साहित्य आणायला हा मुलगा येईल." सरांनी माझी ओळख करून दिली. कदाचित चेहऱ्यावरचा 'सिन्सिअर'पणा आणि माझा 'जाडजूड'पणा प्रयोगशाळेतलं साहित्य 'ने-आण' करायला सरांना सुरक्षित वाटला असावा. जीवशास्त्राच्या तासाला जतन केलेले प्राणी प्रयोगशाळेतून वर्गात आणताना खूप भीती वाटायची. ऑक्टोपस, झिंगा, खेकडा. एवढंच काय; पण अनेक छोटे-मोठे प्राणी काचेच्या बरणीत फॉर्म्यालिनच्या द्रावणात जतन करून ठेवलेले असायचे. कधी कधी द्रावण बरणीबाहेर आलेलं असायचं. त्याचा खूप उग्र वास यायचा; पण त्यापेक्षा भीती जास्त वाटायची. शिवाय काचेचं साहित्य हाताळायचं टेन्शन वेगळंच.

सहावीचा वर्ग पहिल्या मजल्यावर होता. ड्रॉइंग हॉलचा दरवाजा उघडा

असला, की शॉर्टकट वापरून प्रयोगशाळेत लगेच जाता यायचं; पण कधी कधी ड्रॉइंग हॉल बंद असला, की जिना उतरून, खूप फिरून मग प्रयोगशाळेत जायला लागायचं. अशा वेळी प्राण्यांच्या बरण्या आणताना नकोसं वाटायचं. या कामासाठी बऱ्याचदा आनंद दिवाणची सोबत असायची. प्रयोग शाळेतल्या चकरा आणि शनिवारी शाळा सुटल्यानंतर होणारी विज्ञान मंडळाची बैठक यातून विज्ञानाची आणि उपकरणांची गोडी वाढत गेली.

सातवीत असताना तालुका स्तरावरचं प्रदर्शन हातकणंगल्यातल्या 'रामराव इंगवले हायस्कूल'मध्ये होतं. जेव्हापासून प्रदर्शनाची नोटीस आलेली, तेव्हापासूनच खूप उत्सुकता होती. कुणी विचारलं प्रदर्शन कुठं आहे, तर आम्ही 'रामराव इंगवले'ऐवजी तालासुरात 'रामराम इंगवले हायस्कूल' असं म्हणायचो.

प्रदर्शनाचा विषय 'पाणी' असा होता. पाण्याचे गुणधर्म सर्वांना माहिती करून देणं, हा आमच्या उपकरणाचा विषय होता. पाण्याचा उत्कलन बिंदू, पाण्याचं असंगत आचरण, पाण्यातलं प्रकाशाचं परावर्तन, प्रकाशाचं अपस्करण इत्यादी छोटे छोटे प्रयोग आणि माहिती देणारे तक्ते आम्ही तयार केले होते. काचेचा एक लोलकदेखील तयार केला होता.

वेगवेगळ्या वर्गातल्या मुलांनी वेगवेगळी उपकरणं तयार केली होती. सगळं साहित्य वेगवेगळ्या बॉक्समध्ये पॅक करून शाळेत ठेवलं आणि ठरलेल्या दिवशी शाळेतून बॉक्स घेऊन आम्ही सगळी मुलं एसटी स्टँडवर पोहोचलो. एसटी बसमध्ये सगळे जण चढलो. बहुधा 'कोडोली' किंवा 'मलकापूर' बस असावी; पण खूप गर्दी होती. आम्ही सगळेच जण उभे राहून प्रवास करत होतो. कसेबसे हातकणंगल्यात उतरलो आणि स्टँडजवळ असलेल्या हायस्कूलमध्ये आलो.

पोहोचल्यावर लक्षात आलं, की काही बॉक्सेस त्या साहित्यात नाहीत. एव्हाना ती बस तर निघून गेली होती. नेमके आमच्याच उपकरणांचे बॉक्स गायब होते. त्या काळी कुठले फोन नव्हते, की कुणाकडे दुचाकीची व्यवस्था नव्हती. त्या बॉक्सेसचा ठावठिकाणा दिवसभरात लागलाच नाही. तेव्हा आम्ही खूप रडवेले झालो होतो. काय करायचं, काहीच सुचत नव्हतं.

दुपारच्या वेळी शाळेत आणलेल्या डब्यातलं एकत्रित जेवण केलं. त्याच संध्याकाळी कोल्हापूर-सांगली रस्त्यावर एका एसटी बसला अपघात झाला होता. एका ट्रकनं धडक दिली होती. आम्ही सगळे विद्यार्थी चालत चालत अपघाताच्या ठिकाणी पोहोचलो. एक व्यक्ती अपघातात ठार झाली होती. गुरुवर्य महाजन सर आमच्याबरोबर होते. अपघात बघून येताना सर म्हणाले, "आज

फक्त तुमचं साहित्य हरवलंय, तर इतके नाराज झालात. ही व्यक्ती तर या विश्वातून हरवली आहे.”

आम्ही गुरुवर्यांचं बोलणं मनावर घेतलं. संध्याकाळी घरी आलो. खराब झालेल्या बल्बचं वरच्या बाजूचं काळ्या रंगाचं झाकण कापून काढून त्याचा गोल बुडाचा चंबू तयार केला. नंतर पाण्याचे असंगत आचरण हा प्रयोग दाखवण्यासाठी विटा गोळा केल्या. प्रकाशाचे अपस्करण आणि परावर्तनासाठी शेजाऱ्यांकडून काचेचा ग्लास आणि घरातला आरसा घेतला. दुसऱ्या दिवशी प्रदर्शनात काही तरी मांडू शकलो, याचं तेव्हा खूप समाधान वाटलं होतं.

आयुष्याच्या प्रदर्शनातदेखील खूप वेळा आपले डाव विस्कटतात, प्रयोग फसतात; पण मित्रांनो, नाराज होऊन दुःखाची उजळणी करत न बसता प्राप्त परिस्थितीत उपलब्ध साधनसामग्रीतून नव्या उमेदीनं उभं राहावं. कदाचित यालाच यशस्वी आयुष्य म्हटलं जातं.

३८

शाहिरांची तडफदार मुलाखत

शाळेत दुसऱ्या घटक चाचणीचा निकाल लागला, की उन्हाळ्याची चाहूल लागायची. साधारण मार्च महिन्यात शाळेची सव्वाअकरा ते सव्वापाचची वेळ बदलायची आणि सकाळच्या वेळेत शाळा भरायची. सकाळी साडेसात वाजल्यापासून.

त्या वेळी मी नववीत होतो. दर वर्षी वार्षिक परीक्षा सुरू व्हायच्या आधीच सुट्टीतले बेत आखले जायचे. परीक्षेच्या अभ्यासापेक्षा सुट्टीतला दिनक्रम काय असावा, यावरच विचारचक्र सुरू असायचं; पण नववीत मात्र असं उन्हाळ्याच्या सुट्टीतलं काही ठरत नव्हतं. कारण दहावीचं टेन्शन यात आडवं येत होतं. त्यातच नुकताच आमच्या बाप्पांना हार्ट अटॅक येऊन गेलेला. त्यामुळे मन खूप उदास असायचं.

नववीला असतानाचा असाच एक दिवस. आमची सकाळची शाळा होती. आमच्या शाळेचा वार्षिक अंक 'मकरंद'साठी एक मुलाखत घ्यायची होती. तेव्हा शाळा सुटल्यानंतर दुपारी मुलाखत घ्यायला जायचं ठरलं. त्या वेळी एकमेकांशी संपर्क साधण्याचे इतर पर्याय नसल्यानं शाळेत एकत्र यायचं ठरलं. मग मी, अजय कुलकर्णी आणि महाजन सर दुपारी शाळेत भेटलो. मुलाखतीचं 'रेकॉर्डिंग' करायला टेप रेकॉर्डर आणि मोकळ्या कॅसेटची व्यवस्था सरांनीच केली होती. प्रश्न काय विचारायचे, तेदेखील लिहून काढलं होतं. एकाच सायकलवरून तिघं जण निघालो. पुढे अजय बसला होता आणि मागच्या कॅरियरवर मी. थोड्या वेळात आम्ही पोहोचलो ते शाहीर राजाराम जगताप यांच्या घरी.

'आदरणीय दादा, सादर प्रणाम' इथून सुरू झालेली मुलाखत पुढची तीनएक

तास तरी सुरू होती. शाहिरांच्या तोंडून प्रत्यक्ष पोवाडा ऐकणं खूप अविस्मरणीय होतं. शाहिरांनी वेगवेगळ्या रचना, पोवाडे, भारूड, गोंधळ, गवळणी ऐकवल्या.

शाहिरांच्या अभिव्यक्तीत एक प्रकारचा सच्चेपणा असतो. तोच शाहीर राजाराम जगताप यांच्या ठायी होता. त्यामुळे शाहीर मंडळींना कोणतंच बंधन पाळावं, असं वाटत नाही. धीटपणाने सारे विषय त्यांनी आपल्या कवनातून मांडलेले असतात. सामान्य माणसाला रुचेल, पटेल, भावेल आणि आवडेल अशा सरळसरळ साध्या भाषाशैलीच्या वापरामुळे शाहीर लोकप्रिय होतात. असाच एक शाहीर आम्ही प्रत्यक्ष अनुभवत होतो. या सगळ्या प्रकारात संत एकनाथांच्या 'गोंधळा'ची शाहिरांनी ऐकवलेली एक रचना कायमची आठवणीत राहिली.

'देवगिरी'च्या यादवांचं साम्राज्य लयाला गेलेलं आणि त्याचं 'दौलताबादेत' रूपांतर झालेलं. परकीय आक्रमकांनी धुडगूस घातलेला. जुलूम आणि अत्याचारांनी प्रजा गांजलेली. स्त्रियांवर अनन्वित अत्याचार होत असत. अशा वेळी एकनाथांनी शक्तीचं प्रतीक जगतजननी जगदंबेला 'दार उघड बये, दार उघड' अशी आर्त साद घातली होती.

शाहिरांनी हा इतिहास सांगितला आणि एकनाथांची 'दार उघड बये, दार उघड' रचनाही ऐकवली. बऱ्याच ऐकवलेल्या कवनांमधली लक्षात राहिलेली ही एक. शाहिरांच्या भेटीनंतर पुढे खूप दिवस उत्साही वातावरण होतं.

३१

ॐ मित्राय नमः

लेकीची आता सहामाही परीक्षा सुरू आहे. आज मराठीचा पेपर होता. आल्या आल्या तिनं पेपरमधली एक शंका उपस्थित केली. 'मित्र' या शब्दाचा दुसरा अर्थ तिला हवा होता. आता मित्राला समानार्थी असणारे बरेच शब्द माहिती आहेत; पण मित्राचा दुसरा अर्थ काही आठवेना. थोडा वेळ आठवत राहिलो आणि एकदम 'क्लिक' झालं. अरे, सूर्याला 'मित्र' म्हणतात. मित्राचा दुसरा अर्थ आठवला, 'ॐ मित्राय नमः.' सूर्यनमस्कार घालताना जी सूर्याची बारा नावं घेतली जातात, त्यातलं पहिलंच नाव. सूर्यनमस्कार लहानपणापासून माहिती होते; पण सूर्याच्या सगळ्या नावांचं उच्चारण आणि त्यातले लहानसहान बारकावे पहिल्यांदा गुरुवर्य महाजन सरांनी शिकवले.

आम्ही पाचवी-सहावीत असताना शुक्रवारी सकाळी शाळा असायची आणि शनिवारी पूर्ण दिवसभर असायची. शुक्रवारी शाळेच्या आसपास बाजार भरायचा, त्यामुळे असेल कदाचित. पुढे सहावीत दुसऱ्या सत्रानंतर शनिवारी सकाळची शाळा सुरू झाली. सकाळची शाळा असली, की पहिले दोन तास 'मास पीटी'चे असत. त्यानंतर मधली सुट्टी व्हायची. मधल्या सुट्टीत थोड्याच वेळात गुरुवर्य वर्गात बोलवायला येत. किमान वीस-पंचवीस मुलं जमा व्हायची. मग सगळे जण 'गोल राउंड' करून उभे राहत असू. त्यानंतर सूर्यनमस्कार घालणं सुरू व्हायचं. कमीत कमी बारा सूर्यनमस्कार तरी व्हायचेच. त्यानंतरही वेळ राहिला, तर काही खेळ खेळणं व्हायचं.

पाचवी-सहावीत असणारा अंगचा 'सिन्सियर'पणा पुढे टिकला नाही.

सकाळची शाळा असल्यानं नाश्त्याला असणारे पोहे वगैरे डब्यात असत. गुरुवर्य वर्गात बोलवायला यायच्या आधीच आम्ही पटकन डबा संपवायचो. मग गुरुवर्यांना चुकवून शाळेच्या बाहेर जाऊन इकडंतिकडे भटकत राहायचो. इकडे मैदानावर सूर्यनमस्कार सुरू झाले, की मग परत शाळेत यायचो. आपण गुरुवर्यांना फसवत नव्हतो, तर स्वतःलाच फसवत होतो; पण तेवढं कळण्याची 'बौद्धिक' क्षमता तेव्हा नव्हती.

बाबा रामदेवांचा 'योगप्रसार' व्हायच्या आधीपासून आम्हाला योगाचे धडे मिळत गेले; पण त्याची महती कधी कळलीच नाही. आमचा वर्गमित्र, सुप्रसिद्ध न्यूरोलॉजिस्ट आनंद दिवाणच्या वेबसाइटवरदेखील सूर्यनमस्काराचं महत्त्व त्याने अधोरेखित केलं आहे. कदाचित गुरुवर्यांच्या शिकवणीचं पालन त्याने आयुष्यात तंतोतंत केलं असेल.

४०

विस्कटलेल्या आठवणी

माझ्या संपूर्ण शालेय जीवनात आम्ही सहपरिवार एकत्रितपणे हॉटेलात कधी जेवायला गेलो नव्हतो, की कुठला चित्रपट कधी एकत्र पाहिला नव्हता, की कुठल्या ट्रिपलादेखील बाहेर पडलो नव्हतो. जी दोन-तीन ठिकाणं पाहिली, त्यात अगदी बालपणी कोल्हापूरची 'अंबाबाई', आईचं सोळा सोमवारचं व्रत उजवण्याच्या निमित्तानं 'नरसोबाची वाडी' आणि इतिहासाची उजळणी करण्याच्या निमित्तानं शिवछत्रपतींचा 'पन्हाळा' होता.

नरसोबाच्या वाडीला आम्ही घरचे सगळे जण गेलो, तेव्हा मी साधारण चौथ्या इयत्तेत असेन आणि आमचे बंधू नववीत. सांगलीहून येता येता वाट वाकडी करून वाडीला गेलो होतो. वाडीतून परत येताना कुरुंदवाडपर्यंत आम्ही टांग्यातून सवारी केली होती. कुरुंदवाड-इचलकरंजी एसटी बसला त्या दिवशी खूप गर्दी होती. माझ्याकडे प्रसादाची पिशवी होती. बसमध्ये चढताना आम्ही सगळे जण विखुरले गेलो. एसटीतली गर्दी थोडीशी स्थिरस्थावर झाली, तेव्हा माझ्या लक्षात आलं, की माझ्या हातात पिशवी नाहीये. बसच्या गर्दीत चढताना नेमकी माझ्या हातातली पिशवी गायब झालेली. पेढे, कवठाची लाल बर्फी आणि करवंद असं सगळं बहुतेक गायब झालं होतं. दादाला, माझ्या थोरल्या बंधूंना हे सांगितलं. त्यांनी बाप्पांना. मग सगळे जण माझ्यावर नाराज झाले. आमची शोधाशोध सुरू झाली. 'व्यंकटराव हायस्कूल'मधल्या माने मॅडम त्या वेळी पहिल्यांदा भेटल्या. त्यादेखील हळहळल्या. नंतर त्या आमच्या शोधमोहिमेतही सहभागी झालेल्या.

एवढं शोधूनही ती पिशवी आम्हाला सापडली नाहीच; पण घरी आल्यावर

मात्र पेढे, कवटाची बर्फी खायला मिळाली. आईनं वाडी ते कुरुंदवाडच्या घोडागाडीच्या सवारीत माझ्याकडच्या पिशवीत फक्त नदीला फोडलेल्या नारळाचं अर्धं भक्कल आणि थोडीशी खडीसाखर इतकंच ठेवलेलं. आमचा इतर 'मौल्यवान' खाऊ तिनं

तिच्याकडंच ठेवला होता. माझा धांदरटपणा तिला चांगलाच माहीत होता. म्हणजे खोबरं आणि खडीसाखरेची तेवढी पिशवी हरवली. माने मॅडम पुन्हा भेटल्या, त्या सहावीच्या 'वर्गशिक्षिका' म्हणून. त्या हिंदी विषय शिकवायच्या. मी सहावीत असताना थोरले बंधू दहावीला बोर्डात आले होते. एक दिवस माने मॅडमनी मला बोलावलं आणि म्हणाल्या, "तुला काय भाकरीच्या तुकड्यावर विकत घेतलं होतं का? तू त्याचा भाऊ असूच शकत नाहीस."

मॅडम काय काय बोलत होत्या; पण मला मात्र काहीच कळत नव्हतं. पुढे कित्येकदा माने मॅडमचं बोलणं त्या बालवयात खरंच वाटायचं. असंच बोलणं एकदा उपाध्ये सरांनी आठवी-नववीत असताना केलं होतं. ते माझ्या भल्यासाठी बोलले होते; पण मला मात्र त्यांची खूप चीड आली होती. असो.

पुढे काही दिवसांनी, बहुधा स्वातंत्र्यदिनी हिंदी समूहगीत म्हणायचं होतं. 'सारे जहाँ से अच्छा...' पण आमचा गळा इतका बेसूर असावा की आवाजाची पट्टी मॅडमना इतरांपेक्षा वेगळी जाणवली असावी. त्यामुळेच समूहगायनातून आमची हकालपट्टी करण्यात आली. आम्ही सहावीत असताना १९८६ साली 'कर्मा' रिलीज झाला होता. आमच्या हिंदीच्या पुस्तकात 'लोरी' म्हणून एक कविता होती. 'सो रहा है लाल मेरा, बंद कर आँखे सलौनी...' तोंडी परीक्षेत कविता पाठांतर करावं लागे. आनंद दिवाणने 'कर्मा'मधल्या 'दिल दिया है, जान भी देंगे, ऐ वतन तेरे लिये' गाण्याची चाल त्या कवितेला दिली आणि पुढच्या दहा मिनिटांत लोरी कविता तोंडपाठ झाली. माने मॅडम वर्गात आल्यावर ती चाल त्यांना ऐकवली. त्यांनाही खूप आवडली; पण तोंडी परीक्षेत त्या चालीवर कविता म्हणायची नाही, असं आम्हाला बजावण्यात आलं.

अशाच काही विस्कटलेल्या आठवणी, मनातल्या एका कुठल्याशा कप्प्यात जपलेल्या, कोणत्या तरी निमित्तानं आठवत राहतात.

४१

म्युकर बुरशी

शाळेतल्या विज्ञान मंडळाच्या दर शनिवारच्या होणाऱ्या बैठका आणि दर वर्षी होणारी विज्ञान प्रदर्शनं यामुळे विज्ञानाची गोडी तर चांगलीच लागली होती; पण वर्गातलं जीवशास्त्र, भौतिकशास्त्र आणि रसायनशास्त्र विषय शिकताना तितकासा उत्साह जाणवायचा नाही.

याचं एक कारण म्हणजे मला पेपरमध्ये अपेक्षित गुण मिळत नसत. पुस्तकातल्या आकृत्या चित्रकारांनी काढलेल्या असत. अगदी काचेच्या भांड्यातल्या द्रावणाला शेडिंग केलेलं असायचं. आमच्या गुरुजनांनादेखील पुस्तकातल्याप्रमाणेच आमच्या पेपरमध्ये आकृत्या हव्या असत; पण कलेचा आणि आमचा पहिल्यापासूनच 'छत्तीस'चा आकडा.

पेपरमध्ये दोन-तीन आकृत्या तरी काढायला असायच्याच. आकृत्या काढायच्या म्हटलं, की धस्स व्हायचं. आकृतीला मार्क इतके कमी का, असं शिक्षकांना विचारायला गेलं, की ते आनंद दिवाणचा पेपर आम्हाला दाखवत. त्या आकृत्या पुस्तकातल्या आकृत्यांपेक्षा सुंदर असत. आनंदच्या सुबक आकृत्या पाहिल्या, की पुढे काही न विचारता मान खाली घालून जागेवर जाऊन बसायचो. पुढे पुढे मग विचारणंच सोडून दिलं. असो.

आमच्या शाळेत दहावीच्या वर्गासमोर, बाजूच्या मैदानावर एक पाण्याची टाकी होती. त्यावर जाळी असायची. त्या टाकीत नेहमी एक कासव दिसायचं. त्या टाकीतलं शेवाळं जीवशास्त्राच्या प्रॅक्टिकलसाठी वापरलं जायचं. त्या शेवाळाला 'स्पायरोगायरा' आणि शिळ्या पावावर बुरशी वाढवली जायची तिला 'म्युकर'

अशी 'हायफाय' संबोधनं होती.

आम्हाला दहावीला प्रॅक्टिकल परीक्षा असायची. भौतिकशास्त्र आणि रसायनशास्त्राची प्रॅक्टिकल परीक्षा व्यवस्थित पार पडली. नंतर जीवशास्त्राची परीक्षा सुरू झाली. स्पायरोगायरा आणि म्युकर सूक्ष्मदर्शीखाली दाखवायचे होते. अंतर्गत परीक्षक म्हणून गुरुवर्य महाजन सर होते.

शेवाळं बीकरमधून घ्यायचं आणि काचेच्या स्लाइडवर ठेवायचं. इथवर सगळं ठीक होतं. त्यावरती 'कव्हरस्लीप' नावाची पातळ काच अंथरायची म्हणजे 'स्किल्ड' काम. कव्हरस्लीप ठेवेपर्यंत एक तर स्लाइडवरून पाण्याबरोबर शेवाळं 'स्लाइड' झालेलं असायचं किंवा कव्हरस्लीपचं स्लाइडवर 'सॉफ्ट' लँडिंग न झाल्यानं त्याखाली बुडबुडे तयार झालेले असायचे. कधी कधी हे सगळं जुळत यायचं आणि सूक्ष्मदर्शीचं भिंग खाली घेता घेता कव्हरस्लीपचे तुकडे व्हायचे. सूक्ष्मदर्शीची 'अॅडजस्टमेंट' काही लवकर व्हायचीच नाही.

तीन-चार प्रयत्नांनंतर कसेबसे बुडबुडे हटवण्यात मला यश मिळालं. गुरुवर्यांना बोलवून 'स्पायरोगायरा' दाखवलं. लवकर झालंच आहे, तर आता 'म्युकर'ही दाखव म्हणाले. वास्तविक दोन्हींपैकी एक दाखवून झालं होतं. परीक्षा संपली होती; पण गुरूंची आज्ञा कशी मोडायची?

पावाच्या तुकड्यावरची बुरशी शोधू लागलो. पावाच्या तुकड्याला बुरशी चिकटून राहिलेली. बुरशी खरवडताना पावाचा तुकडा सोबत येऊ लागला. तसाच स्लाइडवर घेतला, तर सूक्ष्मदर्शीखाली म्युकरऐवजी पावच दिसू लागला. बरेच प्रयत्न केले; पण काही केल्या म्युकर दिसेचना. मग मात्र तोल ढळू लागला; पण गुरुवर्य काही केल्या पिच्छा सोडेचना. आता मात्र मला सरांचा राग येऊ लागला होता. मग काय, नजर चुकवली आणि तडक प्रयोगशाळेतून काढता पाय घेतला.

कधी कधी तुमचा 'सिन्सियर'पणा तुमच्या 'अंगलट' येतो तो असा!

४२

खरी शिकवण

अगदी लहानपणी बाप्पांबरोबर अधूनमधून त्यांच्या शाळेत जायचो. तेव्हा मला अजून अक्षर ओळखदेखील नव्हती; पण शाळेतले मुलंमुली वर्गात ज्या कविता म्हणायचे, त्या माझ्यासुद्धा आपसूकच तोंडपाठ होत असत.

रंगरंगुल्या सानसानुल्या
गवतफुला रे गवतफुला,
असा कसा रे सांग लागला,
सांग तुझा रे तुझा लळा
मित्रासंगे माळावरती
पतंग उडवित फिरताना
तुला पाहिले गवतावरती
झुलता झुलता हसताना

अशा कवितेतल्या ओळी होत्या.

राष्ट्रसंत तुकडोजी महाराजांच्या,

राजास जी महाली, सौख्ये कधी मिळाली
ती सर्व प्राप्त झाली, या झोपडीत माझ्या

या ओळी. पुढे आम्ही सातवीला जाऊपर्यंत तो अभ्यासक्रम बदलला.

शाळेत शिकत असतानाचे काही प्रसंग चिरस्मरणीय असतात. त्याचबरोबर पुस्तकातले प्रसंग, काव्यपंक्ती, काही वाक्यं हीदेखील कायमची लक्षात राहणारी

असतात. किंबहुना आपल्याला आयुष्यभर प्रेरणादायी असतात.

असाच एक पुस्तकातला प्रसंग आठवतो, तो दत्ताजी शिंदे आणि नजीबखान यांच्यात झालेल्या पानिपतच्या लढाईच्या वेळचा.

धड्यातले शब्द ऐतिहासिक बखरीतले, त्यामुळे आपण एक वेगळीच भाषा वाचत आहोत का? असं वाटायचं. नजीबखानाने धारातीर्थी पडलेल्या दत्ताजीला उद्देशून काढलेले 'क्यू पाटील, और भी लढेंगे क्या?' हे उद्गार. त्यावर दत्ताजीचे उत्तर 'क्यू नही. बचेंगे तो और भी लढेंगे...' सदैव स्मरणात राहिलं. आयुष्यात कुठल्याही कठीण प्रसंगात हमखास प्रेरणादायी वाक्य.

असंच एक वर्णन भाऊसाहेबांच्या बखरीतलं. अहमदशहा अब्दालीच्या तोफांचा भडिमार सुरू असतो. त्याचं 'जैसे भडभुंजे लाह्या भाजतात की विद्युल्लतापात होतो तैसा येक धडाका जाहला...' कुठंही लाह्या किंवा तत्सम काही दिसलं तरी हे वाक्य आठवतंच. किंवा मानवी जीवनातलं सत्य दत्ताजी बोलून जातो, 'आप मेला जग बुडाले आबरू जाते अन् वाचतो कोण?'

अशाच काव्यपंक्ती नारायण सुर्वे यांच्या,

असेल हिंमत लढणारांची
आणि सुळावर चढणारांची
निर्भय-निधड्या छातीवरती
जुलूम रगडीत जाणारांची
त्याने यावे...

खूप प्रेरणादायी आणि चिरंतन स्मरणात राहतील अशीच वाक्यं होती किंवा जगण्याच्या लढ्यातल्या आणखी ओळी, *'दोन दिवस वाट पाहण्यात गेले, दोन दुःखात गेले, हिशोब करतो आहे किती राहिलेत डोईवर उन्हाळे...'*

रमेश तेंडुलकरांची एक कविता होती, *'सायरनचे सूर जेव्हा आभाळात उंच उंच चढत असतात, तेव्हा पक्ष्यांनो तुम्ही कुठे असता?'*

विंदा करंदीकरांच्या आठवणीतल्या

ओळी,

पर्वतांनो, दूर व्हा रे
सागरांनो, दूर व्हा रे
उघडले मी दार माझे
मानवांनो, आत या रे

किंवा

वसंत बापट यांच्या वैज्ञानिक दृष्टिकोन जपणाऱ्या ओळी,

गतकाळाची होळी झाली, धरा उद्याची उंच गुढी
पुराण तुमचे तुमच्यापाशी, ये उदयाला नवी पिढी

नदीच्या संदर्भातली कवी यशवंत यांची ओळी,

करिते का कधी खंत सरिता करिते का कधी खंत?

समुद्राच्या संदर्भातल्या कुसुमाग्रजांच्या ओळी,

आवडतो मज अफाट सागर
अथांग पाणी निळे
निळ्याजांभळ्या जळात केशर
सायंकाळी मिळे

समुद्र किनाऱ्यावर गालाला हात लावून बसलेल्या एका छोट्या मुलाचं पुस्तकातलं चित्र आजही आठवतं.

मुली कानात झुबे घालतात. त्यावरून कवयित्री इंदिरा संत यांनी त्या आगळ्यावेगळ्या लालसर झुब्यांच्या बाबतीत लिहिलेल्या ओळी आठवतात,

निवडुंगाच्या शीर्ण फुलाचे
झुबे लालसर ल्यावे कानी;
जरा शिरावे पदर खोचुनी
करवंदीच्या जाळीमधुनी.

आम्ही शिकलेल्या पुस्तकातल्या वरील काही ओळी आजही तुटकशा आठवतात. यात कुठलाही सिक्वेन्स नाही. जसं आठवत गेलं, तसं लिहिलं आहे. अजूनही खूप ओळी, प्रसंग आहेत.

४३

झुबकेदार मिशा

मी सातवीत असताना आम्हाला मराठीच्या पुस्तकात 'स्नेही' नावाचा एक धडा होता. विंदा करंदीकरांनी लिहिलेली गोष्ट होती ती. तुम्हालाही आठवत असेलच. नाही आठवलं तर आता आठवेल कदाचित. ती कोकणातली एक कथा होती. कर्जाच्या वसुलीसाठी 'स्नेही' लोक घरी येतात. लहान मुलाच्या नजरेतून ते 'स्नेही' 'विंदां'नी मांडले होते. त्यात स्नेह्यांबद्दल खूप बारीकसारीक तपशीलवार वर्णन केलं होतं. त्यातलं काही वर्णन आजही आठवतं.

'स्नेही' दक्षिणेकडून येतात. गोष्टीतला मुलगा त्याच्या आईला विचारतो, "आई, स्नेह्यांना शेंडी का असते?"

स्नेही म्हणतात, "चहा एकदम 'फक्कड' झाला आहे. पावडर कुठून आणलीत?"

'शेजारून' असं सांगण्याच्या तयारीत असताना आईच्या दटावणीमुळे तो शांत बसतो.

"घरचं दूध, बाकी काय?" असं सांगून वेळ मारून नेली जाते.

सगळे स्नेही चहा 'भुरुक भुरुक' आवाज करून पीत असतात. (चहाला 'फक्कड' हे विशेषण असतं, हे तेव्हा मला माहीत पडलं.)

एका स्नेह्याच्या झुबकेदार मिशा चहाच्या बशीत बुडालेल्या पाहिल्यावर गोष्टीतल्या त्या छोट्या मुलाला आणि त्याच्या लहान भावाला हसू अजिबात आवरत नाही. दोघं जण आईला सांगायला स्वयंपाक घरात जात असतात; पण तत्पूर्वी माजघरात 'ओक्साबोक्शी' हसून घेतात आणि 'हुंदके' आवरल्यावर

आईकडे जातात. (ओक्साबोक्शी रडणं किंवा रडताना दिलेले हुंदके माहिती होते; पण हे विशेषण हसण्यालादेखील वापरता येतं, ते या गोष्टीत कळल्यानं पक्कं लक्षात राहिलं).

स्वयंपाकघरात त्यांच्या आईबरोबर 'सागव्याची आत्ते' पितळीतून चहा पीत बसलेली असते; पण ती आत्या मुलांना आवडत नाही. कारण तिच्या हनुवटीवर 'चामखीळ' असते आणि त्यावर पांढरे केस असतात. आत्या मुलांना हटकते, म्हणूनही ती आवडत नाही.

संध्याकाळी स्नेही मंडळींबरोबर मोठमोठ्या आवाजात वाद होतात. इतके की मुलांच्या छातीत धडधडायला होतं. मुलाचे वडील आणि स्नेही त्याला 'चर्चा' म्हणतात. स्नेही जेवताना तोंडाचा आवाज करत जेवत. रात्री पत्ते खेळताना त्यातला 'जोकर' त्या मुलाला खेळायला देत. तिथं तो मुलगा झोपून जायचा. या सर्व मंडळींच्या व्यक्तिरेखा कथेत खूप छान वर्णन केलेल्या, त्यामुळे लक्षात राहिल्या.

याच कथेतल्या प्रसंगाशी साधर्म्य असलेली आणखी एक आठवण. साधारण चार-पाच वर्षांपूर्वी गुरुवर्य महाजन सर दिवाळीदरम्यान आमच्या घरी आले होते. माझी लहान पुतणी आणि कन्या दोघीही सुट्टीच्या निमित्तानं घरीच होत्या. छोटी नुपूर सरांकडे एकटक पाहत होती. थोड्या वेळात अचानक म्हणाली, "ए रिया दिदी, यांच्या मिशा केवढ्या मोठ्या मोठ्या आहेत बघ."

ती इतक्या मोठ्या आणि स्पष्ट आवाजात म्हणाली, की सरांनादेखील हसू आवरेना. विंदांच्या कथेत चहात मिशा बुडताना बघून माजघरात जाऊन हसणारी मुलं आणि सरांसमोरच हसणाऱ्या आमच्या मुली. शाळेत असताना आम्ही मुलंही बुजरी होतो. काळ निश्चितच बदलला आहे ना?

४४

असाही एक ॲक्सिडंट

फार्मसीतलं ग्रॅज्युएशन झाल्यावर दोन वर्षं 'डिप्लोमा' कॉलेजवर मास्तरकी केली. त्यातल्या एका वर्षी भोरला आणि एका वर्षी पेठवडगावला होतो. वडगावला असताना इचलकरंजीत राहून ये-जा करत असे. त्या वेळी येता-जाता रस्त्यात 'आळते हायस्कूल'ची नवीन इमारत दिसायची. सुरुवातीला मैदानात फक्त सायकली लावलेल्या दिसायच्या.

पुढे कराडहून येता-जाता लक्ष जायचं. एक-दोन वर्षांनी मैदानावर शिक्षक लोकांच्या मोटारसायकली दिसू लागल्या. नंतर एकच जुनी मारुती-८०० पार्किंगमध्ये दिसू लागली. परवा येताना पाहिलं, तर तीन-चार चांगल्या 'फोर व्हीलर्स' शाळेतल्या पार्किंग लॉटमध्ये होत्या आणि मुलांसाठी मोठ्या स्कूल बसदेखील. सहज आठवलं, मी शाळेत असताना आमचे मुख्याध्यापक गोगटे सरांकडे एक जुनी 'लुना' होती. तेही सर एक-दोन वेळा आमच्या घरी आल्याने माहीत होतं; पण शाळेत येताना सर सहसा सायकलवरून येत. गोगटे सरांची 'ती' सायकल सध्या गुरुवर्य महाजन सरांकडे आहे. सध्या सायकलला नेहमी एक कुदळ, खोरं आणि पिशवी असते. आजही अविरतपणे कुठंही कचऱ्याची साफसफाई असेल किंवा रोपांची लागवड असेल, तर ती सायकल गुरुवर्यांच्या सोबतीला असतेच. उपमुख्याध्यापक पोतदार सरदेखील सायकलवरूनच येत. त्यांच्या सायकलला दोन नळ्या होत्या. एकाला एक समांतर. जणू त्यादेखील सरांच्या भूमितीचा हिस्साच होत्या.

गुरुवर्य महाजन सर सायकलवरून येत. सरांच्या सायकलच्या कॅरीयरला

बऱ्याचदा पाच कप्प्यांचा 'डब्बा' असायचा. एक-दोन वेळा सरांची आई जेवणाचा डबा घेऊन शाळेत आल्याचं आम्ही पाहिलेलं. परीट सरांची 'लक्ष्मी' गाडी तर सदैव संस्मरणीय. कोळी सरांची 'यामाहा' होती, तर जाधव सर आणि डी. एल. शिंदे सरांची 'राजदूत.' आमच्या सहावी-सातवीनंतर मात्र शाळेत बऱ्याच 'हमारा बजाज'च्या स्कूटर्स दिसू लागल्या. आरगे सर, दुधाणे सर, हेरवाडे सर, इंगळे सर या सर्वांच्या स्कूटर्स. त्यामुळे स्कूटर्सची 'मेजॉरिटी' दिसू लागली. सुतार सरांची मात्र एकमेव 'हिरो होंडा' होती. आम्ही मुलं सायकलवरून किंवा चालत यायचो. तेव्हा रस्त्यांवर गर्दी कमी असायची. अगदी काही जण रिक्षातून येत आणि काही जणांचे पालक सोडायला येत. शाळेला येतानाची अशीच एक लक्षात राहिलेली आठवण.

सहावीत असतानाचा एक प्रसंग. मी आणि माझे थोरले बंधू एकाच सायकलवरून डबलसीट शाळेकडे येत होतो. 'जनता बँके'जवळ वळून शाहू कॉर्नरमार्गे शाळेकडे निघालो होतो. सध्याच्या 'तारा हॉटेल'च्या अलीकडल्या कॉर्नरवर आतल्या रस्त्याने एक 'राजदूत' गाडी चुकीच्या मार्गानं आली आणि आमच्या सायकलला धडकली. आम्ही दोघंही पडलो. सायकलच्या मागच्या कॅरीयरला माझं दप्तर अडकवलेलं. दप्तर पडलं आणि त्यासोबत त्यातला जेवणाचा डबादेखील घरंगळत खाली पडला. दुर्दैवानं त्यातलं जेवणही रस्त्यावर सांडलं. तेव्हा खूप वाईट वाटलं; पण त्यापेक्षाही जास्त एका गोष्टीची चीड आली, की ती व्यक्ती गाडीवरून खाली उतरलीदेखील नाही. उलट मग्रूरपणे तोंड चाळवत गाडीवरच बसून राहिली. आम्हाला मात्र शाळेत पोहोचायला वेळ होत होता. मी उठलो आणि तसाच शाळेत निघालो. घरी परतणं शक्य नव्हतं. एक तर बंधूंना कॉलेजला जायचं होतं आणि घरातल्या शिक्षकांना तोंड देणं त्यापेक्षा अवघड काम होतं. मग काय, त्या दिवशी जेवणाच्या सुट्टीत फक्त नळावर जाऊन डबा धुतला आणि पाणी पिऊन वर्गात येऊन बसलो.

आता तर इचलकरंजीत चार चाकींच्या गर्दीतून शाळेच्या 'त्या' रस्त्यावर सायकल चालवणं महद्कठीण झालं आहे.

४५

अक्षर मात्र तितुके नीट

आजकाल पेन किंवा पेन्सिलनं कागदावर लिहिणं अगदीच दुर्मीळ होत चाललंय. काही लिहायचं, तर ते की-पॅड किंवा की-बोर्डवरच! काल जरा निवांत बसलेलं पाहिल्यावर दहावीतल्या माझ्या लेकीनं एका पुस्तकातले थोर विचारवंतांचे काही 'क्वोटस्' मला लिहून काढायला सांगितले. पेन आणि कागद हातात घेतल्यावर कागदावर लिहिणं थोडं 'जड' वाटू लागलं. मोबाइलवर फक्त दोन्ही 'अंगठ्यां'चाच वापर लिहायला होत असल्यानं, हातात पेन घेतल्यावर आपण 'अंगुठाछाप' आहोत की काय, असंच भासू लागलं.

दहावीच्या बोर्ड परीक्षेच्या आदल्या दिवशी मला असंच 'फिलिंग' आलं होतं. परीक्षेच्या आधी पंधरा दिवसांपासून अभ्यास म्हणजे केवळ वाचन, उजळणी आणि थोडं पाठांतर इतकंच सुरू होतं. लिहिणं मात्र काही होत नव्हतं. परीक्षेच्या आदल्या दिवशी सगळे शाईपेन गरम पाण्यानं धुतले. दुपारी वाळल्यावर शाई भरून लिहायला सुरुवात केली, तर हात कुठं वळायला तयार! पंधरा दिवसांत हाताला जडत्व प्राप्त झालेलं. त्यात पहिला पेपर मराठीचा. त्यामुळे अशा जड हातांनी पेपर लिहून पूर्ण होईल का, याचीच धास्ती लागून राहिलेली आणि दुसऱ्या दिवशी ती भीती खरी ठरली. मी निबंध लिहायला नुकती सुरुवातच केलेली. 'कल्पनाविस्तार' लिहिणं तसा सातवीपासूनचा आवडता प्रकार. 'सुसंगती सदा घडो...' आणि लगेचच पेपरची वेळ संपली.

सातवीच्या स्कॉलरशिपच्या परीक्षेपासून कल्पनाविस्तार लिहिणं जमू लागलं होतं. 'दिसामाजी काही तरी ते लिहावे, प्रसंगी अखंडित वाचित जावे' रामदास

स्वामींचा हा विचार पालन केला असता, तर कदाचित हातात जडपणा आला नसता, असं वाटून गेलं.

रामदास स्वामी आणि आमची पहिली भेट झाली ती लहानपणी दिवाळीत केलेल्या किल्ल्यावरच्या मातीच्या खेळण्यात. दिवाळीत किल्ला केल्यावर जी मातीची खेळणी किल्ल्यावर मांडली जायची, त्यात आमच्याकडे मातीचे 'रामदास' होते. किल्ल्याच्या सगळ्यात वर शिवाजी महाराज असायचे, तर गुहेजवळ रामदास स्वामींना ठेवायचा त्या वेळी प्रघात होता. 'दास डोंगरी राहतो, चिंता विश्वाची वाहतो' अशा शाळेतल्या एका कवितेतल्या ओळी अभ्यासल्यावर मग लक्षात आलं, की खेळण्यातल्या रामदास स्वामींना गुहेजवळ का ठेवायचो ते.

शाळेत असताना दिवाळीच्या सुट्टीतलं सर्वांत नकोसं काम म्हणजे 'दिवाळीचा अभ्यास' पूर्ण करणं. दिवाळीची सुट्टी संपायला दोन दिवस राहिलेले असायचे, तेव्हा आम्ही जागे व्हायचो. मग दिवसरात्र एक करून 'खर्डेघाशी' पूर्ण व्हायची. त्या अभ्यासातलं सर्वांत कंटाळवाणं काम म्हणजे दररोज शुद्धलेखनाच्या दहा ओळी लिहिणं. नेहमीपेक्षा मोठमोठाली अक्षरं लिहून वहीतल्या दहा ओळी कशाबशा पूर्ण करत जायचो. अभ्यास पूर्ण करून गुरुजनांना दाखवणं हे आमच्यापेक्षा त्यांच्याच हितासाठी आहे, असं वाटत राहायचं. सातवीपर्यंत माझं अक्षर वळणदार नव्हतं. खूप खराब होतं. त्या बाबतीत गांधीजी आणि आइन्स्टाइन आमचे आदर्श होते.

हुशार आहेस; पण अक्षर सुवाच्य आणि छान वळणदार काढत जा, असं कुणी सांगितलं, तर आम्ही त्यांना या दोन्ही महात्म्यांची नावं सांगायचो.

अक्षरलेखन कसं असावं या बाबतीत दासबोधातल्या काही ओळी गुरुवर्यांनी एकदा समजावून सांगितल्या होत्या.

अक्षरमात्र तितुके नीट । नेमस्त पैस काणे नीट ।
आडव्या मात्रा त्याहि नीट । आर्कुली वेलांट्या ।।
पहिले अक्षर जे काढिले । ग्रंथ संपेतो पाहात गेले ।
एका टाकेची लिहिले । ऐसे वाटे ।।

तेव्हापासून अक्षर एकसारखं वळणदार असावं हे मनावर बिंबवलं गेलं. मग मनातून ठरवलं, की आता आपलं अक्षर सुधारायचंच. आठवीत थोरल्या बंधूंच्या वह्या, त्यातली वळणदार अक्षरं बघत बघत माझंही अक्षर सुधारत आणि वळणदार होत गेलं. अगदी रामदासांच्या भाषेत सांगायचं, तर 'केल्याने होत आहे रे, आधी केलेची पाहिजे!'

४६

बालपण आणि आकर्षण

दोनेक महिन्यांपूर्वी सौंची बदली अहिल्यानगरहून कराडला झाली. मग आम्ही पुन्हा एकदा कराडला स्थायिक झालो. रिया, माझी कन्या सातवीपर्यंत ज्या शाळेत होती, तिथंच परत तिचं ॲडमिशन झालं. मागच्या आठवड्यात लेकीची दहावीची पूर्वपरीक्षा चालू झाली. पहिल्याच पेपर दिवशी सर्वांची घड्याळं सरसकट काढून घेतली. यापूर्वी ती सहावीत असतानादेखील एकदा त्यांच्या शाळेत घड्याळ काढून घेतलं होतं. परीक्षेत वेळ बघायची नाही, तर मग कधी पाहायची? आयुष्यात वेळच महत्त्वाची असते.

आमच्या अगदी लहानपणीदेखील घड्याळ आणि गॉगलचं आम्हाला खूप अप्रूप. डोळ्यांवर रंगीत कागद आणि डोक्याला अडकवायला रबरबँड असलेला खेळण्यातला गॉगल आणि डायलवरती नेहमी एकच वेळ दाखवणारं प्लास्टिकचं घड्याळ या जत्रेत आमच्यासाठी घेतलेल्या पहिल्यावहिल्या मौल्यवान चीजवस्तू.

यानंतर घड्याळ भेटलं ते आम्ही पहिलीत असताना. आम्हाला 'घड्याळ बाबा' म्हणून एक धडा होता. टेबलावर उभारलेला एक मनुष्य; पण चेहऱ्याच्या जागी घड्याळ असं काहीसं चित्र होतं. दुसऱ्या चित्रात तोच घड्याळ बाबा त्याचं कुणी ऐकत नसल्यानं चिडलेल्या चेहऱ्याचा होता, आजही आठवतंय.

दुसरी-तिसरीत असताना बाप्पांनी मला घड्याळातली वेळ बघायचं शिकवलं. तसं घड्याळ पक्कं कळू लागलं. घड्याळ बघायला शिकल्यानंतर त्याच्याकडे सारखंच लक्ष जाऊ लागलं. चौथीच्या स्कॉलरशिप परीक्षेत घड्याळाविषयी काही प्रश्न असायचे. चौथी-पाचवीत असताना मुलं 'बॅटरी सेल'वर चालणारी घड्याळं

हातात घालून शाळेत यायची. मला त्या घड्याळांचं खूप आकर्षण वाटायचं. तास आणि मिनिटांचे 'डिजिटल' आकडे असायचे. मध्ये सेकंदाची दोन टिंबं उड्या मारायची आणि घड्याळात लाइटदेखील लागायचा. त्यामुळे कुणाला वेळ सांगताना चूक व्हायचा प्रश्नच नाही. मीदेखील 'तसलं घड्याळ मला घेऊ या' म्हणून हट्ट करायचो; पण ती घड्याळं 'जास्त टिकत नाहीत,' असं सांगून माझा हट्ट मोडीत काढला जायचा.

'स्कॉलरशिप परीक्षेत तुझा नंबर आला, तर तुला घड्याळ घेऊ,' असं आश्वासन मिळालं. तेव्हा स्कॉलरशिप परीक्षेला जाताना बाप्पांचं घड्याळ घालून गेलो होतो. त्यांचं घड्याळ खूप छान, 'हेनरी सँडोज' कंपनीचं होतं. त्यांच्या सातवीच्या विद्यार्थ्यांनी देऊ केलेलं. त्या काळी सातवीला बोर्डाप्रमाणं केंद्र परीक्षा असायची. शंभर टक्के निकाल लागल्यानंतर त्यांच्या विद्यार्थ्यांनी त्यांना भेट म्हणून ते दिलेलं.

पाचवीत आल्यावर इंग्रजीत घड्याळ शिकताना पुन्हा आमची पंचाईत. क्वार्टर टू, क्वार्टर पास्ट असं 'पास्ट' आणि 'टू'च्या दुष्टचक्रात आम्ही अडकलो.

काही दिवसांनी मात्र 'कन्सेप्ट क्लिअर' होत गेले आणि सुटका झाली.

सातवीत आल्यावर मात्र मला मिळालेलं आश्वासन पूर्ण झालं. 'एचएमटी'चं (गौतम) मनगटी घड्याळ मला मिळालं. अष्टकोनी डायलचं, निळसर रंगाची बॅकग्राउंड असणारं. एचएमटी कंपनी सरकारी होती आणि या घड्याळांची तेव्हा एक क्रेझ होती. या घड्याळांना सेल नव्हते. दररोज घड्याळाचा 'मोगरा' फिरवून चावी द्यावी लागे. सकाळी शाळेला जाण्यापूर्वी आठवणीनं ते काम असायचं. शाळेतून आल्यावर घड्याळ परत बॉक्समध्ये 'सुरक्षित' ठेवून द्यायचं. पुढे ग्रॅज्युएशन पूर्ण होऊन नोकरी लागेपर्यंत तेच घड्याळ होतं.

नंतर घड्याळात खूप प्रकार आले. सोन्याचा मुलामा दिलेले, डायलवर डायमंड असणारे, अलार्म वाजणारे, बोलणारे, स्मार्ट बोलणारे एक ना अनेक. घड्याळ बांधण्याचे प्रकारदेखील वेगवेगळे. लहानपणी इचलकरंजी 'जनता बँके'त गेल्यावर गांधीजी आणि नेहरूंचा एकत्रित असलेला एक फोटो दिसायचा. गांधीजींनी त्यात कमरेला घड्याळ बांधलेलं दिसायचं. आपले पंतप्रधान नरेंद्र मोदी कुणाला न कळता हळूच वेळ बघता यावी, म्हणून घड्याळ हातात उलटे बांधतात. कदाचित ते घड्याळ शरद पवारांच्या डोक्यात फिट्ट असेल.

घड्याळ कुठंही बांधलेलं असो, कसंही असो; पण घड्याळापेक्षा वेळ महत्त्वाची असते, एवढं आपल्याला कळायला हवं.

४७

सोबत

पहिलीत असताना मी शाळेत कधी गेलो नाही. फक्त चौमाही, आठमाही आणि वार्षिक परीक्षेपुरताच शाळेत गेलो आणि 'डिस्टन्स लर्निंग' मोडमध्ये माझी पहिली इयत्ता पूर्ण झाली.

दुसरीपासून मात्र दररोज शाळेत जाऊ लागलो. सकाळी सव्वासातला शाळा असायची. घरासमोरच्या रस्त्यांनी सरळ निघालो, की मध्ये काही मोठाले खंदक आणि खड्डे होते. ते पार करून पलीकडे गेलो, की आमची 'बारा' नंबरची शाळा लागायची. पुढे काही दिवसांनी 'पोलीस क्वार्टर'साठी खंदकमिश्रित जागेला तारेचं कुंपण लावलं गेलं आणि आमचा शाळेत जायचा 'शॉर्टकट' बंद झाला. नंतर शांतीनगर चर्च, लालनगरमार्गे आम्ही शाळेत जाऊ लागलो. आता रस्त्यांनी जाताना मात्र एक नवीनच संकट उभं ठाकलं. चर्चच्या थोडंसं पुढे गेलं, की एक-दोन कुत्री असायची. ती हटकून भुंकायची आणि जरा पळावं म्हटलं, की मागंच लागायची. शाळा सुटल्यानंतर घरी येताना बरीच मित्रमंडळी असायची; पण लवकर सकाळी मात्र मला एकट्याला तोंड द्यावं लागायचं.

ती कुत्रीही मोठ्या माणसासमोर शांत असायची. मात्र, आमच्यासारख्या शाळकरी मुलांच्या वाटेला जायची. 'कुत्री फक्त भुंकतात. आपण त्यांना काही इजा केल्याशिवाय ती चावत नाहीत. एखादं कुत्रं भुंकत मागं आलं, तरी आपण पळायचं नाही. आपण पळालो, की मग ती आणखी मागं लागतात,' असे कानमंत्र बाप्पांनी दिलेले; पण प्रत्यक्षात मात्र रस्त्यानं जाताना कुत्रं जवळ येऊ लागलं, की हमखास थरथराट व्हायचा. पुढे काही दिवसांनी एक नवीन मित्र मिळाला आणि

मग आम्ही दोघं धिटाईनं शाळेत जाऊ लागलो.

दुसरीचा आमचा वर्ग 'तालमी'च्या वरच्या मजल्यावर भरायचा. त्या परिसरात 'ट्याग्या' नावाचं भयानक कुत्रं यायचं. दिसायला ते कुत्र्यापेक्षा जास्त कोल्ह्यासारखं दिसायचं. आमच्या वर्गातल्या शंकऱ्याला चावलं होतं. त्याला तेव्हा पोटात इंजेक्शनं घ्यावी लागलेली. तेव्हापासून कुत्र्यांची भीती आणखीनच वाढली.

हायस्कूलला मात्र शनिवारीच्याच दिवशी अशा भटक्या कुत्र्यांशी सामना करावा लागे. कारण शनिवारी कधी तरी बाप्पा मला ल्युनावरून शाळेत सोडत. ल्युनाचा 'टरटर' आवाज ऐकला, की बहुतेक कुत्र्यांच्या डोक्यातले किडे वळवळायचे की काय कोण जाणे. शांत बसलेली कुत्रीसुद्धा उठून मागं लागायची.

कुणी घरी कुत्रं पाळलेलं असलं, की त्या मित्राच्या घरी जायला खूप भीती वाटायची. महेश काटकरच्या घरी अध्येमध्ये जाताना तीच अडचण असायची. तो शाळेपासून जवळच राहायला होता. त्याच्याकडे जाताना आधी त्याचा कुत्रा बांधलेला असल्याची खात्री झाल्याखेरीज आम्ही वर जायचो नाही.

त्या काळी क्रिकेटमधले विक्रमवीर सुनील गावसकर आणि कपिल देव

आमचे आदर्श होते. मराठीतलं 'सनी डेज' वाचताना सुनील गावसकर कुत्र्यांना घाबरतो, असं वाचलेलं. त्यामुळे आपल्याला कुत्र्यांची भीती वाटणं हे फार काही 'वेगळं' नाही, हे मनात पक्कं रुजलं.

कालच्या शुक्रवारी मुंबईत पर्यावरण विभागाची एक मीटिंग होती. मीटिंगची वेळ सकाळची असल्यानं रात्रीच्या ट्रॅव्हल बसनं जायचं ठरवलं. कराडमध्ये घरापासून स्टँडपर्यंत शेअर रिक्षाने गेलो. अजून वेळ होता. जेवण थोडं जास्त झालं होतं, त्यामुळे चालत चालत हायवेच्या दिशेनं निघालो. दत्त चौकात आल्यावर छत्रपती शिवाजी महाराजांच्या पुतळ्यापासून एक कुत्रं पळत पळत माझ्याकडे आलं आणि माझ्याबरोबर चालू लागलं. कधी मागं तर कधी पुढं. आम्ही चालू लागलो. थोडं त्याला हटकलं; पण ते सोबत सोडेचना.

थोडं अंतर चालणं झाल्यावर मी रस्ता ओलांडून दुसऱ्या बाजूनं निघालो. परत 'ते'देखील रस्ता ओलांडून माझ्या सोबतीला आलं. आता कुत्र्यांच्या बाकीच्या टोळक्यांना ते दृश्य बहुतेक बघवेना. दर काही अंतरावर कुत्र्यांची टोळकी भुंकत आमच्याजवळ येऊ लागली, तर हा पठ्ठ्या सगळ्यांना दमदाटी करत, प्रसंगी त्यांच्या अंगावर धावून जात माझ्यासोबत चालू लागला. जणू ते कुत्रं मला 'एस्कॉर्ट' करत चाललं होतं. वाटेत परत एकदा 'व्हिक्स'ची गोळी घ्यायचं निमित्त करून मी रस्ता ओलांडून दुसऱ्या बाजूला गेलो, तर हे तिथंही माझ्या आसपास घुटमळत राहिलं. मी निघाल्यावर पुन्हा माझ्याबरोबर मागे पुढे चालू लागलं. आता समोर हायवे दिसू लागला. मला वाटलं, आता तरी 'ते' इकडंतिकडे भरकटेल; पण त्यानं माझ्याबरोबरच महामार्ग ओलांडला.

थोडक्यात मला रस्त्यापलीकडे रात्रीच्या वेळी 'सुखरूप' पोहोच करून ते लगेच परत माघारी फिरलं. मी वळून पाहिलं, तर अंधारात कुठं दिसेनासं झालं.

आयुष्याच्या खडतर प्रवासातदेखील असंच कधी कुणी तुमची 'अनपेक्षितपणे' आणि 'निरपेक्षतेने' मदत करायला येईल, हे सांगता येत नाही. कोरडी भाकरी पळवून नेल्यावर तुपाचं भांडं घेऊन त्याच कुत्र्यामागं धावत जाताना संतश्रेष्ठ नामदेव महाराजांना काय साक्षात्कार झाला असेल, याचा मी विचार करू लागलो.

४८

आठवणीतला रेडिओ

सध्या शाळेतून कार्यानुभव पुरतं हद्दपार झालंय. सगळेच जण शिकून सवरून पदवीधर होत गेले, तर 'स्किल्ड वर्क' कोण करणार?

आम्ही हायस्कूलमध्ये असताना कार्यानुभवचे तास असायचे; पण कुणीच तितकंसं सिरीयसली शिकलं नाही आणि आम्हाला शिकवलंदेखील गेलं नाही. कार्यानुभवच्या तासाला कार्याच्या अनुभवापेक्षा पुस्तिकेतलं लेखन करून ती पूर्ण करण्याचं काम आम्ही करत राहिलो.

आठवीत असताना सहा महिन्यांकरता बुक बाइंडिंग आणि उर्वरित सहा महिने रेडिओ दुरुस्ती होतं, तर नववीत पाव-बिस्कीट प्रकल्प आणि बागकाम. नाही म्हणायला वार्षिक परीक्षा झाल्यावर वह्यांमधली कोऱ्या पानांची वही बाहेरून बाइंडिंग करून घ्यायचो. ती माझी मला करता आली; पण त्या वेळी शिकत असतानादेखील जाणवायचं, की आपण हे सगळं 'कालबाह्य' कार्यानुभव शिकत आहोत. किमान 'बुक बाइंडिंग'साठी लागणारी मशिन्स दाखवायला हवीत. पाव-बिस्कीटसाठी बेकरीतली मशिनरी प्रत्यक्ष दाखवली जावी, असं वाटत राहायचं.

रेडिओ दुरुस्तीच्या अभ्यासक्रमात तर आम्हाला 'व्हॉल्व्ह'चा रेडिओ दुरुस्त करायचा होता. वास्तविक व्हॉल्व्हचे रेडिओ आम्ही शाळेत प्रवेश घेण्यापूर्वी तब्बल दोन दशकांपासून वापरात नव्हते.

आमच्या लहानपणी घरी रेडिओ नव्हता. आमच्या घरासमोर 'देशिंगकर' नावाचे आध्यात्मिक गुरुजी राहायचे. त्यांचा 'शिष्य परिवार' मोठा होता. त्यांच्या काही शिष्य भक्तांनी त्यांना रेडिओ 'भेट' दिले होते. आम्ही त्यांच्या अंगणात

खेळायला जायचो. तेव्हा बऱ्याचदा त्यांच्या घरी रेडिओ लावलेला असायचा. ऐकायला खूप छान वाटायचं. लहान असताना मीच एकदा 'तुमच्या तीन-चार रेडिओंपैकी एक आम्हाला द्या,' अशी मागणी केली होती. तेव्हा 'फिलिप्स'चा दोन बँडचा रेडिओ आम्ही त्यांच्याकडून विकत घेतला होता. त्या रेडिओला लेदरचं ब्राउन रंगाचं कव्हर होतं आणि तो घरातल्या खुंटीलादेखील अडकवता यायचा. रेडिओला पाठीमागे दोन बटनं होती. एक बँड बदलण्यासाठी आणि दुसरं रेडिओच्या आवाजाची खरखर कमी करण्यासाठी. आम्ही ज्या वेळी रेडिओ घेतला, तेव्हा 'स्कायलॅब' भारतावर कोसळणार असं भयावह वातावरण होतं. काही दिवसांनी, एका सकाळी उठल्यावर कळलं, की स्कायलॅब रात्री हिंदी महासागरात कोसळलं.

पुढे खूप वर्षं नियमितपणे रेडिओ ऐकणं व्हायचं. दररोज सकाळी रेडिओवरच्या भक्तिसंगीतानं आम्हाला जाग यायची. त्यानंतर 'चिंतन' असायचं. रविवारी छोट्या मित्रांसाठी असणारा खास कार्यक्रम 'बालोद्यान' ऐकायचो. त्या कार्यक्रमात लहान मुलांच्या आवडीची गाणी त्यांच्या फर्माईशीनं व्हायची. आमच्या आवडीचं गाणं ऐकण्यासाठी आम्ही एकदा आकाशवाणीला पत्र लिहिलं होतं.

या वाऱ्याच्या बसुनी विमानी सहल करू या गगनाची.
चला मुलांनो, आज पाहू या शाळा चांदोबा गुरुजींची.

आम्हा भावंडांची नावं रेडिओवरच्या निवेदकांनी घेतल्यावर खरंच आम्ही कित्येक दिवस 'वाऱ्याच्या विमाना'तच होतो. क्रिकेटची कॉमेंट्री ऐकणं तर आमचं व्यसनच होतं. शाळेचा अभ्यास एक वेळ बाजूला राहायचा; पण कॉमेंट्री ऐकणं चुकायचं नाही. सुनील गावसकर यांनी म्हटलेलं एक गाणं कधी कधी लागायचं, 'हे जीवन म्हणजे क्रिकेट राजा, हुकला तो संपला.' ते क्रिकेट इतकंच प्राणप्रिय होतं.

रेडिओ सीलोनवर कधी कधी 'अमिन सयानी' ऐकायचो. रात्री 'बीबीसी, लंडनवर'च्या हिंदी बातम्या ऐकतच आमचं जेवण व्हायचं. भोपाळ वायू दुर्घटनेनंतर लोकांच्या खोकण्याचा

रेकॉर्ड केलेला आवाज 'बीबीसी'वर ऐकलेला आजही आठवतो. साडेनऊ वाजता कधी कधी नभोनाट्य ऐकायचो आणि रात्री झोप चांगली लागण्यासाठी रेडिओ संगीत संमेलन ऐकायचो.

अवकाशयात्री राकेश शर्माला 'भारत अवकाशातून कसा दिसतो' विचारल्यावर 'सारे जहाँ से अच्छा,' असं इंदिरा गांधींना सांगितल्याचं अभिमानानं लोकांना सांगणारा आणि इंदिरा गांधींच्या हत्येनंतर बातम्या सांगताना रडवेला झालेला वृत्तनिवेदक अशोक वाजपेयी आजही आठवतो.

मराठी बातम्या सुधा नरवणे आणि हिंदी बातम्या देवकीनंदन पांडे यांच्या आवाजातूनच ऐकाव्या वाटल्या. थोरल्या बंधूंचा दहावीच्या बोर्ड परीक्षेत नंबर आल्यावर रेडिओवरची मुलाखत आमच्यासाठी अविस्मरणीयच होती. त्याचबरोबर काही जाहिराती कायमच्या आठवणीत राहिल्या.

"सुवासिनीनं कुकवाला आणि मर्दानं 'च्या'ला न्हाई म्हणू नये.'

'पण आम्ही नेहमी ए. पी. मगदूमचा कडक 'च्या'च पितो.'

'आन् आमी काय उन पानी पितो काय?'

'सम्राट पाचशे गोळी घ्या, फ्ल्यू सर्दीला पळवून लावा.'

'वारणाची दूधगंगा वाहते अखंड, दूध पावडर, तूप आणि लस्सी श्रीखंड.'

'झुळझुळ वाणी... खेळवा पाणी... आणायचं कुणी? सांगतो राणी... 'फिनोलेक्स'नं आणलं पाणी... शेतं पिकली सोन्यावाणी..."

रेडिओवर ऐकलेल्या खूपसाऱ्या गोष्टी मनात घर करून राहिल्या. आठवी-नववीत असताना 'माणसाची गोष्ट' नावाचा माणसाच्या इतिहासाबद्दलचा एक कार्यक्रम असायचा. कार्यक्रमाच्या शेवटी काही प्रश्न विचारले जायचे. त्यात एक उत्तेजनार्थ बक्षीस म्हणून 'वैज्ञानिक खेळणी' मला मिळाली होती. दररोज शाळेत जाण्यापूर्वी सव्वानऊ ते पावणेदहा वाजेपर्यंत शालेय मित्रांसाठीचा कार्यक्रम मी जेवताना नेहमी ऐकायचो.

पुढे टेलिव्हिजनचं प्रस्थ वाढत गेलं आणि रेडिओ हळूहळू हद्दपार होत गेला. आता 'एफएम'वरचं 'हिंग्लिश' आणि मराठी+हिंदी+इंग्लिश आणि ओढूनताणून आणलेला निवेदनातला नाटकीपणा ऐकवत नाही. म्हणूनच की काय नरेंद्र मोदींनी त्यांच्या मनातल्या गोष्टी सांगायला परत एकदा आकाशवाणीला जवळ केलं असावं.

४९

कॅटॅलिस्ट

पहिलीची वार्षिक परीक्षा झाली. 'डिस्टन्स लर्निंग मोड'मधली पहिली इयत्ता पूर्ण झाल्यावर निकाल लागला. तीनशे पन्नास या एकूण गुणांपैकी तीनशे दोन गुण मिळाले. निकालाच्या दिवशी तेवढं शाळेत गेलो. वर्गात पहिला नंबर आला होता.

आमच्या बारा नंबर शाळेत त्या दिवशी एक 'ॲम्बेसिडर' गाडी आली होती. गाडीतून आलेल्या लोकांनी त्या दिवशी दुसरीची काही पुस्तकं, गोष्टीरूप इतिहास, व्यवसायमाला, मार्गदर्शक वगैरे अशी पुस्तकं 'गिफ्ट' म्हणून वर्गशिक्षकांमार्फत दिली. 'नवनीत प्रकाशना'कडून ते लोक आले होते. वास्तविक त्यांनी त्या वर्षी 'स्पेसिमेन कॉपीज' दिलेल्या. त्यानंतर मात्र मी दर वर्षी चौथीपर्यंत निकालाच्या दिवशी 'ॲम्बेसिडर' गाडीची वाट बघायला लागलो; पण परत कधी ती आलीच नाही.

'नवनीत मार्गदर्शक' अर्थात 'गाइड' वापरणं कमीपणाचं असतं आणि केवळ 'ढ' मुलंच शिकवणीला जातात. असा पक्का विचार आमच्या घरातल्या आणि शाळेतल्या गुरुजन वर्गानं आमच्यात रुजवला होता. त्यामुळे आम्हाला चौथीपर्यंत परत कधी 'गाइड' मिळालं नाही. नंतर मात्र 'गाइड'वरची बंदी शिथिल झाली; पण शिकवणीचं म्हणाल, तर अगदी बारावीलादेखील क्लास लावला नव्हता.

आमच्या हायस्कूलमधले गुरुजन खऱ्या अर्थानं आदर्शवत होते. दहावीच्या भौतिकशास्त्र विषयात दोन दोन लहान मोठे 'बहिर्गोल', 'अंतर्वक्र भिंग' आणि प्रकाश किरणांचा त्यातून होणारा 'प्रवास' या संदर्भातल्या तीन-चार वेगवेगळ्या आकृत्या होत्या. आकृत्या काढताना आमच्या हमखास चुका व्हायच्या. एक

तर भिंगाचे आकार चुकत किंवा प्रकाश किरणांचा प्रवास भिंग सोडून चार मैल बाजूने व्हायचा. गुरुवर्य महाजन सर हे काही आम्हाला भौतिकशास्त्र शिकवायला त्या वेळी नव्हते. तरीदेखील त्या आकृत्या स्वतः कंपास वापरून आमच्या वहीत काढून दाखवल्या. बोर्डच्या परीक्षेत त्यामुळे आकृत्या विनासायास काढू शकलो. त्याचबरोबर गुरुवर्यांनी काही 'कन्सेप्ट्स' शाळेत असताना समजावून सांगितल्या. त्या पक्क्या ध्यानात राहिल्या त्या कायमच्याच. त्यातलीच एक कन्सेप्ट होती ती 'उत्प्रेरक' अर्थात 'कॅटालिस्ट'ची. कोणत्याही अभिक्रियेत स्वतः थेट सहभागी न होता, त्याच्या केवळ उपस्थितीमुळे रासायनिक अभिक्रियेचा वेग वाढतो; पण त्या पदार्थावर कोणताही परिणाम होत नाही. हा जो पदार्थ असतो, त्याला 'उत्प्रेरक' म्हणजे 'कॅटालिस्ट' म्हणून ओळखलं जातं.

एकदा महाजन सरांनी अगदी सोप्या गोष्टीच्या रूपात ही कन्सेप्ट समजावून सांगितलेली. सारांशरूपात गोष्ट अशी,

एका गावात म्हातारा माणूस राहत असतो. त्याला तीन मुलं असतात. त्याच्याकडे सतरा बैल असतात. त्यानं मृत्यूपूर्वी इच्छा लिहून ठेवलेली असते. मोठ्या मुलाच्या वाटणीला १/२ (एक द्वितीयांश) बैल, मधल्या मुलाच्या वाटणीला १/३ (एक तृतीयांश) बैल, तर लहान मुलाच्या वाटणीला १/९ (एक

नवमांश) इतके बैल येतील.

काही दिवसांनी तो माणूस मरतो. एकूण बैल तर केवळ सतरा. वरील पद्धतीनं बापाच्या इच्छेनं विभागणी करायची, तर बैल कापावे लागतील; पण नुकसान सोसायचं कुणी? मुलांमधले बैलाच्या वाटणीचे वाद काही मिटेनात. आपल्या बापानं आपल्या सर्वांना अडचणीत आणलं आहे, असा तिन्ही मुलांचा ग्रह झाला. तिन्ही मुलं त्यांची समस्या घेऊन बापाच्या समवयस्क मित्राकडे तोडगा काढण्यासाठी गेली. मित्राचा बेरकीपणा त्याच्या लक्षात आला. दुसऱ्या दिवशी वाटणीच्या वेळी यायचं वडिलांच्या त्या मित्रानं कबूल केलं.

दुसऱ्या दिवशी जाताना बापाचा मित्र त्याच्या स्वतःच्या गोठ्यात दावणीला बांधलेला बैल घेऊन जातो आणि म्हणतो, “तुमचा बाप माझा चांगला मित्र होता. त्यामुळे वाटणीप्रसंगी मीदेखील एक बैल घेऊन आलो आहे.”

वाटणी सुरू झाली. पूर्वीचे सतरा बैल आणि बापाच्या मित्राने आणलेला एक बैल, असे एकूण अठरा बैल झाले. वडिलांच्या इच्छेनुसार एक द्वितीयांश (नऊ), एक तृतीयांश (सहा) आणि एक नवमांश (दोन) अशी वाटणी झाली. उर्वरित अठरावा बैल ती व्यक्ती परत घेऊन गेली. यातला अठरावा बैल म्हणजे उत्प्रेरक (कॅटालिस्ट) ठरला. कारण वाटणीच्या प्रक्रियेत तो सहभागी झाला. वाटणीची प्रक्रिया पूर्ण झाली; पण कुणाच्या वाटणीला गेला मात्र नाही.

आपले गुरुजन लोक आपल्या आयुष्यामध्ये ‘उत्प्रेरक’ (कॅटालिस्ट) म्हणूनच काम करत असतात. विद्यार्थ्यांचं आयुष्य समृद्धतेनं घडवण्यासाठीच्या प्रक्रियेचा ते एक महत्त्वाचा भाग होऊन जातात, नाही का?

५०

ग्रहण आणि गुटखा

आमच्या लहानपणी घरासमोर देशिंगकर नावाचे आध्यात्मिक क्षेत्रातले गुरुजी राहत. त्यांचा शिष्य परिवार मोठा होता. ते राहायला आल्यावर आमचं त्यांच्या घरी येणं-जाणं असायचं. काही किरकोळ गोष्टींबाबत सल्लामसलत करण्यासाठी, मार्गदर्शन घेण्यासाठीदेखील आमच्या घरचे त्यांच्याकडे जात. ग्रहण पाळण्याबद्दलही त्यांनी एकदा असंच ज्योतिषशास्त्रीय मार्गदर्शन केलेलं.

अगदी लहानपणीची ग्रहणंदेखील मला चांगली आठवतात. पहिली दुसरीत असल्यापासूनची. त्या वेळी ग्रहण म्हणजे मोठं काही तरी अघटित, आक्रित आणि अशुभ प्रकार मानला जायचा.

असंच एक सूर्यग्रहण साधारण पहिल्या इयत्तेच्या आसपासचं असेल. आम्हाला लवकर, म्हणजे पहाटेच उठवण्यात आलं. सूर्य उगवण्याआधी स्वयंपाक उरकून घेतला. अंगणातल्या तुळशीची पानं आईनं सकाळी सकाळी लवकर खुडून पिण्याच्या पाण्यात, धान्यात, जेवणाच्या कपाटात घालून ठेवली. बाप्पांनी लाकडी मुसळ धुवून घेतली. उ. वि. रुईकरांचं पंचांग कपाटातून घेतलं. मग ग्रहणाची प्रतीक्षा सुरू झाली. थोडंसं भीतीयुक्त वातावरण होतं. दुपारच्या वेळी काळवंडून आलं. अंगणात दररोज सकाळी उत्तर दिशेनं जाणारे पक्ष्यांचे थवे परतीच्या वाटेवर दिसू लागले. मुसळ परातीतल्या पाण्यात उभी केली. बाप्पांचं जप पठण सुरू झालं. आमची 'आळीमिळी गुपचिळी' होती. बऱ्याच वेळच्या भयावह शांततेनंतर वातावरण पूर्ववत होऊ लागलं. तेव्हा कुठं आईवडिलांवरचा तणाव कमी झाला. आईनं सांगितलं, "आता ग्रहण सुटलंय."

नंतर आम्हाला अंघोळीला पिटाळण्यात आलं. आमच्या अंघोळी उरकल्यावर काही लोकांना मापट्यातून ज्वारी दिलेली आठवतं.

अगदी नेहमीसारखा आकाशात उगवलेला सूर्य काय किंवा चंद्र काय, बघता बघता काळवंडत जातो काय, संपूर्ण ग्रासला जातो काय आणि आपोआपच पुन्हा नेहमीसारखा होतो काय. सारंच विस्मयजनक आणि काहीसं भीतीदायकही वाटायचं तेव्हा. राहू-केतू नावाचे राक्षस सूर्याला आणि चंद्राला गिळायला बघतात, असं आमच्या घरासमोर राहणाऱ्या देशिंगकर गुरुजींनी सांगितलेलं. त्यामागचं कारण सांगणारी 'राहू' आणि 'केतू' या दोन राक्षसांची गोष्ट तर मी अनेक वेळा त्यांच्याकडून ऐकलेली.

समुद्र मंथनानंतर मिळालेल्या अमृताचा वाटा आपल्यालाच अगोदर मिळावा, म्हणून राहू आणि केतू हे दोन दैत्य देवांच्या पंक्तीत येऊन बसले. मोहिनीरूपी विष्णूने त्यांना अमृत दिलं; पण सूर्य आणि चंद्राने राहू-केतूची लबाडी ओळखून विष्णूला सांगताच विष्णूने राहू-केतू यांनी प्यायलेलं अमृत त्यांच्या पोटात जाण्यापूर्वीच सुदर्शन चक्राने त्यांची मुंडकी उडवली.

अमृत प्यायल्याने अमर झालेली राहू-केतूची ती मस्तकं अजूनही आकाशात फिरतात आणि सूर्य-चंद्राला गिळण्याचा प्रयत्न करतात. त्याला आपण ग्रहण लागलं असं म्हणतो. या राहू-केतूंचे वंशज, म्हणजे मातंग समाजातले लोक 'दे दान सुटे घिरान' म्हणत येतात. तेव्हा त्यांना दान करावं. लहानपणी मला ते सगळं

अगदी पटायचं. खरंच वाटायचं. हा सल्ला घ्यायला त्या 'गुरुजीं'ना दान द्यावं लागायचं ते वेगळंच.

पुढे शाळेत गेलो आणि गोष्टीतलं ग्रहण, त्यातल्या भाकडकथा आणि ज्योतिषशास्त्र मागं पडलं. पृथ्वीचा गोल, चेंडू आणि टॉर्च वापरून चंद्रग्रहण / सूर्यग्रहण काय असतं, ते शाळेतल्या दबडे गुरुजींनी सांगितलं. आम्ही आणखी थोडे मोठे झालो. तसा भौगोलिक घटनेचा अर्थबोध होत गेला. नंतर केवळ एक भौगोलिक घटना म्हणून ग्रहणाकडे पाहत राहिलो.

पुढे घरासमोरचे आध्यात्मिक गुरुजी दुसरीकडे स्थानांतरित झाले. आमच्या घरात ग्रहणपालन करणं कमी झालं. पुढे नववीत आल्यावर एकदा सूर्यग्रहण होणार होतं. त्या वेळी लोकांमध्ये खूप जागरूकता वेगवेगळ्या सामाजिक संघटनांकडून, मंडळांकडून झालेली. काही वैशिष्ट्यपूर्ण गॉगल्सही ग्रहण पाहण्यासाठी बाजारात आले होते.

शाळेला त्या दिवशी सुट्टी देण्यात आली होती. ग्रहण कुठं जाऊन पाहायचं, म्हणून मी काळजीत होतो. थोड्या वेळात माझा शाळकरी मित्र अशोक टाकळकर घरी आला. कुठल्या तरी टॉकीजचं कँटीन त्याच्या घरचे चालवत. सूर्यग्रहण बघायला त्यानं गुटख्याची मोकळी पाकिटं आणलेली. त्या फॉइल पेपरमधून पाहिलेलं सूर्यग्रहण आजही आठवतं.

गुटख्याच्या मोकळ्या पाकिटातून ग्रहण बघणं योग्य की अयोग्य, यापेक्षा मित्राला ग्रहण बघता यावं, यासाठी घरापर्यंत धडपडत काही तरी साधनं घेऊन आलेला अशोक नेहमीच आठवणीत राहिला.

५१

लिप्टन टायगरचं हसू

पाचवीत आल्याबरोबर ध. प. हेरवाडे सर 'गणित प्रावीण्य' परीक्षेच्या तयारीसाठी दररोज जादा तास घ्यायचे. शाळा सुटल्यानंतर पाचवी 'क'च्या वर्गात सरांचा तो तास असायचा. पाचवी 'अ' आणि आमच्या पाचवी 'ब'च्या वर्गावरती पत्रा होता, तर 'क'ची वर्गखोली मात्र कौलारू होती. तिन्ही तुकडीतली मुलं त्या जादा तासाला यायची.

आमच्या शाळेतल्या सगळ्या जादा तासांचं वैशिष्ट्य म्हणजे कुठंही आम्हाला जादा 'फी' द्यावी लागली नाही. हेरवाडे सरांचा गणित प्रावीण्य असो, की सहावीतला माने मॅडमचा हिंदी परीक्षेचा, की सातवीत महाजन सरांचा स्कॉलरशिपचा तास, की जी. जी. कुलकर्णी सरांनी घेतलेला जनरल नॉलेजचा तास असो. अगदी चित्रकलेच्या परीक्षेच्या तासाचंसुद्धा तसंच होतं.

आजकाल आपल्या मुलांसाठी प्रत्येक जादा तासाकरता जेव्हा पैसे मोजावे लागतात, तेव्हा आपल्याला आपली शाळा निश्चितच आठवते. 'आपण शिकत असताना असं नव्हतं...'

चौथीच्या स्कॉलरशिप परीक्षेत इचलकरंजी शहरात पहिला नंबर आल्यानं पाचवीत हायस्कूलमध्ये आल्यावर मी थोडा 'हवेत'च होतो. बहुपर्यायी प्रश्न अर्थात मल्टिपल चॉईस क्वेश्चन्स (एम. सी. क्यूज) पहिल्यांदा चौथीच्या स्कॉलरशिप परीक्षेमुळे माहिती झालं. त्या पेपरमध्ये साधारण एका मिनिटात एक प्रश्न सोडवणं अपेक्षित असायचं. त्यामुळे गणिताच्या पेपरमध्ये 'शॉर्टकट्स' वापरून उत्तर शोधणं चांगलं जमू लागलं. कधी कधी दिलेल्या पर्यायांतूनच योग्य

पर्याय शोधून लिहायचो. खूप प्रश्नपत्रिका सोडवून झाल्या.

शाळेतली गणितं सोडवताना प्रत्येक पायरीला गुण ठरलेले असतात, हे डोक्यात शिरायला पुढची दोन वर्षं लागली. गणित प्रावीण्य परीक्षेतदेखील गणितं सोडवताना अशाच पायऱ्या गाळल्या गेल्या.

गणित प्रावीण्य परीक्षा कोल्हापूरला होती. आम्हाला चौथीपर्यंत घरच्यांनी शाळेतल्या कुठल्या सहलीला पाठवलं नव्हतं. त्यामुळे शाळेतून परीक्षेला कोल्हापूरला जायचं म्हटल्यावर मी खूश होतो. आम्ही साधारण दहा-पंधरा जण तरी असू. त्या वेळी एसटी बसमध्ये ड्रायव्हर केबिनच्या मागं 'उलट्या दिशेनं' तोंड करून पूर्ण आडवा सहा जणांकरता असलेला बाक असायचा. आम्ही सगळ्या जणांनी तो आणि त्या समोरचे बाक पकडले. 'स. म. लोहिया हायस्कूल'मध्ये परीक्षा पार पडल्या. परीक्षा झाल्यावर आम्ही सगळे जण अंबाबाईच्या मंदिरात गेलो. येता-जाता सागर निगवेकर सोबत होता. अगदी लहानपणानंतर थोडासा कळता झाल्यावर पहिल्यांदाच अंबाबाई मंदिरात गेलो होतो. लांबून पहिल्यांदा मला लाकडी मंदिर आहे की काय, असं भासलं. जवळ जाऊन बोटांनी टिचकी मारली, तर जोरात झिणझिण्या आल्यावर कळलं, की दगडी बांधकाम आहे. त्या वेळी आत्ता इतकी गर्दी नसायची. त्यामुळे अगदी आरामात दोन-तीन वेळा प्रदक्षिणा घातल्या. मंदिराच्या बाहेर आल्यावर बरीच दुकानं होती. बरंच फिरून, बघून झाल्यावर घरी फ्रीज नसतानादेखील अष्टविनायकाचं चित्र असलेलं 'फ्रिज

मॅग्नेट' विकत घेतलं. घरी घेऊन जाण्यासाठी 'इंडिपेंडंटली' केलेली पहिली खरेदी. गणिताच्या पेपरपेक्षा खूप आनंद झाला होता तो त्या वस्तू खरेदीचा!

हेरवाडे सरांच्या मिशा 'लिप्टन टायगर चहा'च्या जाहिरातीतल्या शिकाऱ्यासारख्या दिसायच्या. त्यामुळे आम्ही एक तर मुलांमध्ये बोलताना त्यांना 'लिप्टन टायगर' म्हणायचो किंवा 'धप्पं' म्हणायचो.

शाळेकडून शेवटचं कोल्हापूरला गेलो ते नववीत असताना. त्या वेळीदेखील सोबत होते ध. प. हेरवाडे सर आणि निमित्त होतं जिल्हास्तरीय विज्ञान प्रश्नमंजूषेचं. तेव्हा मी आणि अजय कुलकर्णी होतो. केशवराव भोसले नाट्यगृहात. वार शनिवार असावा. त्या दिवशी लवकरच नाट्यगृहात पोहोचलो. नाट्यगृहाबाहेर पुतळा होता तो मराठीतला 'खलनायक' राजशेखरचा.

स्पर्धा सुरू व्हायला अजून वेळ होता. मग आम्ही सरांबरोबर अंबाबाईच्या दर्शनाला गेलो. नाट्यगृहात परत आल्यानंतर स्पर्धा सुरू होताना जेव्हा पडदा उघडला, तेव्हा खूप टेन्शन आलं होतं. जसजशी सुरुवात झाली आणि प्रश्न सुटत चालले, तसं वातावरणातलं टेन्शन गायब झालं. स्पर्धेत आमचा पहिला नंबर आला. 'दैनिक पुढारी'चे तत्कालीन संपादक ह. मो. मराठेंच्या हस्ते बक्षीस वितरण झालं.

आमचं यश पाहून हेरवाडे सरांना खूप आनंद झाला होता. सरांच्या चेहऱ्यावरचा आनंद आजही आठवतो. 'लिप्टन टायगर'च्या चेहऱ्यावरचं ते समाधानाचं हास्य आम्ही पाहिलं होतं. रविवारच्या 'दैनिक पुढारी'त फोटोसह बातमी आली आणि आमची कॉलर पुन्हा एकदा ताठ झाली.

५२

चहाडी आणि चिमणी

शाळेत असताना शिक्षकांनी दिलेल्या सूचनांची खूपदा गंमत वाटायची, तर कधी कधी त्यांच्या बोलण्याचं धर्मसंकट!

पाचवीत असताना मराठी शिकवायला उ. स. कार्लेकर मॅडम होत्या. त्यांच्या वयोमानानुसार असेल कदाचित; पण पाचवीच्या वर्गात तासाला यायला त्यांना हमखास वेळ व्हायचा. मला त्या वेळी त्यांनी 'स्टँडिंग इन्स्ट्रक्शन' देऊन ठेवलेली, की त्या वर्गात येईपर्यंत बोलणाऱ्या मुलामुलींची नावं लिहून ठेवायची. वर्गात मॅडम आल्यावर त्यांना ती बोलणाऱ्यांची नावं वाचून दाखवायची. त्यामुळे इच्छा नसतानादेखील मला वर्गमित्रांची नावं लिहायला लागायची.

ज्या मुला-मुलींचं नाव लिस्टमध्ये असायचं, तो / ती हमखास दुसऱ्याचं नाव घ्यायचे. 'मॅडम, मी बोलत नव्हतोच; पण हा बोलत होता,' असं मुलांकडून दुसऱ्यांचंच नाव सांगितलं जायचं; पण असं दुसऱ्यांचं नाव सांगितलं, की मॅडमला राग यायचा. त्या नेहमी म्हणायच्या, "कुणीही दुसऱ्यांची चहाडी करायची नाही."

मॅडम 'चहाडी' हा शब्द उच्चारताना 'चहा'मधला 'च' उच्चारायच्या. आम्हाला 'चहाडी'मधला 'च' 'चरख्या'चा म्हणून माहीत; पण मॅडम मात्र नेहमी बोलताना 'चहाडी' म्हणायच्या आणि आमच्यासारख्या 'पामरा'ला चहाची आणि त्याबरोबरच खाल्ल्या जाणाऱ्या वर्कीची / बटरची आठवण यायची. कधी कधी वाटायचं, की आपण बोलणाऱ्यांची नावं मॅडमला सांगतो आहोत म्हणजे आपणही सर्वांत मोठे 'चहाडखोर' आहोत की काय?

सातवीत इंग्रजीला गुळवणी सर होते. इंग्रजीतला 'काळ' आमच्यासाठी खऱ्या

अर्थानं 'काळ' होता. गुळवणी सर खूप सारं लिखाणाचं काम सांगत. त्यातलं मुख्य लिखाणाचं काम असायचं ते 'क्रियापद' तीन काळात चालवायचं. ते काय असतं, त्याचा उपयोग काय आणि दहा-वीस वेळा का लिहायचं, हे तेव्हा काही एक कळत नव्हतं. सर मात्र नेहमी विचारायचे, 'कुणाला काही शंका? आणि नेहमी पुढे पुस्ती जोडायचे, 'शंका, कुशंका, लघुशंका, दीर्घशंका...' 'लघुशंका' या शब्दामुळे सगळ्यांना ओशाळायला व्हायचं. पुढे आठवीत इंग्रजीला खोत सर आले आणि आमचं इंग्रजी हळूहळू का होईना सुधारत गेलं.

नववीतला असाच एक प्रसंग. इतिहासाचा तास होता. लोखंडे (भोई) मॅडम वर्गात शिकवत होत्या. मॅडमचा आवाज म्हणजे एकदम बारीक आणि नाजूक. त्यामुळे आम्ही त्यांना 'चिमणी' म्हणायचो. त्यांनाही ते कदाचित माहीत असावं.

इतिहास ऐकणं तेव्हा कंटाळवाणं वाटायचं. उजवीकडे खिडकीतून सहज बाहेर आमचं लक्ष गेलं. बहुतेक पहिल्यांदा रणजित जाधवचं लक्ष गेलं असावं आणि नंतर बाकीच्यांचं. खिडकीला लागून एक झाड होतं. झाडावर चिमण्यांचा चिवचिवाट चालू होता.

मॅडमनी सर्वांना विचारलं, "कुठं लक्ष आहे?"

आता काय सांगायचं? कारण 'चिमणी' बघतोय हे तर आम्ही सांगू शकत नव्हतो. मोठंच धर्मसंकट होतं ते.

"काही नाही..." म्हणून संकट टाळलं.

दैनंदिन जीवनातले असे छोटे छोटे प्रसंग आयुष्यभराच्या आठवणी होऊन जातात. आठवणींचं गाठोडं जेव्हा तुम्ही उघडत जाता, तसतसा तुमचा आयुष्याकडे बघण्याचा दृष्टिकोन सकारात्मक होतो आणि पुढच्या आयुष्यात येणाऱ्या संकटांना तुम्ही चांगल्या प्रकारे तोंड देऊ शकता, असं मला वाटतं.

५३

पिंपळपान

लहानपणी आम्हाला 'चांदोबा'तल्या गोष्टी खूप आवडायच्या. कधी भावंडांकडून गोष्टी ऐकायचो, तर कधी कधी त्या वाचायचोदेखील; पण सर्वांत भीती वाटायची ती विक्रम आणि वेताळाच्या गोष्टीची. वास्तविक त्यातली सुरुवातच तेवढी भयावह असायची.

'विक्रमादित्यने आपला हट्ट सोडला नाही. पिंपळाच्या झाडावर लटकणारं वेताळाचं प्रेत खांद्यावर टाकून तो पुन्हा स्मशानाच्या दिशेनं निघाला. वेताळाला स्मशानात पोहोचवताना मौनव्रत धारण करण्याची अट असल्यानं तो न बोलता चालत होता...'

अशा आशयाची काहीशी सुरुवात असायची.

त्यातच पुढे वेताळाचं बोलणं असायचं, 'तू माझ्या प्रश्नांची उत्तरं देऊ शकला नाहीस, तर तुझ्या डोक्याची शंभर शकले होऊन तुझ्याच पायाशी लोळण घेऊ लागतील.'

अशा सगळ्या भीतीदायक गोष्टी वाचल्यानं पिंपळाच्या झाडावर भुतं राहतात, अशी गोष्ट मनात 'फिट्ट' बसलेली. पाचवी-सहावीत आम्ही शाळेत जाताना 'वेताळपेठ'मार्गे जायचो. त्या भागात बरीच मोठमोठाली पिंपळाची झाडं होती. शाळेतून परत घरी येताना तर मागं वळून बघायचं नाही, असं ठरलेलं असायचं. थोडक्यात काय, तर 'वेताळ' आमची पाठ सोडत नव्हता.

पाचवीत असताना सायन्स शिकवायला झरे (गायकवाड) मॅडम होत्या, तेव्हा त्यांनी पिंपळपान वापरून आलेख कागदावर पानाचा आकार काढायला सांगितला

होता. पिंपळ पानाचं क्षेत्रफळ मोजून प्रयोगवहीत लिहायचं होतं. पिंपळाच्या इतक्या साऱ्या गोष्टी ऐकल्यावर आलेखासाठी पिंपळपान वापरायला कोण धजावणार? पण मॅडमनी तर प्रयोगवही तपासताना 'पिंपळपान'सुद्धा त्यांना दाखवण्याची अट घातलेली. पिंपळाच्या पानाचा आकार एकमेव; त्यामुळे दुसरं कुठलं पान वापरू शकत नव्हतो. पाचवीत नुकताच हायस्कूलमध्ये आल्यानं कुठल्या मित्राकडून पिंपळपान मिळण्याची शक्यताही नव्हती. शेवटी दोन्ही हाताचे अंगठे आणि तर्जनीचं बोट एकमेकांना चिकटवून पेन्सिलनं आतल्या बाजूनं गिरवलं आणि आलेख कागदावर पिंपळपानाचा आकार तयार केला.

जवळपास सर्वांनी पिंपळपान आणि प्रयोगवही आणलेली. 'वेताळ'बाबाचं स्मरण करतच मॅडमना प्रयोगवही दाखवली.

मॅडमनी विचारलं, "पिंपळपान कुठं आहे?"

"कुठं हरवलं नाही कळालं," असं सभ्य आणि साळसूद चेहऱ्यानं सांगितलं.

किती टक्के त्यांना कारण पटलं माहीत नाही; पण त्यांनी प्रयोगवही तपासून सही करून दिली, तेव्हा मनातल्या मनात 'वेताळबाबाला' धन्यवाद दिले.

माझी लेक जेव्हा पाचवीत होती, तेव्हा तिलादेखील तोच पिंपळपानाच्या आलेखाचा प्रयोग होता. त्या वेळी मात्र पिंपळाचं झाड, पान दाखवलं. मी पाचवीत असताना प्रयोगवहीत काय प्रकार केला होता, तोदेखील तिला सांगितला.

आज आत्ता आपण जगत असलेला क्षण काही क्षणांनंतर 'एक आठवण' होऊन जातो. अशी कित्येक पानं एकमेकांत रूतून बसतात आणि बनतात जाळीदार, अगदी पिंपळपानासारखी!

५४

टॅलेंटेड शेवटचा बेंच

चौथीपर्यंत नगरपालिकेच्या 'महात्मा जोतिबा फुले विद्यामंदिर, क्रमांक बारा' या शाळेत शिकत होतो. आमचे वर्गशिक्षक गुरव गुरुजींना वाटायचं, की मी सातवीपर्यंत त्याच शाळेत राहावं; पण माझ्या थोरल्या बंधूंच्या आग्रहाखातर इंग्रजी आणि गणितासारखे विषय हायस्कूलमध्ये चांगले शिकवले जातात, म्हणून आम्ही हायस्कूलची वाट पकडली.

हायस्कूलला आलो खरा; पण आमच्या बारा नंबर शाळेतलं कुणीच माझ्याबरोबर नव्हतं. ना शाळेतलं, ना घरा शेजारचं. शाळेत आल्यावर 'गंगामाई'तल्या मुलांचा एक वेगळाच ग्रुप असायचा, गावभागातल्यांचा वेगळा, माळभागावरचे वेगळे. मला 'व्यंकटराव'मध्ये सुरुवातीला खूप एकटं पडल्यागत झालं. इतकं की जेवणाचा डबा मधल्या सुट्टीत थोरल्या बंधूंच्या वर्गात जाऊन खायचो.

आमच्या 'ब' तुकडीच्या वर्गशिक्षिका झरे मॅडम, एकदमच कडक शिस्तीच्या होत्या. पाचवीत शाळा सुरू झाल्यावर मी सुरुवातीचे काही दिवस वर्गात इकडेतिकडे कुठंही बसायचो. काही दिवसांनंतर प्रत्येकाच्या जागा 'फिक्स' केल्या गेल्या. मॅडमनी उंचीप्रमाणे सगळ्यांना जागा ठरवून दिल्या. माझी काय खुन्नस होती कोण जाणे; पण मला त्यांनी शेवटच्या बेंचवर जागा दिली. बहुतेक माझ्या उंचीऐवजी 'जाडी'मुळे शेवटची जागा दिली असावी, असं त्या वेळीदेखील वाटलं होतं. घरी मात्र याबाबत कधी काही बोललो नाही. असो.

त्या वेळी माझा बेंचमेट होता प्रफुल्ल शिवाजी कांबळे. तो खूप वेळा सांगायचा,

की त्याला शाळा बदलायची आहे. मागच्या बेंचवरून व्यवस्थित काही दिसायचं नाहीच. कधी पुढच्या मुलांची डोकी आडवी यायची, तर कधी दरवाजातून प्रकाश थेट फळ्यावर पडायचा आणि फळा चमकायचा. त्यामुळे अक्षरं नीट दिसायची नाहीत. साळी सरांची 'ओरीगामी'नं केलेली कागदी फुलं आणि कागदाच्या घड्या कधीच कळल्या नाहीत. त्यामुळे आमची 'कागदी फुलं' कधी उमललीच नाहीत.

इतकंच काय, इंग्रजी शिकवताना उपाध्ये सरांचा आवाज बऱ्याचदा ऐकायला यायचा नाही. सर काही तरी प्रश्न विचारत आणि माझं उत्तर काही तरी वेगळं असायचं. मग कधी कधी लॉकरच्या किल्लीनं किंवा कंपासमधल्या सहा इंची काचेच्या पट्टीनं उलट्या हातावर ते हळुवारपणे मारत; पण कळ मात्र चांगलीच यायची.

बेंचवर बसून, गुडघे दुमडून, डेस्कला टेकून 'घोडा' करून आरामात बसायला झरे मॅडमचा सगळ्यात जास्त विरोध असायचा. असं बसणाऱ्यांना गुडघ्यावर हमखास लाकडी पट्टीचा मार बसायचा. असं बसणाऱ्यांमध्ये अजय आघाडीवर असायचा.

वर्गाच्या डाव्या बाजूला, दक्षिण दिशेला ज्या खिडक्या होत्या, त्यांना चौकोनी लोखंडी जाळ्या होत्या. भिडेंची 'फियाट' गाडी त्यांच्या 'दगडी' बिल्डिंगच्या मागं पार्किंगमधून बाहेर काढताना नेहमी 'रिव्हर्स हॉर्न'चा आवाज यायचा. त्या शेजारी क्लासेसची 'रानडे बिल्डिंग' दिसायची. भरीस भर म्हणून आमच्या बेंचपासून

डोक्यावर पत्र्याखाली चिमण्यांचं घरटं होतं. असे बरेच 'डिस्ट्रॅक्टिंग फॅक्टर्स' होते. या सर्वांचा एकत्रित परिणाम होऊन सत्र परीक्षेत कसाबसा काठावर पास झालो. नंतर बंधूंच्या विनंतीवरून माझी बैठकीची जागा बदलली गेली. हळूहळू वर्गात मित्र होत गेले. अभ्यासात मन गुंतत गेलं आणि परीक्षेतल्या गुणांचा आलेख हळूहळू का होईना वाढत गेला.

पुढे आठवीत जेव्हा संस्कृत विषयामुळे तुकड्यांची फाळणी झाली, तेव्हा जो शेवटचा बेंच पकडला तो कायमचाच. मी झरे मॅडमचा शतशः आभारी आहे, की त्यांनी मला वर्गातल्या शेवटच्या बाकावर बसायला पहिल्यांदा शिकवलं. कारण या शेवटच्या बेंचवरच आयुष्यभरासाठी 'किशोर'सारखा बंधुतुल्य मित्र मिळाला.

'भारतातलं खरं टॅलेंट शोधायचं असेल, तर शेवटच्या बेंचर्समध्ये शोधा,' असं एपीजे अब्दुल कलाम यांनी म्हटलं होतं. उगाच राहून राहून वाटतं, की बहुतेक त्यांचं रोलमॉडेल 'व्यंकटराव हायस्कूल' तर नव्हतं?

५५

शुक्रवारचा बाजार

पाचवीत असताना शुक्रवारची सकाळी अर्धी आणि शनिवारी पूर्ण दिवसाची शाळा भरायची. नंतर मात्र शुक्रवार पूर्ण दिवस आणि शनिवारी अर्धी शाळा सुरू झाली.

आमच्या शाळेभोवतालीच बाजार भरायचा. तेव्हा कुठल्याही कारणाशिवाय बाजारात भटकत राहणंही एक छंद होता. जेवणाच्या मधल्या सुट्टीत डबा खाऊन झाल्यावर बाजारातली भटकंती सुरू व्हायची. तशी अभ्यासक्रमात बाजाराला आमच्या पहिल्या इयत्तेपासूनच सुरुवात झालेली.

मी आणली भाजी,
ताजी ताजी भाजी.
आजी ग आजी,
कर ना ग भाजी.

अशा काहीशा ओळी पहिलीतल्या पाठ्यपुस्तकात होत्या.

बाजार म्हटलं, की यानंतर सहावीच्या मराठीतला 'आबा' नावाचा धडा आठवल्याशिवाय राहत नाही. आबा नावाचा एक शिंपी चाचा पिवशा, झबली असे कपडे शिवून वेगवेगळ्या आठवडी बाजारात विकायला जात असे. त्याचा दररोजचा नित्यक्रम खूप बारीकसारीक तपशीलवार त्यात दिलेला. आबाचा दिनक्रम एकदम 'फिक्स.' त्यामुळे त्या संपूर्ण धड्यात सगळ्यात ध्यानात राहण्याजोगं वैशिष्ट्य म्हणजे 'भविष्यकाळा'सारखी वापरलेली भाषाशैली. आबा संदूक उघडेल. आता आबाची मशिन पुन्हा सुरू होईल किंवा आबा बाजारात जाईल. आबा असं बोलेल, आबा हे करेल, ते करेल वगैरे वगैरे. आबाचा एक

नित्य जीवनसंघर्ष मांडलेला होता. मग त्याचं विक्री कौशल्य असो की बोलण्याचं. यानंतर 'बाजार' आला तो ना. सी. फडके यांचा आम्ही आठव्या इयत्तेत गेल्यावर. सौंदर्याला व्यापक पातळीवर नेलं, की होतो बाजार. फुलांच्या बाजारात मोगऱ्याचं फूल मरगळतं. कमळाच्या सात्त्विक फुलालासुद्धा गठडीत वळलं जातं. गुलाबाची फुलं एकावर एक कलेवरासारखी पडून राहतात. त्या सगळ्यांना खरं सौंदर्य तेव्हा प्राप्त होतं, जेव्हा ती फुलं एकटी फुलत असतात आणि त्यांना पाहणारा एकांतात ती फुलं न्याहाळत असतो. अन्यथा तो उरतो नुसता बाजार किलो... टन... हार... टोपल्या अशा घाऊक भाषेत बोलला जाणारा बाजार.

'बालभारती'मधून 'कुमारभारती'मध्ये आल्यावर असे झालेले बदल. बाजारात फिरताना तेव्हा वेळेचं भानच राहायचं नाही. शाळेजवळच्या 'भिडे बिल्डिंग' पलीकडे त्या वेळी 'गीता ग्लास' नावाचं दुकान होतं. एकदा बाजाराच्या दिवशी दुकानासमोर एक बैलगाडी उभी करून गाडीवान कुठं तरी गेला होता. बैल मारकुटा होता. गाडी जवळून जर कुणी गेलं, तरी तो बैल ढुशा मारायची 'ॲक्शन' करायचा. पूर्ण सुट्टी होईपर्यंत आम्ही सगळे जण लोकांची गमत पाहत राहिलो होतो. बाजारात गेलं, की वेळ कसा जायचा कळतच नव्हतं.

बाजारात आणखी एका व्यक्तीला भेटायला बऱ्याचदा जायचो. ते म्हणजे, माझे चुलते 'बापू' काका. एकदम रांगडं व्यक्तिमत्त्व. ते लाल मिरच्यांचा व्यापार

करायचे. मिरचीच्या बाजाराचा खूप ठसका असल्यानं, इतर फळभाज्यांच्या बाजारापासून तो काही अंतरावर असायचा. त्यांच्या दुकानावर गेलं, की हमखास शिंका यायच्या; पण काका मात्र दिवसभर बसून नेटानं मिरच्यांचा व्यापार करायचे. आम्ही भेटायला गेल्यावर त्यांना खूप आनंद व्हायचा. आजूबाजूच्या व्यापाऱ्यांना अभिमानानं माझी ओळख करून द्यायचे. कधी कधी आमच्या अंगणातले दुधीभोपळे आणि भेंडीदेखील ते बाजारात विकायला घेऊन जात. बाजारातला सकाळचा उत्साह संध्याकाळपर्यंत राहायचा नाही. सायंकाळपर्यंत दराचा आलेख उतरता होत जायचा. वास्तवात बऱ्याचदा हा 'बाजार' भास्कर चंदनशिव यांच्या 'लाल चिखल' या कथेप्रमाणे टोमॅटोचा लाल चिखल होऊन संपून जायचा.

आज रविवार. कराडचा 'बाजार' दिवस; पण आजकाल केवळ आमचे गृहमंत्री बाजार मोहिमेवर जातात आणि आम्ही सारथ्य करत रस्त्यावरच थांबतो.

५६

इंग्रजीची भीती

पाचवीला हायस्कूलमध्ये आल्यावर नवनवीन विषय अभ्यासक्रमात समाविष्ट झाले. इंग्रजी, हिंदी, हस्तकला आणि शारीरिक शिक्षण वगैरे.

पूर्वी दहावीला हमखास मागे राहणारे विषय म्हणजे इंग्रजी आणि गणित. ज्येष्ठ बंधू-भगिनी आणि त्यांच्या मित्रमंडळींमुळे इंग्रजी आणि गणित विषयांचं हे काठिण्य माहिती पडलं होतं.

पाचवीत आल्यावर इंग्रजी विषयाचं विनाकारण टेन्शन यायचं. पाचवीत इंग्रजी शिकवायला उपाध्ये सर होते. सगळ्यात पहिल्यांदा कॅपिटल 'ए टू झेड' मुळाक्षरं शिकवली गेली. वहीच्या पानांच्या चार घड्या घातल्या, की आठ उभे रकाने तयार व्हायचे. त्यात आठ मुळाक्षरं लिहायचो. कॅपिटल अक्षरांचं काही वाटायचं नाही; पण त्या वेळी इंग्रजी पुस्तकात 'स्मॉल' लेटरमधली दोन अक्षरं भयानक होती. एक तर 'शेंडीवाला ए' आणि 'जिलेबी कड्यांचा जी.' भीती होती की, जर आपला हात वळला नाही, तर मग 'जी'मधली वळणं कशी घ्यायची? पण सुदैवानं 'ए'ची शेंडी आणि 'जी'च्या जिलेबीची एक कडी उडवली गेली आणि आम्ही सुटकेचा निःश्वास सोडला. इंग्रजीची हस्ताक्षरं वळणदार व्हावीत म्हणून 'चार रेघी' वही आणली; पण त्या चार ओळींमध्ये कुठल्या ओळीपासून सुरुवात करायची आणि कुठल्या ओळीपर्यंत अक्षर काढायचं यात माझी नेहमीच गल्लत व्हायची. वाक्य लिहिताना त्यातली अक्षरं एका रेषेत न येता वर-खाली होऊ लागली आणि चार रेघी वहीतलं लेखन लवकरच बंद पडलं.

अगदी सुरुवातीला मराठी वाक्यांचं इंग्रजी भाषांतर करणं म्हणजे 'मी शाळेत

जातो'चं 'Me shalet jato' असंच मला वाटलं होतं.

पुढे घटक चाचणीच्या पेपरमध्ये प्रश्नपत्रिकेतच उत्तरं लिहायची असायची. एका मराठी वाक्याचं इंग्रजीत भाषांतर करायचं होतं. 'ती झोपडी आहे.' आम्ही त्याचं केलं 'She is hut.' उपाध्ये सरांनी चाचणी परीक्षेचा पेपर परत घेतेवेळी पाहिलं आणि ते मिश्कीलपणे हसल्याचं आजही आठवतं.

इंग्रजीतल्या घड्याळाच्या आणि वेळेच्या अडचणी. क्वार्टर टू, क्वार्टर पास्ट, हाफ पास्ट असं 'पास्ट आणि टू'च्या चक्रात अडकून गेल्याचं तुम्हाला यापूर्वीच सांगितलेलं; पण त्या वेळीदेखील सर्वांत जास्त वाईट वाटायचं ते सॉलोमन ग्रँडेचं. 'सॉलोमन ग्रँडी. बॉर्न ऑन अ मंडे. बरिड ऑन संडे.' बिचारा तो सोमवारी जन्मायचा आणि रविवारपर्यंत त्याला पुरायचं. केवळ आठवड्याचं त्याचं आयुष्य.

पुढे पुढे मात्र अभ्यासात सातत्य येत गेलं आणि इंग्रजीची भीती न वाटता ती हळूहळू अंगवळणी पडत गेली. अगदी तुकारामांच्या भाषेत सांगायचं तर,

असाध्य ते साध्य, करिता सायास।
कारण अभ्यास, तुका म्हणे॥

५७

प्रार्थनेतला राम

आम्ही शाळेत असताना रामायण बघायचो; पण रामाचं महत्त्व आम्हाला नववीत गुरुवर्यांनी अडवाणींच्या रथयात्रेबद्दल सांगितल्यावरच समजलं.

अगदी लहानपणापासून शनिवारी न चुकता मारुतीला जायचो. कधी साखरे मारुती, तर कधी शिवेचा. नारळ, तेल वाढवायचो. खडीसाखर आणि खोबरं खायचो. सुट्टी दिवशी नदीवरच्या गणपतीला, पंचगंगेचं पात्र डोळे भरून अनुभवायचो. वाडीच्या दत्ताला पेढा दाखवून बाकीचे घरी घेऊन येताना सोबत करदंट आणि कवठाची बर्फी आणायचो. ती आठवडाभर थोडी थोडी पुरवून पुरवून खायचो. अध्ये-मध्ये महादेवाला बेल घेऊन जायचो; पण रामाच्या दर्शनाला गेल्याचं मात्र आठवतच नाही. गाव भागातल्या राम मंदिरात एकदा 'जनरल नॉलेज'ची परीक्षा झाल्यावर 'अभाविप'चा बक्षीस समारंभ झाला होता. त्यात पहिला नंबर आला होता; पण तेव्हाही रामाच्या पाया पडल्याचं आठवत नाही.

नववीत आल्यावर मात्र 'जय श्री राम'चे स्टिकर्स सगळीकडे मिळू लागले. अगदी जिकडे पाहावं तिकडं. कंपासवर, परीक्षेच्या पॅडवर, सायकलवर, गाड्यांवर, अगदी शर्टाच्या खिशावरदेखील स्टिकर्सच स्टिकर्स. राम, लक्ष्मण, सीता असा कुटुंब वत्सल राम आणि त्यांच्या चरणांशी मारुतीराया असं सामान्यपणे मूर्तींचं स्वरूप होतं. त्या काळात ते रूप बदललं आणि हातात धनुष्यबाण घेतलेला राम असं चित्र पाहायला मिळालं. अचानक रामाचं भाग्य उजळलं. असो.

ज्या भक्तिभावानं बस्तीत जाऊन भगवान महावीरांना नमस्कार करायचो, तद्वतच इतर सर्व दैवतांना नमस्कार करायचो. रविवारी शांतीनगर चर्चच्या बाहेर

येशू ख्रिस्ताची छोटी छोटी गोष्टींची पुस्तकं फुकट वाटली जायची. तीही वाचायचो. आमच्या घरी आई पिरासाठी मलिदा करायची. आजोळी आज्जी पहाटे अजानाच्या वेळी उठायची आणि लाउडस्पीकरच्या आवाजाच्या टाइमटेबलवर काही कामकाजं उरकायची; पण सारं काही ८९-९० नंतर बदलत गेलं. सगळ्या जाती-धर्मांत कट्टरतेची बीजं त्यानंतरच वाढत गेली, असं मला तरी वाटतं; पण यापूर्वी चांगल्या संस्कारांची बीजंदेखील आमच्या शाळेत पेरली गेली होती. सहावीत मराठीला हणमसागर मॅडम होत्या. मराठीचा तास सुरू होण्यापूर्वी मॅडम वर्गात येईपर्यंत कलावती आईंच्या 'बालोपासने'तल्या प्रार्थना म्हणायचो. मी, महेश काटकर आणि आनंद दिवाण, आमच्यापैकी कुणीही दोघं किंवा तिघं त्यातल्या प्रार्थना सर्वांकडून म्हणवून घ्यायचो.

'तुम्ही या बालोपासनेतल्या प्रार्थना म्हणा, म्हणजे तुमचं मन अत्यंत उत्साही होईल. त्यावर जर शाळेतला अभ्यास केला, तर तो पूर्ण तुमच्या लक्षात राहील आणि तुम्ही परीक्षेत नक्की पास व्हाल. मात्र प्रार्थना दररोज व नियमित केली पाहिजे,' असं काहीसं मॅडमनी सांगितलं होतं. त्यामुळे आम्ही पूर्ण श्रद्धेनं प्रार्थना म्हणायचो.

एक छोटंसं पुस्तक. स्तोत्रांचं असतं तसं. त्याची किंमत त्या वेळी पंचवीस पैसे होती. त्यावर बेळगावच्या हरी मंदिराचं रेखाचित्र होतं. त्या प्रार्थनेत खूप अर्थ सामावलेत, असं मॅडम सांगायच्या; पण आम्हाला तितकेसे ते कळायचे नाहीत. एका प्रार्थनेचा शेवट 'यदुराया, यदुराया, आलो शरण तुला,' असा होता. यदुराया म्हटलं, की मला का कुणास ठाऊक, डोळे बांधून मोटारसायकल चालवणारा 'जादूगार रघुवीर' आठवायचा. दर रविवारी सांगलीच्या नाक्याजवळ कलावती देवी मंदिरातही बालोपासनेचा संस्कार वर्ग असायचा. मॅडम खूप वेळा सांगायच्या; पण तिथं कधी जाणं झालं नाही.

आजकालच्या खासगी, इंग्रजी माध्यमाच्या, तसंच केंद्रीय आणि आंतरराष्ट्रीय बोर्डाच्या शाळांमध्ये अशा प्रार्थना होत असतील का? की तिथंही 'राम' राहिला नसेल?

५८

असेही लॉकडाउन

काही दिवसांपूर्वीच आमच्या 'बारा' नंबर शाळेतले काही शिक्षक इचलकरंजीतल्या घरी येऊन गेले. शाळेतले 'माजी विद्यार्थी' सध्या काय करत आहेत, ते शोधण्याचा आणि माहिती संकलित करून खासगीकरणास विरोध करण्याचा त्यांचा एक प्रामाणिक प्रयत्न होता, तर शाळेत पटसंख्या कमी असल्यानं खासगी क्षेत्रातल्या 'शिक्षण प्रवर्तकास' शाळा इमारत देण्याचा पालिकेतल्या मंडळींचा प्रयत्न होता.

काहीही असो; पण आमच्या बारा नंबर शाळेचं अस्तित्व धोक्यात आलं आहे, हे निश्चित. कदाचित काही महिन्यांनंतर शाळा नसेलही. एखाद्या गोष्टीचं अस्तित्व नाहीसं होत असताना पाहणं खूप क्लेशदायक असतं. जवळपास बालवाडीपासून चौथीपर्यंत नगरपालिकेच्या शाळेत शिकलो. सकाळी सात दहा ते दुपारी सव्वाबारापर्यंतची शाळा असायची. त्यानंतर घरी जाऊन जेवण होईपर्यंत शाळेतले मित्र पुन्हा आमच्या घरी यायचे.

घरापुढे मोकळं अंगण आणि अंगणात खूप सारी झाडं होती. थोडा वेळ अभ्यास करून झाला, की मग अंगणातच आमचे खेळ चालू होत, ते पार सायंकाळी सहा वाजेपर्यंत चालायचे. मी साधारण तिसरीत असेन. असाच एकदा आमचा लपंडावाचा खेळ सुरू झाला. कुणाला लवकर सापडू नये, म्हणून मी घराबाहेरच्या बाथरूममध्ये लपून बसलो. त्या वेळी दरवाजाला तीन-चार कड्यांची एकमेकांत अडक असणारा लोखंडी कडीकोयंडा असायचा. घराच्या दरवाजांनादेखील तसेच कडीकोयंडे होते. साधारणपणे घराच्या दोन दरवाजांपैकी डाव्या दरवाजाला त्यातली कड्यांची साखळी बसवलेली असायची आणि

उजव्या दरवाजाच्या 'फिक्स' केलेल्या कडीला अडकवायची. बाथरूममध्ये नेमकी ही व्यवस्था उलट होती.

मी बाथरूममध्ये लपून बसलो. पाच-दहा मिनिटं झाली असतील, तरी मी कुणालाच सापडलो नव्हतो. मग बाथरूममधून बाहेर पडायचं ठरवलं; पण कडी काही उघडेना. थोडा वेळ प्रयत्न केला; पण तरीही कडी उघडली नाही. नंतर मात्र धीर सुटला. तेव्हा बाथरूममध्ये अडकून पडल्याचं मला जाणवलं. मी रडू, ओरडू लागलो. बाकीच्या माझ्या मित्रांना कळेना, की नेमकं आत झालंय काय. थोड्या वेळानं आमच्या ताईसाहेबांनी शिडी घेऊन बाथरूमच्या खिडकीतून पाहिलं आणि दोन मिनिटं माझे प्रयत्न बघून ती फक्त हसत राहिली. जिकडे कडी दरवाजाला फिक्स केलेली होती, तिकडूनच मी काढण्याचा प्रयत्न करत होतो.

"अरे अभय, दुसऱ्या बाजूने कडी उघड."

मी बाथरूममध्ये लपलो खरा; पण तिथली ही कड्यांची व्यवस्था माझ्या लक्षात आली नाही आणि उलट बाजूला बघत राहिलो. कडी अडकल्याचंच मला वाटत राहिलं. माझी चूक लक्षात आली. माझा 'वेंधळे'पणा लक्षात आला. माझे सगळे मित्रदेखील माझ्यावर हसत राहिले. पहिल्यांदा 'लॉकडाउन' झालो ते तेव्हा.

हायस्कूलमध्ये आल्यावर विज्ञान प्रदर्शनातल्या उपकरणांची तयारी करायला जुन्या 'मुख्याध्यापक' बंगल्याचा वापर व्हायचा. वेगवेगळ्या वर्गांतली 'विज्ञानप्रेमी' म्हणण्यापेक्षा खटपटी आणि उचापत्या करणारी मुलं तिथं यायची. बरंचसं लाकडी, लोखंडी साहित्य, काचसामान, वेगवेगळी पुस्तकं होती. अगदी दिवस-दिवस तिथं कसा जायचा ते कळायचं नाही. असाच एकदा त्या बंगल्यात काही तरी शोधत बसलो होतो. तेव्हा कुणी तरी बाहेरून दरवाजा बंद करून कडी घालून गेलं होतं. गुरुवर्य महाजन सर ज्या वेळी दरवाजा उघडून आत आले, तेव्हा मला बघून आश्चर्यचकित झाले.

आज दोन दिवसांपासून आपण घरी बंद आहोत, तर किती अस्वस्थ वाटत आहे. पूर्वी लोक बारा-बारा वर्षं जंगलात तपश्चर्या करायचे. भगवान महावीरांना 'साल' वृक्षाखाली, तर गौतम बुद्धांना 'पिंपळ' वृक्षाखाली 'केवलज्ञाना'ची प्राप्ती झाली. आपण सामान्य माणसं आपल्याला काही अशी ज्ञानप्राप्ती होणार नाही.

आपण तर नेहमी दुसऱ्यांबद्दल, त्यांच्या गुण-दोषांबद्दल बोलत असतो आणि आपल्या चुकांवर पांघरूण घालत असतो. या 'लॉकडाउन'च्या निमित्तानं 'स्वतःशी' संवाद साधता आला तरी खूप झालं. संत तुकाराम महाराजांच्या भाषेत सांगायचं तर,

येणे सुखे रुचे एकांताचा वास।
नाही गुण दोष अंगा येत॥
तुका म्हणे होय मनासी संवाद।
आपुलाची वाद आपणासी॥

आपण सर्वांनी या निमित्तानं सुरक्षित राहावं, हीच सदिच्छा.

५१

चोरीचा प्रताप

पहिली ते चौथी नगरपालिकेच्या शाळेत असताना एकच 'गुरुजी' सगळे विषय शिकवायला असायचे. आम्हाला चौथीपर्यंत गुरव गुरुजी होते. आमचे दुसरीचे दोन्ही तुकड्यांचे वर्ग शाळेपासून थोड्या अंतरावर, म्हणजे लालनगरच्या कोपऱ्यावर असलेल्या तालमीत वरच्या मजल्यावर भरायचे. एखाद्या दिवशी वर्गशिक्षक गैरहजर असतील, तर दुसऱ्या तुकडीचे शिक्षक वर्ग 'सांभाळून' घ्यायचे.

असंच एका दिवशी, आमचे गुरव गुरुजी रजेवर होते. तेव्हा शेजारच्या वर्गाचे मळगे गुरुजी वर्गात येतील, असं आम्हाला वाटत होतं; पण बराच वेळ झाला, तरी कुणीच येईना. थोड्या वेळानं मी आणि माझे काही वर्गमित्र शेजारच्या वर्गाबाहेर जाऊन थांबलो. 'चला, जा इथून,' असं म्हणून सर आम्हाला रागावले. फक्त 'जा इथून' असं म्हणताना 'वर्गाकडे जा' असं 'जिन्याच्या दिशे'नं त्यांचे हातवारे झाले. पडत्या फळाची आज्ञा मानून आम्ही खाली उतरलो आणि शाळेच्या मुख्य इमारतीकडे खेळायला निघालो.

शाळेच्या उजव्या कोपऱ्यात बागेत असतं, तसं एक छान खेळणं होतं. एकाच वेळी बऱ्याच जणांना त्यावरून लोंबकळायला आणि उड्या मारायला येत असत. अगदी दिवसभर म्हटलं, तरी त्यावर कसा वेळ जायचा, ते कळायचं नाही. तिथं येऊन आम्ही सगळे जण खेळत बसलो.

आमच्या शाळेबाहेर बरेच छोटे विक्रेते असायचे. त्यांच्याकडे चिंचा, आवळे, श्रीखंड गोळ्या, लेमन गोळ्या, दगडी चॉकलेट असे खाऊचे खूप सारे प्रकार असायचे. त्याच बरोबर वेगवेगळी रंगीत सरबतं, कुल्फी, गोळे

आदी मिळणारा गाडाही होता. 'शाळेबाहेर काही खायचं नाही,' असा घरच्यांचा दंडक होता; पण तिथल्या रंगीबेरंगी सरबतांचं मला खूप आकर्षण वाटायचं. नेमकं त्या दिवशी घरातून आमच्या बाप्पांच्या नकळत एक 'चार आण्या'चं नाणं उचलून मी खिशात ठेवलेलं. मग काय, शाळा सुटल्यावर मित्रांबरोबर ते थंडगार रंगीत सरबत प्यायलो. घरी गेलो. दुपारनंतर आमचे 'प्रताप' बापांना समजले. मळगे गुरुजी आमच्या घरापासून दोन-तीन गल्ल्या सोडून जवळच राहायला होते. बहुतेक तिथूनच बातमी 'लीक' झाली असावी. बाप्पांचा राग अनावर झाला होता; पण नेमकं त्या वेळी कुणी तरी घरी आलं आणि मी बचावलो. नंतर मात्र कधीही दुकानात मला पाठवलं, तर घरी आल्यावर लगेच सगळा हिशोब सांगायचो.

पाचवीत हायस्कूलमध्ये आल्यावर झरे मॅडम एक गोष्ट बऱ्याचदा सांगायच्या. एक लहान मुलगा एके दिवशी शाळेत दुसऱ्याची पेन्सिल चोरून घरी आला. आईने रागवण्याऐवजी त्याला शाबासकी दिली. तसा तो दुसऱ्या दिवशी पुस्तक, तिसऱ्या दिवशी वॉटर बॅग आणत गेला आणि आई शाबासकी देत गेली. पुढे जाऊन तो दरोडेखोर झाला. एक दिवस तो पोलिसांना सापडला. त्याला फाशीची शिक्षा ठोठावण्यात आली. फाशी देण्यापूर्वी त्याला शेवटची इच्छा विचारण्यात आली, तेव्हा आपल्या आईला भेटण्याची इच्छा त्याने व्यक्त केली. आईला भेटल्यावर त्याने तिच्या कानाचा कडकडून चावा घेतला आणि म्हणाला, 'मी पहिल्यांदाच चोरी केल्यावर जर तू माझा कान पकडला असतास, तर आज माझ्यावर ही वेळ आली नसती. तूच माझ्या या दुर्गतीसाठी जबाबदार आहेस.'

ज्या वेळी मॅडम गोष्ट सांगायच्या, त्या वेळी माझ्या डोळ्यांसमोर रंगीबेरंगी सरबत यायचं आणि बाप्पांचा चिडलेला चेहरा!

६०

न उमजलेला बुद्ध

कोरोनाकाळात कुणाचाही फोन आला, की 'कोरोना' आणि 'लॉकडाउन' हे शब्द आल्याखेरीज बोलणंच पूर्ण व्हायचं नाही. त्यादरम्यान एके सकाळी अजयचा फोन आला. बोलता बोलता "आपल्याकडे आलेला 'कोरोना' हलक्या दर्जाचा आहे," असं तो म्हणाला.

"खरंय," असं मी गमतीनं म्हणालो.

युरोपीय लोकांना 'सीई सर्टिफाइड' गोष्टी लागतात, म्हणून त्यांना चांगला व्हायरस आणि आपल्याकडे येत असलेल्या दुय्यम दर्जाच्या चिनी वस्तूंप्रमाणे हलक्या दर्जाचा व्हायरस. असो. ही गोष्ट मात्र दुय्यम दर्जाचीच असू देत.

आमचं बोलणं झालं. मी थोडा विचारात गुंतून गेलो आणि त्या शृंखलेत शेवटी आठवण झाली ती गौतम बुद्धांची. कम्युनिस्टांपूर्वी सगळ्यात प्रभावशाली व्यक्ती किंवा विचारसरणी चिनी लोकांना भावली असेल, तर ती बुद्धांची.

गौतम बुद्धांशी तोंडओळख झाली, ती मी दुसऱ्या इयत्तेत असताना. 'हंस कोणाचा?' नावाचा एक धडा किंबहुना एक छोटंसं 'नाटुकलं' आम्हाला अभ्यासाला होतं. पाटलीपुत्र नगरीत शुद्धोदन नावाचा एक राजा राज्य करत होता. दुसरीत असताना शुद्धोदन म्हणायलादेखील जड जायचं. त्यांचा मुलगा गौतम आणि त्याचा दूरचा बंधू देवदत्त.

गौतम एकदा बागेत फिरायला गेला असता, त्याला एक सुंदरसा हंस उडताना दिसतो. इतक्यात कुठून तरी एक बाण येतो आणि त्या हंसाला लागतो. गौतम तो बाण हलक्या हातांनी बाहेर काढतो आणि प्रेमानं त्या हंसाला कुरवाळतो. थोड्या

वेळात देवदत्त तिथं येऊन गौतमला म्हणतो, “हंसाला मी बाण मारला आहे. त्यामुळे हंस माझा आहे.”

दोन्ही भावंडं राजाकडे जातात. तिथं निवाडा होतो. हंस गौतमाकडे दिला जातो.

गौतमाचं म्हणणं असतं, “तो हंस लवकर बरा व्हावा आणि स्वच्छंदपणे जगावा.”

“जीवदानापेक्षा या जगात चांगली गोष्ट ती कोणती?” महाराज शुद्धोदनांचं मत. केवढी ती भूतदया!

पुढे गौतम बुद्ध लगेचच आम्हाला तिसरीत असताना भेटले. ‘तोडणे सोपे; पण जोडणे अवघड.’ एका दरोडेखोराचं मतपरिवर्तन आम्ही अभ्यासलं. ‘झाडावरून तोडलेलं पान पुन्हा झाडाला जोडून ये,’ असं जेव्हा बुद्ध सांगतात, तेव्हा तो दरोडेखोर मनातून खजील होतो आणि लोकांच्या हत्या आणि लूटमार थांबवतो. बुद्धांच्या संघात जातो.

नंतर मग पाचवीत शिकत असताना इतिहासाच्या पुस्तकात एक चिनी प्रवासी भेटतो. युवान श्वांग त्याचं नाव. बुद्ध समजून घेण्यासाठी भारतभर फिरतो. बुद्धांच्या

तत्त्वज्ञानाचा अभ्यास करून खूप सारं साहित्य बिहारच्या नालंदा विद्यापीठामधून चीनला घेऊन जातो. जवळपास गौतम बुद्धांनंतर हजार एक वर्षांनी.

वास्तविक त्यापूर्वीच बोधिधर्म व इतर शेकडो बुद्ध संतांकडून गौतम बुद्ध चीनमध्ये पोहोचलेले असतात. चेंगिझ खानासारखा 'क्रूरकर्मा'देखील बुद्धांच्या मठात नतमस्तक होऊन जिवाची प्रार्थना करतो. अहिंसेची महती यापेक्षा ती कोणती? आपल्याला युवान श्वांग शिकवला गेला; पण बोधिधर्म नाही. असो.

पुढे आठवीला इंग्रजीतल्या 'जातक' कथेतून 'धम्मधज' भेटला; पण त्याचं स्पेलिंग लिहिताना 'एम', 'डी' आणि 'जे' किती वेळा लिहायचं याचं नेहमी कन्फ्युजन व्हायचं. नंतर कलेच्या इतिहासात बुद्ध लुप्त होऊन गेला.

माझ्या मते, इतिहासातली सर्वांत उपेक्षित आणि वंचित शिकवण कुणाची असेल, तर ती बुद्धांची. त्यांनी ईश्वराचं अस्तित्व नाकारलं, तर लोकांनी त्यांनाच 'भगवान' बुद्ध केलं. त्यांनी 'मूर्तिपूजा' नाकारली, तर लोकांनी त्यांच्याच मोठमोठ्या मूर्ती घडवल्या. त्यांनी पूजा, कर्मकांड नाकारले, तर लोकांनी त्यांचीच पूजा सुरू केली. त्यांना सगळ्या धातूंमध्ये गुंफलं. अगदी हस्तिदंतातदेखील. त्यांचे विचार कुणाला कळलेच नाहीत; पण घरोघरी हॉलपासून ते बेडरूमपर्यंत आणि हॉटेलपासून ते लोकांच्या ऑफिसपर्यंत केवळ एक 'शो-पीस' होऊन राहिले. चीनपासून अमेरिकेपर्यंत सर्वत्र बुद्ध पोहोचले.

अहिंसेचा, भूतदयेचा पुजारी तो; पण भारताबाहेर सर्वांत आधी जिथं तत्त्वज्ञान रुजलं, त्या चीननं प्राणिहिंसेचं आणि मानवतावादाचं कोणतं टोक गाठलं? हरिवंशराय बच्चन यांच्या शब्दात व्यक्त करायचं, तर, 'मद्यं शरणं गच्छामि, मांसं शरणं गच्छामि, डान्सं शरणं गच्छामि।' अशी काहीशी त्यांच्या अनुयायांची स्थिती.

जागतिक महामारीमुळे आलेल्या संकटातून सर्वांना सावरण्याचं बळ मिळू दे.

ऐ निर्माण के प्रतिनिधि, तुझे होगा बताना
जो बसे हैं वे उजड़ते हैं प्रकृति के जड़ नियम से
पर किसी उजड़े हुए को फिर बसाना कब मना है
है अँधेरी रात पर दीया जलाना कब मना है।

मित्रांनो, चला सर्वांनी आज एकेक दीप उजळू या.

६१

समर कॅम्प

साधारण एप्रिल महिन्यात वार्षिक परीक्षा असायच्या. परीक्षा सुरू असतानाच सुट्टीचे वेध लागायचे. अगदी अभ्यास करता करतादेखील या वेळी सुट्टीत काय करायचं, याचा 'कल्पना विस्तार' अगदी हटकून मनात घोळायचा. शेवटचा चित्रकलेचा पेपर, म्हणजे तर निव्वळ 'फॉर्म्यालिटी' उरलेली असायची. कारण मन केव्हाच सुट्टीवर गेलेलं असायचं.

पाचवी आणि सहावीत असताना मात्र वार्षिक परीक्षा झाल्यावर निकाल लागण्याआधी शाळेतलं उन्हाळी शिबिर केलेलं. 'वासंतिक छंद संस्कार शिबिर' असं त्या वेळच्या आमच्या 'समर कॅम्प'चं नाव. 'विद्या प्रतिष्ठान'च्या सहयोगानं आमच्या शाळेनं आयोजित केलेलं असायचं. तेही अगदी मोफत! सकाळी लवकरच शिबिराला सुरुवात व्हायची. सकाळच्या त्या प्रसन्न वातावरणात सुरुवात व्हायची ती योगासनांपासून. शाळेच्या टेरेसवर तो योगाभ्यास घेतला जायचा. शाळेचा टेरेस बाकी वर्षभर कधी आमच्यासाठी उघडला गेला नसेल. त्यामुळे टेरेसवर गेलं, की भारी नवल वाटायचं.

योगाच्या सुरुवातीला एक प्रार्थना व्हायची. नंतर व्हायचे ते 'सूक्ष्म व्यायाम.' आणि मग योगासनं. योगासनांचेदेखील एक एक ग्रुप असायचे. त्यानुसार योगासनं व्हायची. प्राणी-पक्षी यांचा एक ग्रुप. वृश्चिकासन, भुजंगासन, मयूरासन, शलभासन, मत्स्यासन, गरुडासन, सिंहासन, मकरासन वगैरे अशी काही प्राण्यांवरून भयावह आसनं असायची. आदिम काळात माणूस गुहेत राहत असताना विरंगुळा म्हणून प्राण्यांच्या नकला करत असेल, त्याचीच नंतर आसनं

झाली असतील, अशी माझी तेव्हा ठाम समजूत होती. आमचे योग शिक्षक त्यातूनही हलक्याफुलक्या 'कमेंट्स' करायचे. मत्स्यासन करताना म्हणायचे, "मासा कैसा झोपे, जावे त्याच्या वंशा, तेव्हा कळे."

हे आजही आठवतं. काही वस्तूंवरून योगासनांचा ग्रुप असायचा हलासन, धनुष्यासन, चक्रासन, वज्रासन, नौकासन किंवा निसर्गातल्या वेगवेगळ्या गोष्टी म्हणजे वृक्षासन, ताडासन, पर्वतासन, पद्मासन असे योगासनांचे विविध ग्रुप असल्यानं योगासनं लक्षात राहायची; पण सगळ्यात आवडतं योगासन कुठलं म्हणाल, तर ते होतं 'शवासन.' अजून रामदेवबाबांचा 'योग' येण्यापूर्वी योगाची 'गोडी' लावलेली ती आमच्या शाळेनं! शाळेत भले अभ्यासाचा आमचा चांगला 'योग' नसेल; पण शिबिरात 'योगाभ्यास' चांगला होत होता.

योगासनं झाली, की मग एक ब्रेक असायचा. त्यात मसाला दूध आणि केळी दिली जायची. कुठंही मसाला दूध पिताना 'मातृभूमी स्वीट मार्ट'ची आठवण यायची, आजदेखील आल्याशिवाय राहत नाही.

ब्रेकवरून आल्यावर पुढचा वर्ग 'ड्रॉइंग हॉल'मध्ये असायचा. त्यात संस्कृत सुभाषितं आणि त्यांचे अर्थ सांगितले जात. अजून संस्कृत विषयाला तेव्हा सुरुवात झाली नव्हती; पण छान वाटायचं. त्यानंतर काही व्याख्यानं व्हायची. त्यासाठी

वेगवेगळ्या क्षेत्रातले लोक यायचे. त्यांनी सांगितलेल्या काही गोष्टी आजही मनावर कोरल्या गेल्या आहेत. प्रा. अशोक दासदेखील यायचे. त्यांनी सांगितलेली प्रकृती, विकृती आणि संस्कृतीची 'कन्सेप्ट' जशीच्या तशी आठवते. आणखी एकदा अगदी पाकिस्तानबरोबरच्या युद्धावेळी लढलेले माजी सैनिक आले होते. शत्रू सैन्याचा 'पॅटन टँक' रणगाडा कसा फोडला जायचा, याचं इत्थंभूत वर्णन आम्ही त्यांच्याकडून ऐकलेलं. 'रेशीम' उत्पादन आणि उद्योग यावरदेखील एकदा त्या क्षेत्रातल्या तज्ज्ञ व्यक्तीनं माहिती सांगितली होती.

सर्वांत शेवटी वर्तमानपत्राची रद्दी आणि खडू पावडर वापरून कागदाचा लगदा करायला शिकवलं. नंतर त्या लगद्यापासून मानवी चेहऱ्याचा आकार करायला शिकवलं. हे सगळं होईपर्यंत दुपारचा एक तरी वाजायचा. शिबिरात शेवटी एक परीक्षादेखील असायची आणि त्यात नंबरदेखील काढले जायचे. सुदैवानं पाचवीतल्या शिबिरात माझा उत्तेजनार्थ पाचवा नंबर आला आणि ती उत्तेजना घेऊन सहावीत पहिला नंबर. पाचवीत प्लास्टिकचा डबा आणि सहावीत स्टीलचं पातेलं बक्षीस मिळालेलं. आजही इचलकरंजीतल्या आमच्या स्वयंपाकघरात दोन्ही वस्तू आहेत. शिबिरातल्या शेवटच्या दोन दिवसांत वृक्षारोपणांतर्गत सुबाभळीच्या बियादेखील एका ठिकाणी टोकलेल्या. दोन महिन्यांनंतर जेव्हा शाळा सुरू झाली, तेव्हा टोकलेल्या बिया पाहायला गेलो, तर त्यांची मोठाली झाडं झाली होती.

मित्रांनो, आपले शाळेतले दिवस त्या बियांसारखेच तर असतात. बियांचा वृक्ष कधी होऊन जातो कळतच नाही.

६२

ट्रेसिंग

ऋषी लोकांचं कूळ, नदीचं मूळ आणि सध्याच्या काळात राजकारण्यांचं खूळ यांचा शोध घेतला जाऊ नये, असं आपल्याकडे म्हटलं जातं. असं असलं, तरी सध्याच्या काळात सर्वच क्षेत्रात 'ट्रेसेबिलिटी' हा परवलीचा शब्द बनला आहे. प्रत्येक ठिकाणी त्या त्या गोष्टींच्या मुळापर्यंत जाणं गरजेचं झालं आहे.

आमचंच उदाहरण घ्या ना. शहरातलं 'हॉस्पिटल वेस्ट मॅनेजमेंट' करताना कोणती बॅग कुठल्या दवाखान्यातून आणि किती वाजता घेतली आहे, याचं 'क्यूआर कोड', 'बारकोड' आणि 'जीपीएस'द्वारे 'ट्रेसिंग' करणं आवश्यक झालं आहे. 'ट्रेसेबिलिटी' प्रत्येक क्षेत्रात आली आहे. उद्योगातलं उत्पादन असो, व्यवसायांचं व्यवस्थापन, असो की 'आरोग्यसेवा' क्षेत्र. 'माहिती तंत्रज्ञान' असो किंवा 'गुन्हे अन्वेषण', सगळीकडंच 'ट्रेसिंग' आणि 'ट्रेसेबिलिटी' गरजेची झाली आहे.

'कोव्हिड-१९' या वैश्विक महामारीच्या पार्श्वभूमीवर 'नेचर मेडिसिन' या वैद्यकीय क्षेत्रातल्या प्रसिद्ध नियतकालिकानुसार कोरोनाला रोखण्यासाठी कॉन्टॅक्ट ट्रेसिंगची अत्यंत गरज आहे. कारण जेव्हा एखाद्या व्यक्तीमध्ये कोरोनाची लक्षणं दिसून येतात, तेव्हाच त्या विषाणूंचं संक्रमण तीस टक्क्यांहून अधिक झालेलं असतं. अशा वेळी कोरोना रुग्णाचे किमान नव्वद टक्के 'कॉन्टॅक्ट ट्रेसिंग' करणं अत्यंत गरजेचं आहे.

आम्ही शाळेत असताना मात्र आमच्या शिक्षकांच्या दृष्टीनं 'ट्रेसिंग' हा एक दुय्यम प्रकार मानला जायचा. चित्रकलेची चित्रं काढताना असो, की विज्ञानातल्या

आकृत्या, की भूगोलाचे नकाशे. आमचे हात मात्र कधी वळायचे नाहीत. अशा वेळी ट्रेसिंग पेपरचा आधार असायचा; पण आम्हाला 'ट्रेसिंग पेपर' मिळायचे नाहीत.

आम्ही लहान असताना 'पारले जी' बिस्कीट पुड्याला दोन रॅपर्स असायचे. आतला पांढरा 'बटर पेपर' असायचा, तो ट्रेसिंग पेपर म्हणून वापरता येत असे. गरज असो नसो 'पारले'चा ट्रेसिंग पेपर जपून ठेवला जायचा; पण त्यावर आमच्याबरोबर भावंडांचा अधिकार असे. त्यामुळे ट्रेसिंग पेपरची आमच्याकडे कायमच टंचाई असायची. कालांतरानं प्लास्टिकचं आगमन झालं, 'पारले जी'मधल्या पेपरची जागा प्लास्टिकनं घेतली आणि आमचा ट्रेसिंग पेपरच्या दुष्काळात 'तेरावा महिना' सुरू झाला.

'गरज ही शोधाची जननी आहे,' असं म्हटलं जातं. ट्रेसिंग पेपरच्या टंचाईमुळे साध्या कागदालाच तेल लावून तो उन्हात वाळवला, की आमचा ट्रेसिंग पेपर तयार व्हायचा. चित्रकलेच्या तासाला शाळेत चित्रं काढायला सांगितली जायची; पण त्या तासाला कधीच चित्र पूर्ण व्हायचं नाही. चित्राचा 'पार्ट टू' घरी आल्यावर पूर्ण व्हायचा. ट्रेसिंग पेपरचा प्रभावी वापर घरी करता यायचा; पण ट्रेसिंग पेपरचा वापर केला गेला आहे, ते आमच्या गुरुजनांना मात्र बिनदिक्कत उमजून येई.

ट्रेसिंग पेपरचा एक चांगला सदुपयोग मात्र शाळेत असताना भौतिकशास्त्राचा अभ्यास करतेवेळी झालेला. आम्हाला अभ्यासात 'सूचिछिद्र' कॅमेऱ्याचा (पिनहोल कॅमेरा) एक प्रयोग होता. पुस्तकातलं वाचून घरीच तयार करायचं ठरवलं. पाव

किलो पेढ्यांचा एक बॉक्स घरी जपून ठेवलेला होता. बॉक्सच्या एका बाजूला एक छिद्र पाडलं, तर विरुद्ध बाजूला स्क्रीनचा आकार कापून त्यावर ट्रेसिंग पेपर आतून चिकटवला. अशा रीतीनं 'सूचिछिद्र' कॅमेरा तयार झाला. कॅमेरा घेऊन घराच्या खिडकीतून बाहेर पाहिलं, थोडी बॉक्सची अॅडजेस्टमेंट केली, तर रस्त्यावरच्या झाडांची उलटी प्रतिमा (खाली डोकं, वर पाय अशी) ट्रेसिंग पेपरच्या 'स्क्रीन'वर सावलीसारखी दिसू लागली. ते बघून खूप आनंद झाला.

आता पुढचा प्रयोग मेणबत्तीच्या ज्योतीचा पाहायचा होता. दुकानात जाऊन मेणबत्ती आणली. दरवाजा-खिडकी बंद करून मेणबत्ती पेटवली. कॅमेऱ्याच्या ट्रेसिंग स्क्रीनवर मेणबत्तीची उलटी ज्योत दिसली. आता त्यात पुढे एका ज्योतीपासून अनेक ज्योती बघायच्या होत्या. बॉक्सला जिथं एक छिद्र होतं, तिथं चार-पाच छिद्रं पाडायची होती. म्हणजे या बाजूला 'ट्रेसिंग स्क्रीन'वर चार-पाच उलट्या ज्योती दिसणार होत्या; पण नेहमीप्रमाणे आमचं दुर्दैव आडवं आलं. बॉक्सला छिद्रं पाडताना ट्रेसिंग पेपर मेणबत्तीच्या संपर्कात आला आणि जळून गेला. त्याबरोबरच जळून नष्ट झाली, ती प्रयोग परत एकदा करून बघण्याची इच्छा!

शाळेतले दिवस संपतात आणि आपण सौख्य 'ट्रेस' करत राहतो; पण खरं सुख शाळेतल्या दिवसांमध्येच असतं. ज्यांचं ट्रेसिंग केवळ अंतःकरणात कायमचं राहून जातं!

६३

माईन काम्फ आणि पाऊलवाट

'कोव्हिड-१९'च्या वाढत्या प्रादुर्भावामुळे एका रात्रीपासून आमच्याकडे 'कंटेन्मेंट झोन' जाहीर झाला. सगळीकडे शांतता पसरली; पण कुणास ठाऊक या सगळ्या शांततेत हिटलरचा 'कॉन्सट्रेशन कॅम्प' किती भयावह प्रकार असेल, याचाच विचार सतत डोक्यात येऊ लागला.

शाळेत असताना मात्र 'हिटलर' हा आमचा एक आदर्श होता. म्हणून तर वहीच्या पहिल्या पानावर हिटलरचं गौरव चिन्ह 'तिरकं स्वस्तिक' अभिमानानं काढायचो, तर शेवटच्या पानावर 'फ्यूरर' (Fuhrer) अशी हिटलरची बिरुदावली लिहायचो. 'माईन काम्फ' अर्थात 'माझा लढा' वाचून काढायची तेव्हा खूप इच्छा होती. दहावीत गेल्यावर कुठलेही क्लासेस लावायचे नाहीत, हा आमचा निर्धार! अभ्यास स्वतःच करायचा. 'माझा लढा' यशस्वी करायचा, तेही कुणाच्या मदतीशिवाय असं ठरवलेलं.

मग अभ्यासाची सुरुवात कधी करायची, तर ३० एप्रिलचा दिवस निवडला. कारण काय, तर हिटलरनं त्या दिवशी १९४५ साली आत्महत्या केली होती, त्याचं स्मरण म्हणून. सुरुवात बीजगणितातल्या 'एक सामाईक' समीकरणानं केली. आजही आठवतं की वहीमध्ये 'माझा लढा' असं लिहून सुरुवात केलेली. तारीख लिहिली, '३० एप्रिल.' 'आजच्याच दिवशी हिटलरनं आत्महत्या केली होती,' हेदेखील वहीत लिहून ठेवलं होतं.

तर मित्रांनो, अशी झाली होती आमच्या दहावीतल्या अभ्यासाची सुरुवात. दहावीनंतरच्या सुट्टीत 'प्रबोधिनी'च्या वाचनालयात चौकशी केली, तर तिथं

सांगितलं गेलं की, 'माईन काम्फ या पुस्तकावर बंदी आहे.' पण त्याच दहावीच्या सुट्टीत पुढे 'डायरी ऑफ ॲन फ्रँक' वाचायला मिळालं आणि हिटलरची आमच्या डोळ्यांवर लागलेली झापडं गळून पडली. असो.

तर मित्रांनो, या सगळ्या गोष्टी आठवल्या त्या कंटेन्मेंट झोनमुळं. कुठंही फिरण्यावर तेव्हा बंदी होती; पण अशीच एक शाळेतली फिरस्ती कायमची आठवणीत राहिलेली. आम्ही सातवीत असताना शाळेच्या वाढीव इमारतीचा काही भाग तयार झाला आणि दुसऱ्या सत्रात तिथं वर्गदेखील भरू लागले. या नवीन इमारतीचा सगळ्यात चांगला फायदा कोणता झाला असेल, तर तो म्हणजे शाळेत येण्या-जाण्याचा पाठीमागील दरवाजा (जनता चौक ते नामदेव भवन रस्त्यावर). स्टाफरूम आणि मुख्याध्यापक अथवा पर्यवेक्षकांची नजर चुकवून शाळेतून बाहेर पडता येईल असा 'हमरस्ता'!

आठवीत असताना शाळेभोवती प्रदक्षिणा घालायची सवय लागलेली. वर्गात दप्तर ठेवलं, की लगेच शाळेबाहेर पडायचं. कुणी ना कुणी वर्गमित्र 'प्रदक्षिणा' मार्गावर भेटायचेच. सुरुवातीला एक-दोन जण असले, तरी अकरा वाजेपर्यंत पंधरा-वीस जणं तरी व्हायचे. शाळा भरताना असो, की मधली सुट्टी, हा नित्यक्रम

दहावी होईपर्यंत सुरूच होता.

दहावीत असताना असंच एकदा सव्वाच्या छोट्या सुट्टीत जवळपास दहा-बारा जण वर्गातून जे बाहेर पडलो, ते हमरस्त्याच्या मार्गानं नामदेव भवनच्या रस्त्यानं हळूहळू पुढे सरकू लागलो. तसंच पुढे नदीवरच्या गणपतीला जायचं ठरलं. सरळ रस्त्यानं जायचं, तर शाळेतले 'युनिफॉर्म'वाले एवढे जणं कुठं निघालेत, म्हणून सतरा जण चौकशी करतील ही भीती. म्हणून खुश्कीच्या 'लक्ष्मी' दड्डातल्या रस्त्यानं सगळे जण निघालो. आजूबाजूला शेती पसरलेली आणि मोकळ्या पायवाटेनं जाताना गप्पांना ऊत आलेला. नाकातोंडात वारं शिरलेलं. वाटेवरच्या एका शेतात पाणीपुरवठ्याचा एक 'चेंबर' होता. सगळ्यांनी त्या चेंबरवर पोटभर पाणी पिऊन घेतलं. तसा साऱ्यांचा उत्साह दुणावला.

पुढे मळीतल्या पायवाटेनं उंच उंच गवतातून चालत राहिलो. थोड्या वेळात मागच्या बाजूनं 'वरदविनायक' गणपतीचं मंदिर दिसू लागलं. दर्शन घेतलं आणि थोडा वेळ थांबून परतीच्या वाटेला लागलो. परतीच्या वाटेवर शाळा जवळ आली होती; पण पुन्हा एकदा आमचं दुर्दैव आडवं आलं. समोर म्हाकाळे सर दिसू लागले. सरांना बघून सगळे जण थोडंसं मागं वळालो; पण पुन्हा काही झालंच नाही, अशा आविर्भावात शाळेत परतलो. पुढचा वेळ कधी एकदा निर्विघ्नपणे पार पडतो आणि शाळा कधी सुटते, असं झालं होतं.

पाऊलवाटेनं आजदेखील कुठंही जाताना सातवीतला शंकर पाटलांचा 'पाऊलवाटा' हा धडा आठवत राहतो. आयुष्यात खूप साऱ्या 'पाऊलवाटा' भेटत राहतील, हितगुज पुसत राहतील; पण 'त्या' पाऊलवाटेवर 'त्याच' सगळ्या सवंगड्यांसह आज चालता येईल का? की पाऊलवाटेचा जीव घोटून आता डांबरी सडक झाली असेल?

६४

हनुमानाचा सज्जड दम!

आजकाल लॉकडाउनमुळे झोपेचं अक्षरशः खोबरं झालं आहे. स्वप्नांनी तर ताळतंत्र सोडलंय. अजूनही कधी कधी स्वप्नात मी परीक्षेला वेळेत पोहोचू शकत नाही किंवा पोहोचलो तरी पेपर लिहिता येत नाही, असं काही तरी येतंय. शाळेतल्या परीक्षांचं एवढं ओझं लहानपणापासून आमच्या मनावर बिंबवलं गेलंय, की लेकीची दहावी झाली, तरी आम्ही अजून स्वप्नात परीक्षाच देत आहोत.

मोठ्या लोकांचं मात्र असं नसतं. त्यांची स्वप्नंदेखील त्यांच्यासारखीच महान असतात. भगवान महावीरांच्या जन्मापूर्वी मातेच्या गर्भात असताना त्यांच्या आई, त्रिशलामातेला सोळा स्वप्नं पडली. महान व्यक्तीच्या जन्माची चाहूल जन्माआधी लागली. सत्यवचनी हरिश्चंद्रानं स्वप्नात आलं, म्हणून आपलं राज्य दान केलं. आपले थोर भारतीय गणिती रामानुजन यांना स्वप्नात देवीचा दृष्टान्त व्हायचा आणि अवघड गणितं सुटायची म्हणे. असो.

लहानपणी शाळेला मे महिन्याची सुट्टी पडली, की आमचे उपद्व्याप सुरू व्हायचे. घरी दुपारी सगळे जण झोप काढायचे; पण काही केल्या मला झोप येत नसे. काही तरी वस्तू तयार करायची किंवा प्रयोग करून पाहायची हौस असायची. आमच्या घरी 'शास्त्रीय उपकरणं आणि प्रयोग' नावाचं एक छोटंसं पुस्तक होतं. द्वा. वा. केळकर नावाच्या एका शिक्षकांनी लिहिलेलं. पुस्तकाच्या मागच्या कव्हरवर ते इचलकरंजीतल्या 'गोविंदराव हायस्कूल'मध्ये शिक्षक असल्याचं लिहिलेलं होतं. त्यात इतके सोपे आणि छान प्रयोग असायचे, की हायस्कूलला 'गोविंदराव'लाच जावं, असं मला तेव्हा वाटायचं.

मात्र, घरात काही प्रयोग करायचा म्हटलं, की बरीच साधनसामग्री लागायची. घरातल्या वस्तूंवर त्यामुळे बारीक लक्ष ठेवून असायचो. असंच एकदा त्यात दिलेली 'लुटुपुटूची तोफ' तयार करायची होती. 'लुटुपुटू' शब्दच उच्चारायला छान, त्यामुळे अजून लक्षात आहे. तोफेचा 'बेस' तयार करायला छोटी लाकडी फळी लागणार होती. बाथरूम स्वच्छ करायचा एक खराब लाकडी ब्रश त्यासाठी घेतला. रबरबँड्स लागणार होते, ते आमच्या बहिणाबाईंकडून गोळा केले. शिसपेन्सिल बंधूंकडून परत देण्याच्या बोलीवर घेतली. आता एक छोटी रिंग लागणार होती. दोन-तीन दिवस एखादी वस्तू रिंगसाठी सापडते का ते शोधत होतो; पण काही मिळत नव्हती.

आमच्या घरी तेव्हा हॉलमधल्या भिंतीवर खूपसाऱ्या देवादिकांच्या फोटोफ्रेम्स होत्या. म्हणजे सध्याच्या पेठनाका किंवा नेर्ल्याच्या 'मणिकंडन हॉटेल'मध्ये दिसतात तशा. फोटोफ्रेम अडकवायला वरच्या बाजूला छोट्या रिंगा असायच्या. त्यातल्या एका फोटोच्या रिंगा काढल्या आणि आमची लुटुपुटूची तोफ पूर्णत्वाला गेली. त्यानंतर दोन-चार दिवस गेले असतील. एक दिवस रात्री स्वप्नात 'मारुतीराया' आले. त्यांनी फोटोफ्रेमच्या रिंगा काढल्याचा जाब विचारला. ज्या फोटोच्या रिंगा मी काढल्या होत्या, तो बालमारुतीचा फोटो होता. सकाळी मी घरच्यांना माझ्या स्वप्नाबद्दल सांगितलं. सुदैवानं शनिवार लगोलग होता. मारुतीला नारळ वाढवला. नमस्कार केला आणि आमचं 'कॉम्प्रं' झालं.

स्वप्नं माणसाला अनादी अनंत काळापासून पडतात. जगातल्या जवळपास प्रत्येकाला पडलेलं एक गूढ कोडं. भगवद्गीता असो, महर्षी चरक असोत, की

सॉक्रेटिससारखे तत्त्ववेत्ते किंवा फ्रॉईडसारखे मनोविश्लेषक असोत, स्वप्नांचं गूढ सर्वांनाच आहे.

प्रत्येकाला त्याच्या स्वप्नाचं विश्लेषण करून त्याचा अर्थ लावण्याचं वेड असतं. सातवीत असताना एकदा एका निबंध स्पर्धेची जाहिरात 'दैनिक सकाळ'मध्ये आली होती. 'मी पाहिलेलं स्वप्न' या विषयावर तेव्हा मी लिहिलेलं. एका पाकिटात लिहिलेले 'ताव' घालून पोस्टाच्या टपालपेटीत टाकलं. आठवड्याभरानं तेच पाकीट परत आमच्या घरी आलेलं. शाळेतून घरी आल्यावर मी पाहिलं. दुर्दैवानं त्या पाकिटावर पोस्टाची तिकिटंच लावायची राहून गेलेली. त्यामुळे दैनिकाच्या कार्यालयात ते पाकीट स्वीकारलं नव्हतं. उलट घरी पोहोच केल्यावर पोस्टमननं त्याचं दुप्पट 'पोस्टेज' वसूल केलं होतं, तेव्हा खूप वाईट वाटलं होतं; पण एक गोष्ट चांगली झाली होती. ती म्हणजे हस्तलिखित प्रत परत मिळाली होती. झेरॉक्स काढणंदेखील तेव्हा खूप महागडी गोष्ट होती. पुढे आमच्या शाळेत प्रकाशित होणाऱ्या 'मकरंद'च्या वार्षिक अंकाकरता ती प्रत दिली. मकरंदमध्ये 'माझं स्वप्न' छापून आल्यावर खूप आनंद झाला होता.

तर मित्रांनो, आयुष्य जगताना नेहमी मोठी स्वप्नं निश्चित बाळगू या. स्वप्न असलं म्हणून काय झालं, स्वप्नांना कायम पूर्ततेची आस असते. म्हणूनच पाहिलेली स्वप्नं ही केवळ स्वप्नं न राहता काही काळानंतर का होईना हकिकत होऊन जातात. तुम्हाला काय वाटतं?

६५

शब्दकोडे

लहानपणी अनेकदा 'किशोर'चा अंक वाचायला मिळायचा. कधी शाळेतून, तर कधी वाचनालयातून. त्यातल्या गोष्टी वाचायला खूप आवडायच्या; पण त्यापेक्षा आवडत होतं ते 'चित्र बोध - शब्द शोध' नावाचं एक शब्दकोडं! मधोमध उभे-आडवे शब्द लिहायला चौकोन असायचे, तर भोवताली चित्रं असायची. चित्राला अनुसरून शब्द शोधायचा आणि ते शब्दकोडं पूर्ण करायचं. तेव्हापासूनच शब्दकोडी सोडवायची चटक लागली. आजकाल फक्त रविवारच्या वर्तमानपत्रातल्या पुरवणीतलं शब्दकोडं सोडवायला मिळतं.

काल 'दैनिक सकाळ'च्या 'सप्तरंग' पुरवणीतलं कोडं सोडवायला घेतलं आणि पहिलाच शब्द अडला. 'चकाट्या पिटणाऱ्या रिकामटेकड्या बायकांचा समूह' यासाठी आठ अक्षरी शब्द हवा होता. डोक्याला थोडासा ताण दिला आणि आठवले ते शाळेतले आमचे रा. बा. परीट सर. परीट सरांबरोबर आठवते ती सरांची 'लक्ष्मी' मोपेड गाडी आणि पावसाळ्यात सर वापरायचे ते 'गम बूट्स.'

सातवीत असताना आमच्या 'ब' तुकडीला भौतिकशास्त्र शिकवायला परीट सर होते. सरांचे बहुतेक तास हे दुपारी मधल्या सुट्टीनंतर असायचे. जेवणाच्या सुट्टीनंतर सर वर्गात असले, तरी सगळी मुलं टंगळमंगळ मूडमध्ये असायची. त्यात परीट सरांचा चेहरा नेहमी हसरा असायचा. शिक्षकांच्या चेहऱ्यानुसार मुलांचे प्रतिसाद बदलत असतात. मुलींच्या 'साइड'कडून काही तरी हळू आवाजात कुजबुज सुरू व्हायची. मग त्याचं रूपांतर सुरुवातीला बडबडीत आणि शेवटी गोंगाटात व्हायचं.

सर तेव्हा म्हणायचे, "ए गुळ्ळवांनो, जरा शांत राहा." तर त्याच 'सिरीज'मध्ये पुढे कधी म्हणायचे, "ए साळकाया माळकायांनो, आता तरी गप्प बसा."

आणि मला शब्दकोडं सोडवतानाचा अडलेला आठ अक्षरी शब्द सापडला, 'साळकाया माळकाया.' कोड्यातले बाकीचे शब्ददेखील 'परफेक्ट' जमले! शिक्षकांनी आम्हा मुलांना दिलेल्या शिक्षा किंवा उद्देशून केलेली संबोधनं, कायम लक्षात राहतील अशीच होती.

कार्लेकर मॅडम कधी 'बेंचवर उभे राहा' म्हणायच्या, तर कधी डावा हात कानापासून वर ताठ उभा ठेवायचा आणि उजव्या हाताची घडी तोंडावर बोट ठेवा म्हणून सांगायच्या. डी. एल. शिंदे सर 'माझ्या बालचमूंनो' म्हणायचे आणि कधी बेसावध असताना पाठीत जोरात धपाटा घालायचे. जाधव सरांना जेव्हा राग यायचा, तेव्हा 'अक्कलशून्य' किंवा 'शेणखाऊ भडव्या' असा 'शब्दप्रसाद' त्यांच्याकडून मिळायचा.

जी. जी. कुलकर्णी सर 'सौम्य' गुन्हा असेल, तर पायाचे अंगठे धरायला लावत आणि गुन्ह्याचं स्वरूप 'तीव्र' असेल, तर कोंबडा करत. त्यातल्या त्यात आणखी अवघड स्वरूप म्हणजे खाली वाकल्यावर पाठीवर पट्टी ठेवली जायची. पट्टी पडली की पुन्हा फटके. बेडकिहाळे सरांचं, "ए निल्या धनगरा..." हे निलेश कुलकर्णीसाठीचं 'एक्सक्लुझिव्ह' संबोधन कायमचं लक्षात राहिलं. कांबळे (नरंदेकर) सरांचं आणि खोचरे सरांचं खडूचा तुकडा किंवा डस्टर फेकून मारणं आजही आठवतं. विजय शिंदे सर चित्रकला शिकवायचे, म्हणूनच 'कानाखाली गणपती काढीन' हे त्यांचं फव्हरट वाक्य होतं.

उपाध्ये सरांचं आम्हाला कंपासातल्या छोट्या काचपट्टीनं किंवा लॉकरच्या किल्लीनं उलट्या हाताच्या बंद मुठीवर मारणं असंच एक वेगळेपण. पोतदार सरांना आम्हा विद्यार्थ्यांचा राग आल्यावर त्यांनाच फार काही बोलता यायचं नाही. गोगटे सर मात्र राग आला, की स्वतःच 'लालबुंद' व्हायचे!

आणखी एक सर होते, ज्यांना फार कधी राग येत नसे. ते म्हणजे, आ. क. कुरुंदवाडे सर. सातवीत असताना हिंदी शिकवायला कुरुंदवाडे सर होते. आमचा सातवीचा वर्ग नुकताच नवीन इमारतीत सुरू झाला होता. तेव्हा उन्हाळ्याच्या दिवसांत सकाळची शाळा भरायची. अजय आणि चार्वाकमध्ये किरकोळ वाद झाला आणि अजयनं बिचाऱ्याला कानफटात मारली. इतक्या जोरानं मारली होती की पाचही बोटं त्याच्या गालावर उमटलेली. नंतरचा तास कुरुंदवाडे सरांचा होता. गालावरचे व्रण पाहिल्यावर 'आता अजयचं काही खरं नाही,' असं आम्हाला वाटलं होतं; पण सरांनी फक्त ऐकून घेतलं आणि 'पुन्हा असं करू नकोस' इतकंच त्याला म्हणाले.

दैनंदिन आयुष्याच्या शाळेतदेखील आपल्या सर्वांना खूप सारे मार्गदर्शक लाभले असतील; पण शालेय जीवनात लाभलेले शिक्षक हेच खरे आईनंतर भेटलेले आयुष्यातले पहिले गुरू असतात, नाही का?

६६

दुरावलेली संगत

ऑगस्ट १९९०. 'कलासंगम.' कुरुंदवाडतर्फे काही गुणवंत विद्यार्थ्यांचा सत्कार समारंभ आयोजित केला होता. आम्ही दहावीत असताना कुरुंदवाड नगरपालिकेच्या हॉलमध्ये होणाऱ्या त्या कार्यक्रमात मलादेखील सत्कारासाठी सुतार सरांनी बोलावलं होतं.

'आकाशवाणी'वरचे निवेदक वामन काळेंच्या हस्ते सत्कार पार पडले. त्यानंतर वामन काळेंनी केलेल्या भाषणात शरद तळवलकरांच्या त्यांनी घेतलेल्या एका मुलाखतीचा संदर्भ दिला होता. ज्येष्ठ विनोदी कलाकार शरद तळवलकरांना त्यांनी प्रश्न केला होता, 'आपल्या आयुष्यातला सर्वश्रेष्ठ प्रसंग कोणता होता?'

तेव्हा तळवलकरांनी जोशी-अभ्यंकर खुनानंतरचा प्रसंग त्यांना सांगितला. अभ्यंकरांचे आई, वडील आणि मुलगी अशा सर्वांचा खून झाला होता. अभ्यंकरांच्या पत्नी भीती आणि नैराश्येनं जवळपास वर्षभर इतक्या ग्रासून गेलेल्या, की त्यांच्या चेहऱ्यावरचं हास्य केव्हाच मावळलं होतं. बरेच प्रयत्न झाले; पण कुणाला यश येत नव्हतं. अशा परिस्थितीत त्यांच्या चेहऱ्यावरचं हास्य फुलवण्याचं काम तळवलकरांनी केलं होतं. कुठल्याही प्रशस्तीपत्र आणि पुरस्कारापेक्षा ते समाधान मोठं होतं आणि तो प्रसंग सर्वश्रेष्ठ होता. तेव्हा मला जोशी-अभ्यंकर खुनाबाबतची जिज्ञासा लागून राहिलेली.दहावीच्या परीक्षेनंतर सगळ्यात पहिल्यांदा मी काय केलं असेल, तर प्रबोधिनीच्या वाचनालयातून 'येस, आय एम गिल्टी' नावाचं पुस्तक वाचून काढलं. जोशी-अभ्यंकर हत्याकांडातला आरोपी मुनव्वर शाहचं आत्मकथन; अर्थात कबुलीजबाब असलेलं पुस्तक. पुढे मुनव्वरला त्या प्रकरणात

फाशी होते. केवळ कॉलेजमधल्या मित्रांच्या कुसंगतीमुळे ते कांड हातून घडलं होतं. आयुष्यात काय करावं, यापेक्षा काय करू नये, हे कळणंदेखील खूपदा महत्त्वाचं असतं. 'माझं आत्मकथन काहींना दीपस्तंभासारखं असेल आणि माझ्या तरुण मित्रांच्या जीवनरूपी नौकांचे मोहाच्या, विकारांच्या आणि कुसंगतींच्या खडकांवर आपटण्यापासून संरक्षण होईल,' अशी त्याच्यात सद्भावना निर्माण झालेली. मुनव्वरची आई शिक्षिका असते.

सुसंगती ही आयुष्यातल्या प्रत्येक वळणावर महत्त्वाची असते. आमची शाळा इतकी शिस्तप्रिय असतानादेखील खूप जण वेगळ्या वळणावर जात असत. पान मसाला, मावा, गुटखा आणि तत्सम तंबाखूजन्य पदार्थांच्या आहारी काही जण जायचे. शाळेजवळ असलेल्या विक्रेत्यांशी गुरुवर्य महाजन सरांचे कित्येकदा वाद व्हायचे. इतकंच काय, तर सरांनी एकाच्या कानाखाली जाळदेखील काढला होता. 'राधाकृष्ण टॉकीज'जवळ राहणारा एक वर्गमित्र वर नमूद केलेल्या काही पदार्थांचा 'भोक्ता' होता. त्यांची महती तो खूपदा सांगायचा. एका रस्त्यावर असल्यानं शाळेत येता-जाता बऱ्याचदा आमची गाठभेट व्हायची. असाच एक प्रसंग सातवीत असताना शाळेच्या वार्षिक क्रीडामहोत्सवाच्या वेळचा. दुपारच्या सत्रात शाळेकडे चालत चालत जात होतो, तेव्हा तो वर्गमित्र भेटला आणि उपरोक्त एका पदार्थाबाबत खूप आग्रह करू लागला. आग्रहास्तव मी तो हातातदेखील घेतला; पण इकडच्या तिकडच्या गप्पांमध्ये सेवन करणं टाळत राहिलो. थोड्या वेळातच आणखी एक वर्गमित्र भेटला आणि नकळत हातातली ती 'ब्याद' टाकून दिली.

एका ठरावीक वयानंतर आम्ही आमच्या आसपासच्या मित्रांपासूनदेखील दूर होत गेलो. संगत दुरावत गेली. मास्तरांच्या मुलांना काही 'जनरल नॉलेज' नाही, अशा हेटाळणीजनक काही प्रतिक्रिया आम्ही लहान असताना कानावर पडत; पण तेही आमच्या दृष्टीनं चांगलंच होतं. कारण आमचं ग्रॅज्युएशन होईपर्यंत बालपणीचे दोन मित्र 'एड्स'सारख्या दुर्धर आजारानं, तर एक जण कर्करोगानं निवर्तला होता. वेळीच त्यांच्या आयुष्यात सुसंगत घडली असती, तर कदाचित 'ते' वाचलेही असते.

६७

फसलेली पुष्पवृष्टी

सध्या सॅनिटायजर टनेलबाबत वेगवेगळी मतांतरं आणि दावे सुरू आहेत. ते दावे काहीही असोत; पण चेंबरच्या दरवाजामधून आत आलं, की सॅनिटायजरचे तुषार अंगावर पडू लागतात आणि दोन आठवणी आवर्जून येतात.

एक प्रकर्षानं होणारी आठवण म्हणजे, कुठल्याही लग्न समारंभात अत्तर फवारणी मशिनमधून उडणारे तुषार. एक तर यंदाच्या उन्हाळ्यात कुठंही मंगल कार्यालयात लग्नं होत नसल्यानं तो अत्तराचा सुगंध 'मिस' होतोय. त्यातल्या त्यात समाधानाची बाब म्हणजे, अत्तर फवारणी मशीनचा वापर 'सॅनिटायझर' फवारायला काही ठिकाणी होत आहे. तेवढाच कुणाच्या कार्यक्रमाला गेल्याचा आभास.

दुसरी आठवण येते, ती लहानपणीच्या एका विज्ञानातल्या प्रयोगाची. उद्घाटन करणाऱ्या पाहुण्यांनी फीत कापली, की त्यांच्यावर फुलांचा वर्षाव व्हावा, असा तो प्रयोग. कुठं काही वाचलं, की आपणदेखील करून बघायचे किडे लहानपणापासून होतेच. त्यामुळे घरीच प्रयोग करून बघायचं ठरवलं.

इचलकरंजीत आमच्या घराच्या अंगणात विविध फुलझाडं कायम असायची. सदाफुली, गुलबक्षी आणि शेवंती तर वर्षभर असायच्या; पण अधूनमधून झेंडू, मोगरा, जास्वंदीदेखील सोबतीला येत असत. प्रयोगात स्वतःचं डोकं लावून आपल्या पद्धतीनं त्यात बदल केला. फीत कापण्याऐवजी दरवाजा उघडला, की वरून फुलं पडली पाहिजेत. दरवाजा उघडण्याच्या 'आयडिया'ला 'आयझॅक न्यूटन' काही अंशी कारणीभूत होता. कारण न्यूटनच्या घराचा दरवाजा उघडताना एक बादली भरून पाणी त्याच्या घराच्या वरच्या टाकीत पडायचं म्हणे. असो.

पूर्वीपासून आमच्या घराचे दरवाजे कधी बंद नसायचे. सकाळी उठल्यावर एकदा उघडला, की रात्री झोपतानाच दरवाजा बंद व्हायचा. आमचे बाप्पा त्या दिवशी बाहेर गेले होते. ते येईपर्यंत मी एक बॉक्स शोधला. त्यात झेंडू कुस्करून भरला आणि थोडी गुलबक्षीची फुलंही घातली. चौकटीच्या वर आतल्या बाजूला कमान होती, तिथं तो बॉक्स कसाबसा अडकवला. दरवाजा उघडला, की अंगावर पाकळ्या आणि फुलं पडावीत. बाप्पा आले. दरवाजा का बंद आहे, त्यांना काही कळालं नाही. त्यांनी दार उघडलं, तसं पाकळ्या आणि फुलं आमच्या अपेक्षेप्रमाणं पडली; पण त्यांना मात्र ते अनपेक्षित होतं. त्यामुळे ते दचकले. नंतर पुन्हा एकदा आमचं दुर्दैव आडवं आलं आणि नेमका वर अडकवलेला मोकळा बॉक्सदेखील पडला. त्यामुळे मिळालेले 'बोल' इथं वेगळे सांगायला नकोत.

नवीन प्रयोगाची, उपकरणांची अगर वस्तूंची चाचणी केल्याशिवाय लोकांसमोर मांडू नयेत, हे तेव्हा पहिल्यांदा कळलं. सॅनिटायझेशन टनेलच्यादेखील आणखी चाचण्या व्हायला हव्यात. असो.

प्रयोगशीलतेचा वारसा गुरुजनांकडूनच आमच्याकडे वर्ग झाला होता. दुसरीत असतानाचा एक प्रसंग. आजकाल आठवीपर्यंत परीक्षा होत नाहीत; पण त्या वेळी शाळेत तीन–तीन परीक्षा असायच्या. चौमाही, आठमाही आणि वार्षिक. दुसरीतली परीक्षा काही पाटीवर आणि तोंडी पद्धतीनं असायची. परीक्षा घेण्यासाठी

वर्गशिक्षकांखेरीज इतर वर्गांचे गुरुजन येत. आमची चौमाही परीक्षा घ्यायला तेव्हा पा. आ. पाटील गुरुजी आले होते. पाटीवरची लेखी परीक्षा झाली आणि तोंडी परीक्षेला एकेकाला पुढे बोलवून घेतलं जात होतं. माझा नंबर आला. नाव विचारलं आणि अभ्यासातलं थोडंफार विचारून झाल्यावर तोंड उघडायला लावलं. माझे दात बघितले आणि शिसपेन्सिलनं एका दातावर हळूच मारलं. दात झटक्यात पडला.

दात पडल्यावर आमच्या बहीण-भावंडांची तो दात 'लंगडी घालत दुसऱ्यांच्या घरावर टाकायची' शिकवण होती. आता पंचाईत झाली. वर्गात असल्यावर दात टाकायला घर कुणाचं शोधायचं? तरीदेखील थोडं लंगडत वर्गाबाहेर जाऊन एका घराच्या दिशेनं दाताला भिरकावून दिला. बऱ्याच जणांचे दात असं बोलत बोलत पा. आ. पाटील गुरुजींनी पाडून टाकले.

असे आमचे 'प्रयोगशील' गुरुजन, मग आम्ही तरी का बरं मागं राहावं?

६८

आयुष्याची शाळा

'सुटी संपली. शाळा सुरू झाली. आज शाळेचा पहिला दिवस. आज अभय भेटेल.'

आम्ही दुसरीत गेल्यावर मराठीतल्या पहिल्या धड्याची ही सुरुवात कायमचीच लक्षात राहिलेली. अगदी दर वर्षी लेकीच्या शाळेच्या पहिल्या दिवशी आठवणारी ही वाक्यं.

पूर्वी एक मेच्या दिवशी शाळेचे निकाल लागायचे आणि पुढच्या वर्षीची शाळा एक जूनला परत सुरू व्हायची. एक जूनची इतकी सवय गुरुजी मंडळींना झालेली, की वर्गातल्या मुलांचं वय काढणं दर महिनाअखेरच्या कामाला सोपं जावं, म्हणून सगळ्या मुलांची जन्मतारीख एक जून लावली जायची. आजही बऱ्याच लोकांचे वाढदिवस त्यामुळे एक जूनलाच असतात.

काही काळानंतर एक मे 'महाराष्ट्र दिन' असं काही 'थोर व्यक्तीं'च्या लक्षात आल्यानं, एक मेला शाळेच्या निकालाची तारीख हळूहळू पुढे सरकत जात चार किंवा पाच मेपर्यंत जाऊन स्थिरावली, तर शाळा उघडायची तारीखदेखील सुरुवातीला सात किंवा आठ जून असायची, ती नंतर पंधरा जूनपर्यंत वाढत गेली. यंदाचं वर्ष तसं अपवादात्मकच.

चौथीपर्यंत आम्ही नगरपालिकेच्या शाळेत शिकत असल्यानं शालेय पुस्तकं वर्गातच मोफत मिळायची. बाप्पा शिक्षक असल्यानं पुढे सातवीपर्यंतदेखील शिक्षकांच्या 'स्पेसिमेन' कॉपीज आम्हाला मिळायच्या; पण पुस्तकांवर शिक्के असल्यानं आम्ही त्यांना 'कव्हर' घालायचो.

आजच्यासारखं वह्यापुस्तकांना कव्हर घालणं त्या वेळी काही 'कम्पल्सरी'

नसायचं. आजकाल वह्यापुस्तकांना कव्हर घालण्यासाठी 'ब्राउन पेपर' किंवा 'प्लास्टिक पेपर'चे रोल्स येतात. आमच्या लहानपणी काही किराणा दुकानदार 'खाकी' कागदाच्या पिशव्यांमधून किराणा माल द्यायचे. आम्ही ते 'खाकी कागद' जपून ठेवायचो आणि नंतर पुस्तकांना कव्हर घालायला तेच वापरायचो.

कधी कधी मात्र रविवारच्या इंग्रजी पेपरच्या पुरवणीचा 'तेलकट' कागद पुस्तकांना कव्हर घालायला मिळाला, की खूप भारी वाटायचं. पुस्तकांना कव्हर घालायचा आणखी एक चांगला पर्याय असायचा तो 'सोव्हिएत देश'चा. दर महिन्याला 'सोव्हिएत देश'चा अंक आमच्या घरी पोष्टानं यायचा. तो अंक दर महिन्याला आमच्या घरी कुणी आणि का 'मोफत' पाठवायचं ते आम्हाला कळायचं नाही. तो अंक मराठीत भाषांतरित केला असल्यानं आम्हाला वाचायला तर कधी आवडला नाही; पण पुस्तकांना कव्हर घालायला चांगला असायचा. थोरल्या भावंडांच्या तावडीतून कधी तरीच आमच्या वाट्याला तो छान छान कव्हर यायचा. सर्वसामान्यपणे साधा वृत्तपत्राचा कागद पुस्तकांना कव्हर घालण्यासाठी आम्हाला मिळायचा.

पुस्तकांना कव्हर घालणं हे लहानपणीचं तसं 'स्किल'चं काम असायचं. कव्हर आणि पुस्तक यात अजिबात पोकळी राहता कामा नये. कारण त्यातून

थोडी जरी हवा आत गेली, तरी कव्हर फाटून जात असे. पुस्तकांचं कव्हर कधीच चिकटवलं नाही किंवा त्याला 'स्टेप्लर'च्या पिना मारल्या नाहीत. आम्हाला पुस्तकांना कव्हर घालायला बाप्पांनी शिकवलं होतं. तेव्हा आमच्या घरी कात्री नव्हती, त्यामुळे वापरलेल्या ब्लेडचं पान कागद कापायला वापरायचो. आजही कधी पुस्तकाला कव्हर घालायचा योग आला, तर मी कात्रीऐवजी ब्लेडचं पानच शोधतो. वर्षभर शाळेची पुस्तकं 'कव्हर'मध्ये असल्यानं, परीक्षा संपल्यावर जेव्हा कव्हर काढायचो, तेव्हा ती खूप अपरिचित वाटायची.

वर्तमानपत्राचं कव्हर घालताना एक नियम पाळला जायचा. तो म्हणजे, 'पिक्चर'चं पोस्टर पुस्तकांच्या कव्हरवर येता कामा नये. १९८९-९०च्या दरम्यान दक्षिण भारतातल्या जंगलात चंदन तस्कर वीरप्पनचा बराच धुमाकूळ सुरू होता. तेव्हा आम्ही नववीत होतो. तेव्हा भूगोल शिकवायला टी. एम. पाटील सर होते. भूगोलाच्या पुस्तकाचा आकार बाकी पुस्तकांपेक्षा मोठा असायचा. त्या पुस्तकाच्या कव्हरवर मात्र पेपरमधलं वीरप्पनचं कार्टून दर्शनी भागावर कसं येईल ते मी पाहिलं होतं. कारण मला वीरप्पनचं कार्टून आणि सरांचा चेहरा यात खूपच साम्य वाटायचं; पण पाटील सर मनानं खूप चांगले होते. पुस्तकाच्या कव्हरवरचं चित्र सरांनी एकदा पाहिलं. मला वाटलं सर आता खूप रागवतील; पण सर मिश्कीलपणे हसले. माझ्याकडे एकदा बघितलं; पण काही बोलले नाहीत.

पुन्हा एक जून आला.

दुसरीतल्या वर सांगितलेल्या धड्यातल्या शेवटच्या ओळी साधारण अशा आशयाच्या होत्या. नवे वर्ष, नवा वर्ग, नवी पुस्तकं, नवा अभ्यास, नवे सोबती, नवे खेळ सारेच कसे नवे नवे! सारेच कसे हवे हवे. सगळेच जणू मनात म्हणत होते, पहिलीतून दुसरीत आलो, आता दुसरीतून तिसरीत जाणार. एकेक पायरी ओलांडून असेच आम्ही पुढे जाणार.

कोरोना या वैश्विक महामारीच्या पार्श्वभूमीवर तब्बल दोन महिन्यांपेक्षा अधिक कालावधीच्या चार वेळच्या लॉकडाउननंतर एक जूनपासून 'अनलॉक-१' सुरू झाले आणि 'आयुष्याची शाळा' पुन्हा एकदा सुरू झाली.

६१

डाव्या बाजूने जा

लॉकडाउनमध्ये प्राण्यांमधली 'मानवजात' घरात बंद झाल्यानं इतर सगळ्यांचं चांगलंच फावलं होतं. इतर प्राणिजात मनसोक्त, बिनधास्तपणे वावरत होते. त्याच दरम्यान आलेल्या पर्यावरण दिवसाच्या दिवशी इमारतीच्या गॅलरीतून असंच एक गमतीशीर दृश्य पाहायला मिळालं. समोरच्या आंब्याच्या झाडावर आपलाच एक उत्क्रांतीवादातला 'पूर्वज' मनसोक्तपणे ताव मारत बसलेला. आपल्यापेक्षा त्यांची फळांमधली पारख चांगलीच. एक एक करत फडशा पाडणं चालू होतं; पण महाशय पूर्ण आंबा संपवतील, तर ते 'मर्कट' कसले? अर्धवट आंबा खायचा आणि बाकीचा खाली टाकून द्यायचा. टाकलेले ते अर्धवट आंबे नेमके रस्त्यावर पडू लागले आणि मग आपल्या मानव जमातीला 'विश्वासू' म्हणून मान्य पावलेले कुत्रे त्या अर्धवट खाल्लेल्या आंब्यांमागं लागले. थोडंफार खाल्ल्यावर त्यांची नजर पडते ती झाडाच्या एका फांदीवर आरामात पहुडलेल्या प्राण्यावर आणि मग खाणं बाजूला ठेवून यांचं वरच्या दिशेनं भुंकणं सुरू होतं.

थोड्याच वेळात तिथं आगमन होतं, ते आपल्या पूर्वजांशी थेट संपर्क साधणाऱ्या 'ब्लॅक मेसेंजर'चं; अर्थात कावळ्यांचं. झाडावरच्या आंब्यांना डायरेक्ट 'ॲक्सेस' असून, चोच मारता येत असतानादेखील मर्कट प्राण्याच्या हातातल्या आंब्यांवर टपलेले. झाडाखाली भुंकणारी कुत्री आणि वरून काव काव करत डोकं उठवणारे कावळे यात बिचाऱ्याची 'सर्कस' सुरू होती. मग सुरुवातीला एका फांदीवरून दुसऱ्या फांदीवरच्या उड्या नंतर आजूबाजूच्या झाडांवर सुरू झाल्या, तर थोड्याच वेळात त्या मित्रमंडळींचा 'पाठशिवणी'चा खेळ अख्ख्या कॉलनीभर

बिनदिक्कतपणे सुरू राहिला.

असाच पाठशिवणीचा खेळ आमच्या शाळेत बिनदिक्कतपणे सुरू असायचा. खेळ खेळताना सगळ्यांचं भान पूर्णपणे हरपून गेलेलं असायचं. इतकं की वाटेत कधी शिक्षक आले, तर टक्कर ठरलेली. यातला सगळ्यात 'सुवर्णकाळ' होता तो सहाव्या इयत्तेतला.

सहावीचा वर्ग वरच्या मजल्यावर असल्यानं वऱ्हांडा, जिना आणि जिन्याखालची मोकळी जागा या सगळ्यांचा पुरेपूर वापर व्हायचा. हा खेळ इतका वेगवान असायचा, की पंधरा मिनिटांच्या लहान सुट्टीतदेखील बऱ्याच जणांवर डाव यायचे. डाव कुणावर हे ठरवण्यासाठी 'चकणं' व्हायचं. चकण्यात कधी कधी 'काळाबाजार'देखील व्हायचा. आपण जसं आधी सुटलो, तसा आपला 'प्यट्टं' मित्र सुटावा अशी इच्छा असायची आणि त्यात आपला एखादा मित्र असायचा, तेव्हा आधी सुटलेल्यांची आपल्या भिडूला सोडवण्याची धडपड चालायची. त्यासाठी ते सुटूनही पुन्हा खेळात सहभागी व्हायचे.

नकळत खाणाखुणा होऊन आपल्या अडकलेल्या 'भिडू'ला सोडवणं व्हायचं. पाठशिवणीच्या या खेळात कधी कधी एकाचाच 'बकरा' व्हायचा. म्हणजे कुणा एकावरच सारखे सारखे डाव यायचे; पण यातली सर्वांत 'अविस्मरणीय' गोष्ट होती ती 'टाइम प्लीज'ची. 'कोरोनो'च्या निमित्तानं इतका प्रदीर्घ 'टाइम प्लीज' आपल्याला आयुष्यात मिळेल, असं कधीच वाटलं नव्हतं; पण या निमित्तानं या प्राण्यांमधला पाठशिवणीचा खेळ पाहायला मिळत होता.

आम्ही शाळेत शिकत असतानादेखील किती तरी टोकाचे विरोधाभास अभ्यासायला लागायचे. आम्ही दुसरीत असताना आम्हाला 'हुशार कावळा' शिकवला गेला. माठात तळाशी असलेलं पाणी, बिचारा तो कावळा छोटे छोटे दगड टाकून वरपर्यंत आणतो आणि आपली तहान भागवतो. सहावीत आल्यावर मात्र हिंदीत 'चतुर सियार और मूर्ख कौआ'मध्ये तोंडातून 'बोटी' अर्थात मांसाचा

तुकडा कोल्हा चतुराईनं काढून घेतो, तेव्हा कावळ्याला 'मूर्ख' संबोधलं जातं. दुसरीत शिकवलेला 'हुशार कावळा' सहावीत येईपर्यंत 'मूर्ख' कसा झाला? असल्या काही तरी शंका मनात त्या वेळी यायच्या.

सहावीत असतानाची अशीच एक शंका. आमच्या लहानपणी शाळेत येत असताना इचलकरंजीत रस्त्यावर सगळीकडे 'डाव्या बाजूने जा' असे छोटे बोर्ड दिसायचे. 'जनता बँक चौका'त, गांधी पुतळ्याजवळ असे सर्वत्रच असायचे.

आम्हाला सहावीच्या इंग्रजीच्या पुस्तकात 'ट्रॅफिक रुल्स'बद्दल एक धडा होता. त्यात तर 'उजव्या बाजूने जा' असं सांगण्यात आलं होतं. काही कळत नव्हतं. शंका काही दूर होत नव्हती. बऱ्याच जणांना विचारून झालं. खूप दिवसांनी त्या गोष्टीचा 'अर्थबोध' झाला, की चालताना 'उजव्या बाजूने' चालायचं म्हणजे समोरून येणारं वाहन दिसू शकेल. असे बरेच छोटे-मोठे गोंधळ मनात कायम असायचे.

मघाशी सुरू असलेला प्राण्यांमधला पाठशिवणीचा खेळ आता थांबला होता. बहुधा सर्व जण आंबे खाऊन तृप्त झाले होते. पर्यावरण दिनानिमित्त होणाऱ्या 'वेबिनार्स'च्या आभासी भाऊगर्दीत पुन्हा एकदा प्राणिमित्रांचा हा लाइव्ह शो 'डाउन टू अर्थ' वाटत होता.

७०

दुसरा की दुय्यम ?

जवळपास सगळ्यांनी हे वाचलं असेलच.

मास्तर : सोन्या, सांग की चंद्रावर पहिलं पाऊल कुणी टाकलं ?

सोन्या : नील आर्मस्ट्राँग.

मास्तर : अगदी बरोबर. आणि दुसरं पाऊल कुणी टाकलं ?

सोन्या : त्यानेच टाकलं असंल की. तो काय लंगडा वाटला होय तुम्हाला!

यातला विनोदाचा भाग सोडला, तर 'दुसरं पाऊल' किंवा एखाद्या बाबतीतलं 'दुय्यम स्थान' ही संकल्पना अनेकदा काही जणांचं आयुष्य उद्ध्वस्त करून टाकत असते.

नील आर्मस्ट्राँग, एडवीन ऑल्ड्रिन आणि आमची ओळख इयत्ता चौथीत असताना झालेली. 'चंद्रावर चला' नावाच्या एक धड्यातून. 'रॉकेट दादा' मुलांना चंद्रावर घेऊन जातो. रॉकेटदादाचं उड्डान आणि चंद्राची सफर असं काहीसं वर्णन असलेली ती एक काल्पनिक गोष्ट होती. दुसरीतल्या 'इंजिनदादा, इंजिनदादा काय करता ?' या कवितेमुळे 'रॉकेटदादा'देखील लक्षात राहिलेला.

आर्मस्ट्राँगचं जरी पहिलं पाऊल असलं, तरी ऑल्ड्रिनचं महत्त्व चंद्रावर उतरलेली दुसरी व्यक्ती म्हणून कमी होत नव्हतं. आपल्याला असा भेदभाव कधी शिकवला नाही. त्यामुळे कायम आर्मस्ट्राँग आणि ऑल्ड्रिन अशी 'जोडगोळी'च आठवते.

पाचवीला मराठीत जेव्हा एव्हरेस्टवीर शेर्पा तेनसिंग नोर्गेंचा 'एक ऐतिहासिक क्षण' अनुभवला, तेव्हा हिलरीचं एव्हरेस्टवर पहिलं पाऊल असलं, तरी शेर्पाची

कामगिरीदेखील तितकीच तोलामोलाची होती. 'शेर्पा' आणि 'साहेब' असा भेदभाव नाहीसा झाला होता, असं एक वाक्य त्यात होतं. पहिला आणि दुसरा नंबर असा भेद त्यांच्यात कधी झाला नाही. अगदी त्यानंतर पन्नास वर्षांनीदेखील हिलरींचा आणि शेर्पा तेनसिंग नोर्गेंचा मुलगा यांनी एकत्रितपणे एव्हरेस्ट शिखर सर केलं!

मात्र, ऑल्ड्रिनच्या बाबतीत असा विचार कधीच झाला नाही. चंद्रावर पाऊल ठेवलेला दुसरा माणूस ही सल त्याच्या मनात कायम राहिली. त्याने सदैव स्वतःला 'दुय्यम' लेखलं. मानसिकदृष्ट्या तो इतका खचला, की दारूच्या आहारी गेला आणि कालांतराने त्याला मानसोपचार तज्ज्ञांची गरज भासली. कदाचित यातलं राजकारण म्हणा किंवा अन्य सगळ्याच गोष्टींचा तपशील आपल्याला माहिती नसेल; पण ऑल्ड्रिनबाबतची ती वस्तुस्थिती होती.

जेव्हा पहिला आणि दुसरा नंबर असा भेदभाव केला जातो, तेव्हा निश्चितच मानसिक खच्चीकरण होत असतं. चौथीच्या शिष्यवृत्ती परीक्षेत शहर पातळीवर पूर्वपरीक्षा झालेली, तेव्हा माझा तिसरा क्रमांक होता. अजय कुलकर्णी पहिला होता आणि शार्दूल फडणीस दुसरा. तेव्हा पहिल्यांदाच पहिला नंबर मिळवण्याची जिद्द माझ्या मनात निर्माण झाली होती. शेवटी शासकीय परीक्षेत माझा शहरात पहिला नंबर आला होता. भले अगदी एकेक गुणांचाच फरक त्यात होता. सातवीत जेव्हा

अगदी थोडक्यात शिष्यवृत्ती हुकली, तेव्हा मात्र खूप रडलो होतो.

शाळेतल्या परीक्षेत मात्र आम्ही कोणाच्या खिजगणतीत नसायचो. पहिल्या एक-दोन नंबरांत कधीच नाही आणि आठव्या नंतरही कधी गेलो नव्हतो; पण एक गोष्ट मात्र होती, ती म्हणजे घटक चाचणी आणि सहामाही परीक्षेनंतर जेव्हा पेपर दाखवले जायचे, तेव्हा एकेक मार्कसाठीदेखील वाद घालायचो. तेव्हा पहिल्यांदा पाचवीला हिंदीच्या पेपरमध्ये तीसपैकी तीस पडले होते.

घटक चाचणी, सहामाही या परीक्षा होत राहायच्या. त्यामधल्या प्रत्येक विषयाचे पेपर तपासून वेगवेगळ्या दिवशी तासावेळी मिळायचे. त्यामुळे परीक्षेनंतर दररोज कोणते शिक्षक वर्गात पेपर आणतात, याकडे नेहमी लक्ष लागलेलं असायचं. एक-दोन मार्कांची चढाओढ असायची; पण आजच्यासारखा 'ओपन डे' कधी नसायचा. त्यामुळे पालकांना कधीच शाळेत यायला लागायचं नाही. म्हणूनदेखील आम्ही खूपच सुखी होतो. किंबहुना शाळेत येऊन पोरांचे लाड पुरवायला आणि शिक्षकांशी वाद घालायचा त्यांना वेळ नसायचा.

नववीत असतानाचा लोखंडे (भोई) मॅडमबरोबरचा इतिहासाच्या पेपरमधला वाद असाच प्रसिद्ध झाला होता. निमित्त होतं ते 'बोस्टन टी पार्टी'च्या उत्तराचं. मी एकटाच त्यात नव्हतो, तर चार-पाच जणांचा ग्रुप होता. वाद इतका विकोपाला गेलेला, की आम्ही स्टाफरूमपर्यंत जाऊन पोहोचलो. वास्तविक शिक्षकांशी इतक्या स्तरापर्यंत जाऊन वाद घालण्याची गरज नव्हती; पण दुय्यम स्थान कुणाला हवं असतं? माझादेखील 'हायस्ट' आला पाहिजे. एवढाच त्यामध्ये मतलब असायचा.

गतवर्षी झालेल्या 'स्मृतिगंध'मध्ये मॅडमला आठवण करून दिल्यावर त्यांनी आपल्या भाषणात प्रांजळपणे सांगितलं, "वर्गातल्या सगळ्यांचीच गुणवत्ता इतकी तोलामोलाची होती, की कुठं कुणाला कमी-जास्त मार्क द्यायचे याचा संभ्रम पेपर तपासताना निर्माण व्हायचा." पण पुढे बोर्डाच्या पेपरची तपासणी करताना या गोष्टींचा त्यांना चांगला फायदा झाला. असो.

शाळेतल्या निकालात माझं कुठंही स्थान असो; पण आमच्या शाळेतलं मूल्यमापन काटेकोरपणे व्हायचं. दहावीच्या पूर्वपरीक्षेचा निकाल हा बोर्डाच्या मार्कलिस्टची झेरॉक्स कॉपीच असायचा. दोन-चार मार्क कमी अथवा जास्त. शाळेत कितीही मार्क मिळाले, तरी घरी जाताना पेढे घेऊन जायचे. पेढ्यांचा गोडवा दिवसभर जिभेवर रेंगाळत राहायचा, दुय्यम स्थानाची कटुता त्यात विरून जात असे.

७१

अप्पू हत्ती

सन १९८२. दुसरीची चौमाही परीक्षा होऊन दिवाळीच्या सुट्ट्या सुरू झालेल्या. सामान्यपणे दिवाळी तोंडावर म्हणजे उत्साहाचं वातावरण असतं; पण आमच्या घरी चिंतेचं सावट पसरलेलं. लहान असतानादेखील ते मला जाणवत होतं. तरीही आमच्या बालमनाला काही वेगळं वाटू नये, म्हणून कॉटनचा एकदम साधा ड्रेस घेतलेला. बाप्पांनी मात्र काही खरेदी केली नव्हती. शिवाय दर वर्षीप्रमाणे फटाकेदेखील आणले नव्हते.

मुळातच अहिंसेचे कट्टर समर्थक असल्यानं घरी गांधीवादी विचारसरणीचा प्रभाव होता. गांधीजींनंतर त्या विचारांचे सच्चे पाईक विनोबा भावे होते. अन्न, पाणी आणि औषधांचा त्याग त्यांनी त्या वेळी केला होता, अगदी जैन धर्मात असणाऱ्या 'सल्लेखना' व्रताप्रमाणेच. त्यामुळे सर्वांना काळजी लागून राहिलेली. दररोज तब्येतीच्या चढउताराराच्या बातम्या यायच्या. इंदिरा गांधींची विनंती विनोबांनी धुडकावल्यानंतर मात्र केवळ वाट बघणं सुरू झालं.

लक्ष्मीपूजनाचा तो दिवस होता. पूजेसाठी लागणारं साहित्य घेऊन मी, बाप्पा आणि दादा एकाच सायकलवरून येत होतो. गांधी कॅम्पच्या मधल्या रस्त्यावरून येताना रेडिओवरच्या बातम्या एका ठिकाणी सुरू होत्या. तिथं विनोबाजी गेल्याचं समजलं. अगदी एखादी जवळच्या नात्यातली व्यक्ती गेल्यासारखं घरातलं वातावरण झालं होतं.

पुढे दिवाळी झाली आणि लगेचच दिल्लीमध्ये आशियाई क्रीडा स्पर्धा सुरू होणार होत्या. एशियाड सुरू व्हायच्या आधीपासूनच वर्तमानपत्रात 'अप्पू'

हत्तीची चित्रं येत होती. अप्पूचं चित्र खरंच गोंडस असायचं. दोन पायांवर उभा राहिलेला, त्यातही एक पाय कोपऱ्यात दुमडलेल्या स्टाइलमध्ये उभारलेला 'अप्पू' मला खूप आवडायचा. त्यामुळे मी पेपरमधली अप्पूची चित्रं कापून ठेवू लागलो. त्या वेळी 'क्रीडांगण'चा अंक पाहायला /वाचायला मिळायचा. त्यात खेळांच्या बातम्या, वेगवेगळ्या खेळाडूंचे आणि खेळांचे फोटो वगैरे यायचे.

क्रीडा स्पर्धा सुरू झाल्यानंतर वर्तमानपत्रात येणाऱ्या बातम्यादेखील कापून ठेवू लागलो. नंतर एक वही घेतली. दिवसागणिक येणाऱ्या बातम्या, अप्पू, वेगवेगळे खेळ खेळत असलेली चित्रं त्या वहीत चिकटवून ठेवू लागलो. शांतीनगर वाचनालयात संध्याकाळी जाऊन एखादा 'शिळा' पेपरदेखील कधी कधी घेऊन यायचो. खेळासंदर्भातल्या ठरावीक बातम्या वहीत चिकटवून ठेवू लागलो. कुणीच मला हे असं काही कर म्हणून सांगितलं नव्हतं. आजकालच्या मुलांना 'फेव्हिकॉल' किंवा 'ग्लू' खरेदी करताना काही बंधन नसतं. आम्ही मात्र लहानपणी कागद चिकटवायला भाताची 'पेज' वापरायचो. पुढे घरी 'प्रेशर कुकर' आल्यावर मात्र भाताची पेज मिळेनाशी झाली. मग चिकटवा चिकटवीच्या कामी थेट भाताचा वापर होऊ लागला. कधी बाभळीच्या झाडाचा डिंक मिळाला, तर पर्वणीच असायची. आजोळी गावंदरीच्या शेताच्या बांधावर बाभळीचं झाड होतं. शेताच्या सीमा ठरवण्यासाठी या झाडाचा उपयोग होतो, असं आजोबा सांगत. मामाकडून एकदा बाभळीचा खूप सारा डिंक काढून घेतला होता. आईनं त्या डिंकाचे लाडू करून उरलेला डिंक कागद चिकटवण्यासाठी आम्हाला दिला. त्यामुळे पुढची दोन-तीन वर्षं तरी आम्हाला डिंकाची कमतरता भासली नव्हती.

दिवाळीच्या सुट्ट्या संपेपर्यंत आशियाई क्रीडा स्पर्धादेखील संपलेल्या. खेळांच्या बातम्यांची वहीदेखील भरलेली. प्रत्येक बातमीच्या कडा स्केचपेनने रंगवलेल्या. त्या त्या खेळाप्रमाणे अप्पूची चित्रं, फोटो चिकटवले होते. शाळा सुरू झाल्यानंतर ती वही शाळेत नेऊन आमचे वर्गशिक्षक गुरव गुरुजींना दाखवली. त्यांनी पान अन् पान उलटून पाहिलं. नंतर गुरुजींनी ती वही मुख्याध्यापक दि.

बं. होगाडेंना दाखवली. मुख्याध्यापकांनी मला बोलवून घेतलं. शाबासकी दिली आणि एक छान पेन बक्षीस म्हणून दिला.

तेव्हा अप्पूला खूप प्रसिद्धी मिळाली होती. आपलं आराध्य दैवत गणपतीशी असलेल्या साम्यामुळे असेल कदाचित; पण अप्पू आपलासा वाटायचा. आइस्क्रीम, मॅच बॉक्स, प्लास्टिक अशा बऱ्याच उत्पादनांच्या जाहिरातीमुळे अप्पू 'फेमस' झाला होता. वास्तविक अप्पू हे हत्तीचं एक छोटं पिल्लू होतं. नंतरच्या काळात हळूहळू अप्पू जवळपास विस्मृतीत गेला.

मागच्या वर्षी मात्र अहमदनगरच्या 'सर्जेपुरा' भागातून जाताना एका चौकात अप्पूची मोठी प्रतिकृती दिसली. आजही अप्पूची प्रतिकृती जपून ठेवल्याचं आश्चर्य वाटलं. मागे एकदा दुर्दैवी हत्तीणीचा मृत्यू झाल्यावर अप्पूची पुन्हा एकदा आठवण झाली.

७२

बॅट-पुराण

उन्हाळ्याचा रुक्षपणा घालवण्यासाठी 'रोमँटिक मॉन्सून'चं आगमन होतं. जून सुरू झाल्यावर यंदा पाऊस वेळेवर बरसू लागला. हळूहळू पावसाचा 'रोमान्स' कमी होतो आणि एक 'नियमित' वर्दळ सुरू होते. कानाजवळ येऊन घोंगावण्यापर्यंत सगळं ठीक असतं; पण एकदा चावा घेणं सुरू झालं, की सगळं काही असह्य होऊन जातं.

सर्व खलस्य चरितं मशकः करोति

डास आणि एखादा 'नीच' माणूस यांच्या वागण्यातलं साम्य सांगणाऱ्या संस्कृतातल्या एका सुभाषितातली शेवटची एक ओळ; पण अशा डासाला मारायचं म्हटलं, की नानाचा 'यशवंत' आठवतो. 'एक मच्छर साला, हिजड़ा बना देता है!' आणि हात आपोआप आखडता घेतला जातो.

यंदा ठरवलं, कुठलंही रासायनिक द्रव्य किंवा झाडपाला वापरायचा नाही आणि अंगाला काही फासायचं नाही. त्यामुळे राहता राहिला पर्याय रॅकेटचा. बाजारात जाऊन चौकशी केली, तर बऱ्याच चिनी बनावटीच्या बॅटा होत्या. 'डास मारायला चिनी कशाला हवेत?' असा मनात विचार आला.

डास चावले तर हरकत नाही; पण चिनी 'बॅट' नाही म्हणजे नाही. ऑलरेडी एका चिनी 'बॅट'मुळे जगभरात महामारी चालू झाली म्हणतात. शेवटी मात्र एका दुकानातून भारतीय बनावटीची 'रॅकेट' घेऊन घरी आलो. नाही तरी लॉकडाउनमध्ये 'माश्या' मारत बसण्यापेक्षा संध्याकाळच्या वेळेचा सदुपयोग होणार होता. तलवार फिरवल्याप्रमाणे रॅकेट हवेत फिरवून डासांचा नायनाट करू लागलो. उगी लहानपणी

गणपतीत 'टिकल्या' आणि 'केपा' उडवल्याचं समाधान डास मारतानाच्या ठिणग्या पडताना बघून होत होतं.

सातवी झाल्यानंतर पहिल्यांदाच रॅकेट हातात धरलेली. शाळेत जशा कला आम्हाला अवगत नव्हत्या, तीच परिस्थिती खेळातही होती. शाळेत गेल्यावर खेळणं व्हायचं; पण शाळेतल्या कुठल्या खेळात गती नव्हती. पाठशिवणीचा खेळ, लपंडाव, चिंध्यांच्या चेंडूचं क्रिकेट असे खेळ खेळायचो; पण शाळेत मुख्यत्वे खो-खो आणि कबड्डीचे खेळ व्हायचे. खो-खो आणि कबड्डीसारखे खेळ जास्त करून शालेय क्रीडा स्पर्धांपुरतेच मर्यादित राहिले. अगदी आवडीने मित्रांनी जमून खेळण्यासाठी ते कधीच 'फेव्हरेट' नव्हते.

खो-खोमध्ये तर राष्ट्रीय स्तरावर खेळणारे खेळाडू आमच्या शाळेत होते. त्यामुळे क्रीडामहोत्सवात मी एक तर प्रेक्षकाच्या भूमिकेत असायचो किंवा विज्ञान प्रदर्शनाच्या काही तरी उठाठेवी करण्यात मग्न असायचो. कुठलीही चपळता आमच्याकडे नव्हती. कारण आमचं 'स्थूलत्व' हा एक सर्वांत मोठा अडसर होता. असो.

सहावीत असताना एकदा आम्हाला एक शटलकॉक सापडलं. घरी आल्यावर

जुन्या वह्यांचे पुठ्ठे घेऊन मी आणि माझे बंधू 'फूल बॅट'ने अंगणात खेळू लागलो. दररोज संध्याकाळी शाळेतून आल्यावर अंगणात आमचा खेळ रंगू लागला. लगेचच पुढच्या आठवड्यात बाप्पा बॅडमिंटनच्या दोन रॅकेट्स घेऊन आले. रॅकेट लाकडीच होत्या. थोड्या जड होत्या; पण मला आवडल्या. दररोज अंगणातच खेळू लागलो; पण ना कुठलं नेट, ना काही जागेचं बंधन. थोडक्यात काही प्रमाणात हालचाली आणि व्यायाम असं आमच्या अंगणातल्या बॅडमिंटनचं स्वरूप होतं.

दादा बारावीत गेल्यावर आमच्या बॅडमिंटन रॅकेट्स अडगळीत जाऊन पडल्या. मी सातवीत असताना एकदा थेट क्रीडामहोत्सवात खेळण्याची ऊर्मी जागी झाली होती. मग काय, जी. जी. कुलकर्णी सरांकडे नाव दिलं. खबदाडात पडलेल्या रॅकेट्स वर काढल्या; पण तोपर्यंत एका रॅकेटच्या वायरी तुटलेल्या. बॅडमिंटनच्या सामन्यांचे 'ड्रॉ' शाळेतल्या नोटीस बोर्डावर लावले गेले. पहिल्या सामन्यात मला 'बाय' मिळाला होता. दुसरा सामना होता आनंद देवधरविरुद्ध.

'रिक्रिएशन' हॉलमध्ये सामने होते. हॉलमध्ये गेल्यावर पहिल्यांदा दोन खेळाडूंच्या मध्ये नेट बांधलेली बघितली. बॅडमिंटन कोर्टच्या चारी बाजूंच्या रंगवलेल्या सीमारेषा बघितल्या. सर्व्हिस करताना दर वेळी सुरुवातीला खेळाडूंनी तिरक्या रेषेत असलेल्या बॉक्सच्या हद्दीत उभं राहायचं असतं, ते तिथं जागेवर गेल्यानंतर समजलं. बरेच नियम आनंदनंच मला सांगितले. आनंदविरुद्धचा पहिला सामना मी जिंकला. पुढचा सामना दुपारी 'अ' तुकडीच्या कोठारीविरुद्ध आहे, असं कुलकर्णी सरांनी सांगितलं. आनंदनं हेही सांगितलं होतं, की कोठारी बॅडमिंटनमध्ये 'चॅम्पियन' आहे.

मी जेवायला घरी गेलो. दुपारी परत जावं की नको, असं वाटू लागलं. चॅम्पियनसमोर आपलं विनाकारण हसं होणार. द्विधा मनःस्थितीत होतो; पण तरीही गेलो. सामन्याच्या आधी थोडा वेळ लक्षात आलं, की माझ्या रॅकेटची जाळी तुटली आहे. मग सरांनीच एक रॅकेट ॲडजेस्ट करून दिली. आमच्या जड लाकडी रॅकेटपेक्षा ती खूप हलकी होती. त्यातूनही एक सेट जिंकलो; पण तो सामना हरलो. जी. जी. सरांनी पाठ थोपटली. 'चांगला खेळलास' म्हणाले. सरांची कौतुकाची थाप अनपेक्षित होती.

बाहेर अंधार पडला होता. दादा न्यायला आला होता. सायकलवरून डबलसीट घरी जाताना सरांच्या शाबासकीनं सकाळपेक्षा जास्त उत्साह संचारला होता.

७३

न मिळालेलं बक्षीस

परवाचा ४ जुलै. स्वामी विवेकानंदांच्या 'पुण्यस्मरणा'चा दिवस; पण लॉकडाउन आणि कोरोनाच्या जंजाळातून काही सुटका होताना दिसत नसल्यानं 'मेंटल ब्लॉक' होत होत डोक्याचा पार 'भुग्गा' झाला होता; पण त्या दिवशी संध्याकाळच्या वेळी एका मित्रानं आठवण करून देत, स्वामी विवेकानंदांचा एक छानसा विचार पाठवला आणि पुण्यतिथीची आठवण करून दिली. 'स्वतःला परिस्थितीचे गुलाम समजू नका. तुम्ही स्वतःच स्वतःचे भाग्यविधाते आहात.' आजच्या अत्यंत कठीण दिवसात अशा वाक्यांचा तेवढाच मानसिक आधार.

पाचवीत असताना इचलकरंजीतल्या 'गायत्री भुवन'मध्ये स्वामी विवेकानंदांवर वक्तृत्व स्पर्धा होणार होती. तिसरीतल्या 'थोरांची ओळख'मध्ये पहिल्यांदा विवेकानंदांची आणि आपली ओळख झालेली होती. शिकागोतली धर्मपरिषद आणि तिथं स्वामीजींनी केलेलं भाषण 'माझ्या बंधू आणि भगिनींनो' आणि पुढे पाच मिनिटं झालेला टाळ्यांचा कडकडाट, एवढंच काय ते त्यांच्याबद्दल माहिती. गुरुवर्य महाजन सरांनी बोलवून वक्तृत्व स्पर्धेत भाग घ्यायला सांगितला. गुरुवर्यांनी काहीही सांगितलं, की ते करायचंच एवढी जिद्द मनात असायची. सोबत त्यांनी एक पुस्तकदेखील वाचायला दिलं. सरांकडच्या 'पोतडी'त नेहमीच बरीचशी पुस्तकं असायची आणि अशा कुठल्या स्पर्धा असल्या, की आम्हाला ती हमखास मिळायची. पुस्तकं आणि वर्तमानपत्रं हाच केवळ माहितीचा स्रोत त्या काळी उपलब्ध असायचा.

एका संध्याकाळी 'गायत्री भुवन'मध्ये कार्यक्रम होता. त्यासाठी मी

विवेकानंदांच्या बालपणीच्या आठवणींवर बोलण्याची तयारी केली होती. त्याआधी तिसरीत असताना लोकमान्य टिळकांच्या पुण्यतिथीला भाषण केलं होतं; पण त्या वेळचं भाषण शाळेत केलं होतं; पण आता शिक्षक आणि विद्यार्थी म्हणजे श्रोतावर्ग माहितीतला होता. इथं मात्र कुणी माहितीतले नव्हते. दुसरं सगळ्यात मोठं टेन्शन होतं, ते म्हणजे माइकवर बोलायचं. पहिल्यांदाच माइकवर बोलायचं होतं. त्यामुळे जाम भीती वाटत होती. नेहमीपेक्षा हळू आवाजात बोलायचं, की मोठ्यानं बोलायचं कुणाला ठाऊक. शिवाय माइकपासून किती अंतरावर उभं राहायचं काय माहीत? हे विचारायचं तरी कुणाला? सगळ्यात यक्षप्रश्न म्हणजे भाषण करताना नेमकं कुठं बघायचं? हायस्कूलमध्ये पाचवीत आल्यावर पहिल्यांदा माइक बघितलेला तो प्रार्थनेच्या वेळी. बेडकिहाळे सर आणि जी. जी. कुलकर्णी सर तर मोठ्याने बोलायचे. आपापसातलं बोलणं आणि लोकांसमोर स्टेजवर जाऊन बोलणं यात फरक असतो, ते जाणवू लागलं.

सगळा धीर एकवटून स्टेजवर गेलो. सुरुवातीची भीती आणि अडखळत जात असलेली गाडी स्वामीजींच्या बालपणीच्या धिटाईच्या गोष्टी सांगता सांगता रुळावर येत गेली.

स्पर्धा पार पडल्यानंतर लगेचच थोड्या वेळात निकाल जाहीर करण्यात आला. माझा उत्तेजनार्थ नंबर आला. बक्षीस म्हणून स्वामीजींचं एक पुस्तक मिळेल, असं सांगण्यात आलं. पुस्तकाची प्रत ओझा वकिलांच्या ऑफिसमधून दुसऱ्या दिवशी घ्यावी, असं कार्यक्रमावेळी सांगण्यात आलं. दुसऱ्या दिवशी लगेचच शाळा असल्यानं जाता आलं नाही. रविवारच्या दिवशी 'गायत्री भुवन'जवळच्या त्या वकिलांकडे गेलो; पण ते तिथं नव्हते. मी कशाकरता आलो ते सांगितलं; पण तिथल्या व्यक्तींना काहीच माहिती नव्हती. दिवसभरात तीन-चार चकरा मारल्या; पण वकीलसाहेब काही भेटलेच नाहीत. त्या वेळी टेलिफोनदेखील नसल्यानं प्रत्यक्ष जाऊनच पाहावं लागायचं. दिवसभर फेऱ्या मारून वैतागून गेलो. शेवटी मनात ठरवलं, की परत तिकडे जायचंच नाही.

बाप्पांनी मात्र काही दिवसांनी स्वामीजींवरचं एक पुस्तक प्रदर्शनातून विकत आणून दिलं; पण बक्षिसाचं पुस्तक मात्र राहूनच गेलं. आजही बडोदा बँकेकडून 'गायत्री भुवन'मार्गे जात असताना ओझा वकिलांच्या ऑफिसकडे नेहमी लक्ष जातं.

७४

पुन्हा फुलांत तरळला स्मृतिगंध

आयुष्यात कधी कधी काही दुःखद क्षण असे येतात, की वाटतं असं काही झालंच नसतं, तर खूप बरं झालं असतं; पण तो क्षण आपल्याला 'रिवाइंड' करता येत नाही. मात्र काही क्षण असे असतात, जे पुन्हा एकदा जगावेसे वाटतात. त्यातलेच काही क्षण म्हणजे 'शाळेतल्या आठवणी.'

अगदी लहानपणी जेव्हा विज्ञानातल्या गोष्टी ऐकायचो, वाचायचो, तेव्हा 'टाइम मशिन'बद्दल भारी कुतूहल वाटायचं. आपण आठवी-नववीत शाळेत असताना रविवारच्या दिवशी सकाळी 'लेखू' नावाची एक सिरीयल दूरदर्शनवर लागायची, आठवते का पाहा.

'तारे तोडना चाहें, नदीयां मोडना चाहें, वो जो तस्वीर बनाए, उसे कोई समझ न पाए, लेखू सोचता जाए. इक दिन वो रंग भरेगा, कुछ तो काम करेगा,' असं काहीसं सिरीयलचं 'टायटल साँग' होतं. मोहन गोखलेंनी 'लेखू'चं काम केलं होतं. त्यात टाइम मशिनबद्दल सांगितलं होतं. वास्तविक सिरीयल सगळी काल्पनिक होती; पण त्या वेळी ते टाइम मशिन खरंच तयार होईल का, असं वाटत राहायचं. सध्या तरी टाइम मशिन रजनीकांतच्या पिक्चरपुरतंच मर्यादित राहिलं आहे.

शाळेत असताना जुन्या मुख्याध्यापक बंगल्यात गेल्यावर अशाच काही वैज्ञानिक 'उठाठेवी' डोक्यात यायच्या. फार काही त्यातून साध्य झालं नव्हतं; पण नेहमी धडपडत राहण्याची वृत्ती तिथूनच अंगात भिनलेली. असेच काही प्रयोग त्या वेळी केलेले. त्यातलाच एक होता वीज निर्मितीचा. तसा म्हणजे 'विद्युत घट' (बॅटरी) तयार करण्याचा. 'अ' तुकडीतल्या श्रीकांत हाकेने गिरणीतून खराब पीठ

आणलं होतं. काचेच्या एका भांड्यात पीठ घालून त्यात खूप सारे लिंबू पिळले. तांब्याची एक आणि जस्ताची एक अशा दोन पट्ट्या त्यात बुडवून ठेवल्या. मग पट्ट्यांना वायरी जोडल्या आणि एक छोटा बल्ब लावला. बल्ब काही लागला नाही. वीज तयार होण्याच्या क्रियेला वेळ लागत असेल, असा विचार करून ते भांडं तसंच ठेवून दिलं. दुसऱ्या दिवशी येऊन बघितलं, तर अजूनही बल्ब लागला नव्हता. मग त्यात आणखी लिंबू आणून पिळले; पण बल्ब काही लागत नव्हता. तिसऱ्या दिवशी आणखी काही लिंबू आणून पिळले; पण बल्ब लागायची चिन्हं काही दिसत नव्हती. तांब्याची पट्टी 'कॅथोड' आणि जस्ताची 'ॲनोड' म्हणून काम करायची. पट्टीचं आणि बल्बचं वायरिंग आलटून पालटून बदलून बघितलं; पण काहीएक उपयोग होत नव्हता. इतकंच काय, बल्ब काढून ॲमीटर आणि व्होल्टमीटर लावून बघितला; पण मीटरचा काटा काही जागचा हालत नव्हता. काय चुकत होतं काही कळत नव्हतं.

नंतर मात्र एक समजून चुकलं होतं, की बहुतेक ॲसिडचं प्रमाण त्या भांड्यात कमी पडत असावं. शेवटी आमचा धीर सुटला आणि प्रयोगशाळेतून थोडंसं हायड्रोक्लोरीक ॲसिड आणलं आणि काचेच्या त्या पसरट भांड्यात ओतलं. ॲसिड ओतल्याबरोबर काटा जागेवरून हालला. आमचा जीव जणू त्या काचेच्या

भांड्यात पडला. एकूण प्रयोगात 'हात'चलाखी केली होती; पण प्रयोगाचा 'पाया' पक्का झाला होता.

असाच विद्युत घटाचा प्रयोग बटाटा वापरून करायचा होता. लिंबांबरोबर काही बटाटेदेखील आणले होते; पण लिंबू पिळूनच इतकी दमछाक झाली होती, की बटाट्यांवरचा प्रयोग रद्द केला.

अलीकडे इस्रायलमध्ये त्या बटाट्यांवर प्रयोग झाला. तिथल्या संशोधकांनी 'बटाटा' बॅटरी चार्जर किट बनवली. ज्यात दोन मेटल इलेक्ट्रोड्स व ॲलिगेटर क्लिप्स वापरले. नेहमीच्या बॅटरी किंवा विजेवर उपकरण चालवण्यापेक्षा बटाट्यापासून तयार होणाऱ्या विजेचा खर्च दहापटीने कमी असेल, असा संशोधकांनी दावा केल्याचं वाचलं.

मुख्याध्यापक बंगल्यातल्या त्या प्रयोगांच्या वेळी कामापेक्षा गप्पाच खूप व्हायच्या. त्यादरम्यान हाकेने सांगितलं, की आता हे वर्ष झाल्यानंतर तो कारंदवाडीला जाणार आहे. इथं मामांकडे राहत असल्याचंही तेव्हा सांगितलेलं.

'कारंदवाडी' नाव ऐकलं, की कुणास ठाऊक 'करवंदं' डोळ्यांसमोर यायची. त्यामुळे नाव पक्कं लक्षात राहिलं. त्यानंतर हाके संपर्कात नव्हता; पण 'स्मृतिगंध'च्या निमित्तानं श्रीकांत हाकेची पुन्हा एकदा भेट झाली. कारंदवाडीत त्याने स्वतः फुलवलेली फुलं गेटटुगेदरच्या निमित्तानं आणलेली. तेव्हा शाळेत लागलेला 'स्व-निर्मिती'चा ध्यास अजूनही तितक्याच उत्कटतेनं जपलेला पाहायला मिळाला.

७५

स्वादिष्ट थालीपीठ

पावसाची सुरुवात झाली, की खमंग भज्यांची आठवण झाल्याशिवाय राहत नाही आणि पाऊस थोडा स्थिरस्थावर झाला, की गरमागरम थालीपिठं खावीशी वाटतात. थालीपीठ तसा सामान्य मराठी माणसांचा 'वीक पॉइंट' आहे. वेगवेगळ्या गावांत वेगवेगळ्या नावांनी ओळखला जाणारा हा पदार्थ. आमच्या दृष्टीनं थालीपीठ, धपाटे, पराठे, धिरडे सगळे एकाच माळेतले! महाराष्ट्रातच काय; पण भारतभरातल्या सर्व प्रदेशांमध्ये थालीपिठं वेगवेगळ्या प्रकारानं आणि चवीनं तयार केली जातात. शिवाय तितक्याच आवडीनं खाल्लीदेखील जातात! थालीपीठ म्हटलं की नववीच्या संस्कृतमधल्या 'स्थालपिष्टाष्टकम'ची आठवल्याशिवाय राहत नाही.

शाळेत शिकत असतानाचे असे काही वैशिष्ट्यपूर्ण शब्द कायम लक्षात राहतात. सातवी मराठीत 'सुंदरबनातल्या वाघांची सभा'मधला 'बृहल्लांगुलाचार्य' किंवा आठवी इंग्रजीतला 'धम्मध्धज' किंवा तसाच एका इंग्रजीच्या तासावेळी आगळ्यावेगळ्या पद्धतीतल्या उच्चारामुळे आठवणीत राहिलेला 'ॲपॉलॉजिटिकली', ज्यातली टिकली लक्षात राहिली! त्याच शृंखलेतला आणखी एक शब्द म्हणजे 'स्थालपिष्टाष्टकम!'

वेगवेगळी आठ धान्यं एकत्रित करून जे थालीपीठ तयार होतं, त्याला 'स्थालपिष्टाष्टकम' असं संबोधलं गेलं. त्या सुभाषितावलीची सुरुवात *'न किं जातिभेदो न किं वर्णभेदो दृढम् दृष्यतेऽस्मासु सृष्टे स्वभावात'* अशी होती.

धान्यांच्या जाती-जातींत फरक असतो. धान्यांच्या एकदल, द्विदल अशा जाती आहेत. एकदल धान्यातही तांदूळ, ज्वारी, गहू, मका इत्यादी वेगवेगळे

प्रकार येतात; पण ही सगळी धान्यं त्यांच्या जाती, वर्णभेद विसरून थालीपिठाच्या निमित्तानं एकत्र येतात.

'समस्तानि धान्यानि मान्यानि लोके वयं नास्महे किं मुदैवैकशूर्पे?'

थालीपिठाच्या पिठातली आम्ही सगळी वेगवेगळी धान्यं असूनही आनंदानं एका सुपात एकत्र येऊन अनेक कष्ट (कष्ट - धान्य भाजून दळले जाते हे त्याचे कष्ट) झेलल्यावरच स्वादिष्ट थालीपीठ नशिबी येतं. तशाच प्रकारे आपल्या देशातले विविध प्रकारचे लोक एकत्र आले आणि झटले तरच देशाची उन्नती होईल, असा भावार्थ असलेली सुभाषितमाला होती.

संस्कृत तसा किचकट विषय असला, तरी अशी काही अफलातून उदाहरणं, उपमा, रूपकं असायची. एखाद्या कारणाच्या, प्रसंगाच्या निमित्तानं नेहमीच एकत्र येणारा स्मृतिगंध 'स्थालपिष्टाष्टकम्'प्रमाणे राहिल्यास सर्वांचं जीवन स्वादिष्ट होऊन जाईल यात शंका नाही!

७८

मेपट्याचा प्रताप

चौथीपर्यंतच्या आमच्या शाळेत आम्हाला 'चिडीचूप' शांत बसण्यासाठी 'हाताची घडी तोंडावर बोट' ठेवायला सांगायचे. पाचवीत हायस्कूलला आल्यावर मात्र तोंडावर बोटाऐवजी 'हात' ठेवायची वेळ आली! त्याचं असं झालं होतं, की पाचवीत असताना कार्लेकर मॅडम त्यांच्या तासाला वर्गात येईपर्यंत मी बोलणाऱ्या मुलामुलींची नावं लिहून ठेवायचो आणि मॅडम आल्यावर त्यांना ती 'लिस्ट' वाचून दाखवायचो. तेव्हा इच्छा नसतानादेखील मला वर्गमित्रांची नावं लिहायला लागायची. ज्या मुलामुलींचं नाव त्या लिस्टमध्ये असायचं, तो / ती हमखास दुसऱ्याचं नाव घ्यायचे. 'मॅडम, मी बोलत नव्हतोच; पण हा बोलत होता,' असं मुलांकडून दुसऱ्यांचंच नाव सांगितलं जायचं.

अशी दुसऱ्यांची नावं सांगितली, की मॅडमना राग यायचा. मग त्या म्हणायच्या, 'कुणीही दुसऱ्याची चहाडी करायची नाही. तुम्ही एखाद्याकडे एक बोट दाखवाल, तर उरलेली चार बोटं तुमच्याकडे असतात, हे नेहमी लक्षात ठेवा.' त्यामुळे कधी कधी सगळ्यांवर हाताची घडी आणि तोंडावर बोटाऐवजी 'हात' ठेवायची वेळ यायची. जेणेकरून कुणाकडे बोट न दाखवता पाचही बोटं 'स्वतःकडे'च केंद्रित राहतील, असा त्यांचा उद्देश असायचा. शाळेतल्या अशा छोट्या छोट्या गोष्टी आयुष्यभर लक्षात राहतील अशाच होत्या.

म्हाकाळे सरांनी सांगितलेल्या एका गोष्टीचा सारांशदेखील असाच लक्षात राहिलेला. 'दुसऱ्यांसाठी खड्डा खणला, की कधी तरी आपल्यावर त्या खड्ड्यात पडण्याची वेळ येते.'

आमच्या लहानपणी दोन वेगवेगळ्या बंदुका प्रसिद्ध होत्या. एक असायचं, नागपंचमीच्या वेळी येणारं, बांबूपासून बनवलं जाणारं 'मेपटं' आणि दुसरं गणपतीच्या वेळी येणारं 'केपांचं' पिस्तुल! केपा आणि टिकल्या मिळायच्या; पण 'मेपट्या'वर बंधनं होती.

पाचवीत गेल्यावर नागपंचमीदरम्यान 'मेपटं' विकत घ्यायचा हट्ट धरला. मेपट्यामध्ये 'कटकं' (छोटी फळं असायची) घालून उडवताना, इतर लोकांच्या कपड्यांवर डाग पडून ती खराब होऊ शकतात, असं घरच्यांकडून सांगण्यात आलं होतं; पण बालहट्टापुढे त्यांचं काही चाललं नाही. धान्य ओळीजवळच्या दोन नंबर शाळेसमोरून एक 'मेपटं' आणि पिशवीभर 'कटकं' घेऊन उत्साहानं घरी आलो.

घरी आल्यावर मुसळधार पाऊस सुरू झाला. बाहेर कुठं खेळायला जायचा पर्याय नव्हता. कधी एकदा मेपटं खेळायला वापरतो, असं झालेलं. घराच्या दारात उभं राहून मेपट्यात कटकी घालून उडवू लागलो. सकाळी अंगणात तारेवर कपडे वाळत घातलेले; पण पावसात भिजल्याने अजून तसेच तारेवर होते. उत्साहाच्या भरात बघता बघता तासाभरात सगळी कटकी उडवून संपवून टाकली. थोड्या वेळानं पावसाचा जोर कमी झाला. बाहेर गेल्यावर तारेवरच्या कपड्यांकडे सहजच लक्ष गेलं. माझ्या शाळेच्या कपड्यांवर काही डाग पडल्यासारखे दिसत होते. मग लक्षात आलं, की काही वेळापूर्वी उडवलेल्या कटक्यांचा तो 'प्रताप' होता. दुसऱ्यांचे कपडे खराब होण्याऐवजी माझेच खराब झालेले. सरांनी सांगितलेल्या खड्ड्यात माझाच पाय पडलेला जणू.

दुसऱ्यांच्या चुका शोधत बसण्यापेक्षा आपल्यातले, स्वतःमधले दोष सुधारू या. ते सुधारले की मग दुसऱ्यांचे दोष दाखवावेसे वाटणारच नाहीत. उगीच कशाला दोष दाखवणारं बोट फक्त दुसऱ्यांकडेच रोखायचं? त्यापेक्षा त्याला दोष सुधारायला मदत करू या. बोटं एकमेकांकडे दाखवण्यापेक्षा एकमेकांचे हात हातात धरून पुढे जात राहू या. प्रगती करत राहू या. संत तुकाराम म्हणून गेलेत, *'एकमेका साह्य करू, अवघे धरू सुपंथ!'* हेच खरंय, होय ना?

७७

वेगळा पोषाख, वेगळी ओळख

कुठलीही व्यक्ती तिच्या नेहमीच्या पेहरावात आणि तिच्या नेहमीच्या कामकाजाच्या ठिकाणी असेल, तरच पटकन ओळखता येते. अन्यथा बऱ्याचदा मोठं प्रश्नचिन्ह उभं राहत. अगदी नेहमीचा दुकानदार असेल किंवा टपरीवाला, त्याचं ठिकाण सोडून इतर कुठं दिसला, तरी प्रश्न पडतो की, 'कुठं बरं पाहिलं होतं या व्यक्तीला?'

गोगटे सर शाळेत शर्ट-पँटमध्ये असत; पण कधी बाहेर कुर्ता-पायजम्यात भेटले, तर ओळखू यायचे नाहीत. असंच एकदा इंगळे सरांनी त्यांच्या डोक्यावरची टोपी काढल्यावर मला त्यांना ओळखता आलं नव्हतं. असो.

हल्लीच्या शाळकरी मुलांचे तीन-चार तरी वेगवेगळे युनिफॉर्म असतात. रेग्युलरचा वेगळा, पूर्ण पांढरा एक आणि स्पोर्ट्सचा वेगळाच. आमच्या वेळी मुलांचा खाकी-पांढऱ्या रंगाचा, तर मुलींचा निळ्या-पांढऱ्या रंगाचा युनिफॉर्म असायचा. त्यात थोडी वेगळी व्हरायटी होती, ती म्हणजे स्काउटच्या खाकी शर्टाची. पूर्ण खाकी ड्रेस, डोक्यावर गर्द निळ्या रंगाची थोडीशी तिरकस टोपी (बेरी कॅप), टोपीवर टाचणी लावलेला स्टीलचा बिल्ला, त्यातही बिल्ला डाव्या डोळ्यावर यायला पाहिजे, अशी स्वयंसूचना. दोन्ही खांद्यांवर लूप्स, एका लूपमध्ये विणलेल्या दोरीमध्ये अडकवलेली स्टीलची शिट्टी, भगव्या रंगाचा स्कार्फ, स्कार्फ जागेवर व्यवस्थित राहण्यासाठी प्लास्टिकचं 'वोगल'. वोगलवरती एका बाजूला स्काउटचं चिन्ह आणि दुसऱ्या बाजूला लॉर्ड बेडन पॉवेल, खाकी रंगाचा बेल्ट आणि पायात कॅनव्हासचे बूट.

आमच्या डोक्याचा आकार इतर मुलांपेक्षा थोडा मोठा असल्यानं स्काउटची

टोपी एकदम डोकं दुखण्याइतपत घट्ट व्हायची. त्या शिट्टीचं एक मोठं दुखणं होतं. कारण ती सामान्य शिट्टीसारखी वाजायची नाही; पण काहीही म्हणा, तेव्हा 'लईच' भारी वाटायचं. जेव्हा स्काउटचा ड्रेस घालायचो, तेव्हा मनातल्या मनात कुठं तरी आपण 'पोलीस' असल्याचाच भास व्हायचा आणि छाती अभिमानानं फुलायची.

आम्ही दहावीत जाईपर्यंत स्काउटचा 'खाकी' शर्ट बदलला आणि 'करड्या' रंगाचा आला; पण आम्ही ट्रान्झिशन स्टेटमध्ये असल्यानं खाकी शर्ट काही बदलला नाही. तेवढंच 'खाकी'चं मानसिक समाधान. आठवीपासून सुरू झालेल्या स्काउटला जाधव सर होते. 'ड' तुकडीतली काही मुलं स्काउटच्या तासाला वर्गात यायची.

दया कर दान भक्ति का, हमें परमात्मा देना।
दया करना हमारी आत्मा में, शुद्धता देना।।

अशी काही सुरुवात स्काउटच्या प्रार्थनेची असायची. आठवीत 'बालभारती' संपून 'कुमारभारती'ची सुरुवात झाली होती. स्काउटच्या त्याच प्रार्थनेत *'बहा दो प्रेम की गंगा, दिलों में प्रेम का सागर।'* अशीही एक ओळ होती. त्या वयात 'प्रेम', 'दिल' असं काही उच्चारताना वेगळंच 'फिलिंग' जाणवायचं. कदाचित तसं फिलिंग युनिव्हर्सली असावं. त्यामुळेही असेल; पण नंतर सुधारणा होऊन बऱ्याच ठिकाणी त्यातल्या 'प्रेम' शब्दाऐवजी 'ज्ञान' शब्द वापरला जाऊ लागला. असो.

स्काउट विषयात आमची फार प्रगती होऊ शकली नाही; पण 'शकील मोमीन'सारखे आमचे काही 'सिन्सियर' वर्गमित्र राज्य पुरस्काराचे मानकरी ठरले, तर 'सचिन मांगलेकर' थेट राष्ट्रपती पुरस्कारापर्यंत पोहोचले होते.

७८

नावं ठेवणं

सर्वप्रथम आपल्या सगळ्यांप्रती 'दिलगिरी' व्यक्त करून ही आठवण लिहीत आहे. लिहिणं अपरिहार्य वाटलं, कारण त्याशिवाय शाळेतल्या आठवणी कदाचित अपुऱ्याच राहतील, असं मला वाटतं.

सातवीतल्या स्कॉलरशिप परीक्षेच्या बुद्धिमत्ता चाचणी विषयात 'तर्कसंगती आणि अनुमान'मध्ये काही प्रश्न असे असायचे, हत्तीला वाघ म्हटले, वाघाला ससा म्हटले, सशाला सिंह म्हटले, सिंहाला अस्वल म्हटले, तर आपला राष्ट्रीय प्राणी कोणाला म्हणावे?

१. वाघ, २. ससा, ३. हत्ती, ४. सिंह

कुणाला असं काही तरी म्हणायचं. शाळेत असताना प्रत्येकाचं 'पडनाव' वेगळं आणि वैशिष्ट्यपूर्ण असायचं.

शाळेत आल्यानंतर असं कुणाला काहीबाही बोलवून हाका मारणं नित्याचंच असायचं. तेव्हा कुणाला त्याचं काही वाटायचं नाही. जसं मुलं एकमेकांना काही नावं ठेवायची, पाडायची तशी गुरुजन वर्गालाही काही नावं ठेवलेली असायची. आमच्या स्थूलतेवरून 'ए ढोबळ्या' अशी कुणाची तरी हाक असायचीच.

पाचवीत असताना धवल माळी नावाचा आमचा एक वर्गमित्र होता, तर त्याचं नाव पडलं होतं 'धवल बाबूराव बागेतला माळी.' खाकी चड्डी, पांढरा शर्ट असा आमचा युनिफॉर्म असायचा. काही कारणानं एक दिवस त्यानं खाकीऐवजी काळ्या रंगाची चड्डी घातलेली, तर लगेच त्याला 'धवल माळी, चड्डी काळी' असं चिडवणं सुरू झालं. महेशसारख्या एखाद्या चष्मेबहाद्दरला 'ए बॅटरी' असं

कुणी तरी बोलवायचंच. अजयचे केस शाळेत असतानाच पांढरे पडायल झालेली, तर लगेच 'अज्या म्हाताऱ्या' बोलवणं सुरू झालेलं.

इतिहासात आजोबांचं नाव नातवाला देण्याची प्रथा रूढ होती, अर शाळेत शिकलो. नातवाच्या रूपानं आजोबा पुन्हा जन्म घेतात, अशी समजूत त्यामागं आहे. असंच शाळेत मध्यंतरी आजोबांच्या नावानं एकमेकांना हाका मारायला सुरुवात झाली. काही लक्षात राहिलेल्या नावांपैकी महेश बनकरला 'यशवंत', तर अजयला 'संभाजी' नावानं हाका मारलेल्या.

अशीच काही नावं मुलींनादेखील पडलेली. 'भावना शहा'चं त्यांच्या घरच्या स्टीलच्या व्यवसायावरून 'भंगार' असं नाव ठेवलेलं. 'मंजिरी बुगड'ला 'सिमेंटचं पोतं' असं पडनाव होतं. काही खाद्य पदार्थांवरून पडलेल्या नावात अर्चना चौगुलेला, 'पेढा', तर दुसऱ्या अर्चना बा. चौगुलेला 'पाव' नाव दिलेलं!

त्या वेळच्या दूरदर्शनच्या सिरीयल्सवरूनदेखील काही नावं पडलेली. जसं सिनेमॅटोग्राफर 'देबू देवधर' नावावरून आमच्या वर्गातल्या 'आनंद देवधर'ला आम्ही 'देबू' म्हणायचो. सागर उदय निगवेकरचं 'साऊ' हे नाव एका सिरीयलमधल्या पात्रावरून पडलेलं. 'दीपा भगत'चं 'नाजुका' असं नामकरण झालेलं, तर आणखी एक पात्र 'अक्काबुवा' म्हणजे सुनीता हजारेचं!

आडनावावरून काही नावं पडलेली. 'अभिनंदन इरसाले'चं 'साल्या', 'विक्रम

होसकल्ले'चं 'कल्ल्या', 'महेश काटकर'चं 'काट्या', 'दिवाण'चं 'दिवण्या', तर 'कोळेकर'चं 'कोळ्या.' 'अनिल तेलवेकर'ला तर आडनावावरून आम्ही 'तेलकट' म्हणायचो. 'ओंकार कानिटकर'चा 'कान्हा' कधी झाला कळलंच नाही. काही 'युनिक' पडनावात 'मिलिंद घोसरवाडकर'चं 'चंच्या' हे नाव फेमस होतं, तर 'मनीष कुलकर्णी'ला 'ओमनिष' असं उच्चारलं जायचं, की 'Womanish' असं म्हणायचा उद्देश असायचा.

एखादं नाव 'जोडगोळी'वरून पडलेलं असायचं. जसं 'राहुल जोशी' आणि 'प्रसाद केतकर' यांच्यातून 'राहू-केतू'चा उदय झाला.

नावाच्या आद्याक्षरांचा वापर नावं ठेवण्याला काही वेळा व्हायचा. 'मिलिंद अशोक पोटे'ला 'मॅप' म्हणायचो. 'दत्तात्रय शांताराम फडके'ला 'डीएसपी', तर 'बाबासाहेब रावसाहेब देसाई'ला 'बारा' देसाई म्हणायचो.

शाळेत असताना 'महाभारता'चं वारं होतं. त्यामुळे 'प्रकाश पाटील'ला (पका पाटील) 'मजले भैय्या' म्हटलं जायचं.

रामकृष्ण मुळीकला 'अण्णा', तर सचिन बडवे 'पॅट' या 'पेट' नावानं ओळखला जायचा. शिक्षक मंडळींनी मुलांना पाडलेल्या नावांमध्ये बेडकिहाळे सरांनी निलेशला ठेवलेलं 'निल्या धनगरा' किंवा पाचवीत सुप्रिया बडवेला डी. एल. शिंदे सरांनी म्हटलेलं 'बडवाबाई' किंवा उपाध्ये सरांनी सुनीता हजारेला स्टाइलमध्ये मारलेली हाक 'एऽऽ हजारेबाई', अशी एकेक पडनावं युनिक असायची. प्रत्येक वर्गात, प्रत्येक शाळेत अशी खूप सारी 'नावं' पडली असतील.

ऑफ तासाला खाडीलकर सर 'शेक्सपिअर'बद्दल सांगताना 'नावात काय आहे?' हे त्याचं गाजलेलं वाक्य बऱ्याचदा सांगायचे; पण 'नाव'च प्रत्येकाला एक वेगळी ओळख मिळवून देतं, हे खरं. त्यामुळे आपलं नाव 'मोठं करणं' हे सर्वस्वी आपल्याच हाती असतं.

'नाव मिळणं' आणि 'नावं ठेवणं' या गोष्टी तुलनात्मकरीत्या सोप्या आहेत; पण आयुष्यात 'नाव कमवणं' हे मात्र नक्कीच अवघड आहे.

७१

वह्यांच्या आठवणी

मागच्या आठवड्यात 'केके'ने 'मॅराडोना इज नो मोअर' अशी ख्यातनाम फुटबॉलपटूचं निधन झाल्याची बातमी ग्रुपवर टाकली. मॅराडोनाची पहिली ओळख आम्ही सहावीत असतानाची, म्हणजे १९८६मधली! एका वहीवर त्याचं चित्र होतं, त्यानिमित्तानं झालेली ती ओळख. मॅराडोनाची फिकट निळ्या रंगाच्या उभ्या पट्ट्यांची वहीवरच्या चित्रातली जर्सी आजही तशीच आठवते.

अशा छान छान चित्रांच्या, 'लॅमिनेटेड प्लास्टिक' कव्हर असलेल्या वह्या केवळ दिवाळीतल्या लक्ष्मीपूजेच्या निमित्तानंच आम्हाला मिळायच्या. इतर वेळी आठवी-नववीपर्यंत सवलतीच्या दरात मिळणाऱ्या शाळेतल्या 'कन्झ्युमर स्टोअर्स'मधल्या वह्या आम्ही वापरायचो. या वह्यांची पानं थोडी पिवळसर रंगाची असायची. शिवाय त्यावर कोणतीच चित्रं नसायची. गृहपाठाच्या वह्यांची पानं कमी असल्यानं पांढऱ्याधोट पानांच्या वह्या मात्र शाळेबाहेरच्या स्टेशनरी दुकानातून विकत घ्यायचो.

तेव्हा शाळा सुरू झाल्यानंतर लगेचच 'कन्झ्युमर स्टोअर्स'मध्ये वह्या मिळायच्या नाहीत. पहिले आठ-दहा दिवस तरी जुन्या किंवा मागच्या वर्षी वापरलेल्या वह्यांच्या पानांच्या घरी शिवलेल्या वह्या वापरत असू. गृहपाठाच्या वह्यांमधली पानं ही वर्गपाठाच्या वह्यांच्या मानानं जास्त शिल्लक राहायची. शिवलेल्या त्या वह्यांमध्ये पानांचे पांढरे आणि पिवळे रंग स्पष्टपणे ओळखू येत.

जुन्या वह्यांची पानं काढताना एक काळजी नेहमी घेतली जायची. जोपर्यंत त्या वर्षाचा निकाल लागत नाही, तोपर्यंत वह्यांमधली कोरी पानं बाजूला काढून

ठेवायची नाहीत. चुकून नापास झालो तर? अशी भीती असायची. कोऱ्या पानांची शिवलेली वही शाळा सुरू झाल्यावर पहिल्या आठवड्यात खूप उपयोगी पडायची. सगळ्या विषयांची सुरुवात त्या वहीतूनच व्हायची; पण एकदा का कन्झ्युमरमधल्या नव्याकोऱ्या वह्या आल्या, की मग त्या शिवलेल्या वहीचा वापर हळूहळू कमी होत जायचा. थोड्या दिवसांनी ती वही दप्तरातून बाहेर पडायची. एका वर्षी मात्र वही घरात शिवण्याऐवजी दुकानातून रेडिमेड 'बाइंडिंग' करून आणायचं ठरवलं. कारण घरच्या शिवणावळीपेक्षा दुकानात तयार केलेली वही दिसायला छान वाटलेली.

'जाई पुस्तकालय' नावाचं एक बुक बाइंडिंगचं दुकान होतं. त्या दुकानात जुन्या वह्यांचे कागद दिले. बायडिंगच्या वह्या दिसायला जरी छान असल्या, तरीही त्या दुकानातल्या रेडिमेड वह्यांना घरी केलेल्या वह्यांची सर काही आली नाही. एक तर चारी बाजूंनी वह्यांचा कागद कापून त्यांचा आकार छोटा झाला होता. आणि दिलेल्या सगळ्या पानांच्या मजबूत दोन-तीनच जाडजूड वह्या झालेल्या. लाल

किंवा निळे रेक्झिन आणि पुढं-मागं रंगीबेरंगी पुठ्ठा. त्याला लावलेली खळ किंवा डिंक याचा असा काही भयंकर वास यायचा, की वही हातातसुद्धा धरवत नसे. शिवाय वह्या एकदम जाडजूड असल्यानं पान दुमडून लिहिणंसुद्धा कठीण होई. त्यामुळे त्या वहीत लिहीणं नकोसं होऊन गेलं. मग मात्र आम्ही आमच्या घरच्या घरीच वह्या तयार करायचा 'उपद्व्याप' त्या पुढल्या वर्षापासून सुरू ठेवला.

यंदा दिवाळीतलं ऑफिसवरचं लक्ष्मीपूजन दुपारीच पार पडलं. लक्ष्मीपूजनाला आमच्या सौभाग्यवती, कन्या आणि मातोश्री सगळेच जण उपस्थित होते. तरीदेखील सायंकाळी घरातल्या पूजेच्या वेळी वही आणण्याचा आईचा आग्रह कायम होता. हल्ली सर्वत्र महालक्ष्मीचं चित्र असलेल्याच वह्या मिळतात; पण तेव्हा पूजलेली वही कधी एकदा शाळेतल्या दप्तरातून घेऊन जातो, असं होऊन जायचं. तो उत्साह आता राहिला नाही.

८०

सांकेतिक भाषा

आजकाल 'कोडिंग'बाबत बऱ्याच उलटसुलट चर्चा ऐकिवात आहेत. शाळेत असतानाच मुलांना कोडिंग शिकवण्याचं नवं 'फॅड' जाहिरातींद्वारे पालकांच्या मनावर बिंबवलं जात आहे.

जाहिरात काय किंवा चित्रपट काय, यांचे समाजमनावर खूप दूरगामी परिणाम होत असतात. आम्ही शाळेत असताना 'मैंने प्यार किया' चित्रपट एकोणनव्वद साली आला होता. कबूतरच त्यातले संदेशवाहक. आमच्या शाळेतदेखील काही धाडसी मित्रमंडळींनी प्रेरणा घेऊन 'चिठ्ठ्या' वेगवेगळ्या माध्यमातून 'ईप्सित'स्थळी पोहोचवल्यादेखील होत्या; पण समजा, अशी चिठ्ठी 'वेगळ्या'च हाती पडली तर? त्याविषयी आपण नंतर कधी तरी बोलू.

माणसांना आपली काही 'गुपितं' किंवा 'संदेश' दुसऱ्यांपासून लपवून तर ठेवायची असतात; पण त्याच वेळी ती इतरांशी 'शेअर'देखील करायची असतात. या गुप्त संदेशांच्या देवाणघेवाणीतूनच सांकेतिक भाषेचा जन्म होतो. अशा सांकेतिक भाषेला तांत्रिक भाषेत 'एन्क्रिप्शन' म्हणतात. 'व्हॉट्सॲप'वरचे मेसेजेस आणि कॉल्स 'एंड टू एंड एन्क्रिप्टेड' असतात म्हणे!

याचंच प्राथमिक स्वरूप म्हणजे शाळेत बोलल्या जाणाऱ्या वेगवेगळ्या 'सांकेतिक' भाषा. शाळेत असताना कधी कधी आपापल्या 'क्लोज्ड ग्रुप'मध्ये बोलणं करताना या भाषेचा उपयोग व्हायचा. 'रफ'ची भाषा त्यातलीच.

नरफमस्कार वरफर्गमित्रहो,

करफसे आरफाहात आरफापण सरफर्वजण?

आरफापल्यावरचं सरफंकट कारफाही प्ररफ्रमाणात दूरफूर झारफालं आरफाहे, होरफोत आरफाहे. आरफापले सरफवांचे दैरफैनंदिन जीरफीवन पूरफूर्वपदावर आरफाले अरफसेल अरफथवा येरफेत अरफसेल हीरफी अरफपेक्षा.

आली काय 'टेक्निक' लक्षात?

सहावीत असताना आनंद दिवाण आणि महेश काटकर यांनी पहिल्यांदा डोक्यात भरवलेली 'रफ'ची भाषा.

'रफ'च्या भाषेत शब्दाचं पहिलं अक्षर तसंच ठेवायचं असतं आणि त्याच्यापुढे 'र' उच्चारायचा. मग पहिल्या अक्षराचं व्यंजन 'फ'ला लावायचं आणि शेवटी उरलेला शब्द जोडायचा. (काही शब्द असे आहेत, की त्यांना या फॉर्मुल्यात नाही बसवता येत. उदाहरणार्थ, 'म्हणजे.' त्यांना उच्चारताना 'फ' नुसताच म्हणायचा. व्यंजन नाही जोडायचं.) 'रफ'ची भाषा तशी सर्वांत सोपी. अशीच एक होती 'मुंडा रूप्या'ची भाषा; परंतु सर्व परिचित असलेली सर्वज्ञात भाषा म्हणजे 'च' आणि 'म'ची भाषा. मला मात्र ही भाषा अजिबात जमली नव्हती.

'च'च्या भाषेमध्ये प्रत्येक शब्द 'च'पासून सुरू होतो. शब्दातलं पहिलं अक्षर सर्वांत शेवटी म्हटलं जातं आणि इतर अक्षरं जशास तशी म्हटली जातात.

कधी कधी गणिताचे तास सुरू असतानादेखील अशा भाषेतूनच वहीच्या शेवटच्या पानावर काहीबाही लिहिणं चालूच असायचं. शिक्षकांना वाटायचं, की आमचं 'सिन्सियरली' लिहिणं चालू आहे; पण वहीत निव्वळ 'टाइमपास' सुरू असायचा. तशा या सर्व भाषा समजण्यासाठी सोप्या असल्या, तरी सहजपणे बोलण्यासाठी अथवा समजण्यासाठी मात्र बराच सराव करावा लागतो.

आपण वापरत असलेल्या सांकेतिक भाषेच्या संकेतांचा उलगडा सहजपणे झाला पाहिजे. जेणेकरून या अमूल्य ठेव्याचा लाभ पुढच्या पिढीला हस्तांतरित होऊ शकेल. नाही तर सिंधू संस्कृतीतल्या हडप्पा शहराचा शोध १९२१ साली लागला असून, आता जवळपास शंभर वर्षं होत आली, तरी तिथल्या लिपीचा अर्थबोध आजवर झालेला नाही!

८१

युनिफॉर्मचे बदलते स्वरूप

मागच्या उन्हाळ्यात (अर्थात कोरोनापूर्वी) संघाचं एक निवासी शिबिर 'गोविंदराव हायस्कूल'मध्ये होतं. गुरुवर्य महाजन सरांनाही भेटायचं होतं. सरांची भेट झाली; पण सरांच्या नेहमीच्या संघाच्या पोशाखाऐवजी 'चॉकलेटी' रंगाची 'फुल पँट' होती. बहुधा सरांनादेखील थोडं वेगळं 'फील' होत असावं, असं वाटलं.

आदरणीय गुरुवर्य महाजन सरांमुळे 'खाकी चड्डी' आणि 'पांढरा सदरा' या वेशभूषेबद्दल मनात आदराचं स्थान होतं. डॉ. बाळकृष्ण शिवराम मुंजे, हेडगेवार यांचे गुरू यांच्यामुळे संघाचा 'ड्रेसकोड' अस्तित्वात आला. शंभर वर्षांपूर्वी, म्हणजे १९२०ला नागपुरात काँग्रेसचं अधिवेशन होतं. त्या वेळी थोडी वेगळी विचारसरणी जपण्यासाठी आणि आपले कार्यकर्ते ओळखू यावेत, म्हणून 'खाकी चड्डी आणि खाकी शर्ट' असा 'युनिफॉर्म' ठरवला गेला. नंतर तो संघाचा अविभाज्य भाग झाला.

शाळेच्या 'युनिफॉर्म'मुळेदेखील त्या विद्यार्थ्यांची शाळा कोणती, ते लगेच समजून येत असे. हायस्कूलमध्ये येण्यापूर्वी मी चौथीपर्यंत ज्या नगरपालिकेच्या शाळेत शिकत होतो, त्या शाळेत सगळीच मुलं सामान्य कुटुंबातली होती. लालनगर, लाखेनगर, अशोकनगर, शांतीनगर परीसरातली आणि आसपासच्या झोपडपट्टीत राहणारी. चौथ्या इयत्तेपर्यंत शाळेत गणवेश वगैरेचा काहीएक संबंधच नव्हता. 'कम्पल्शन' तर नव्हतंच. नंतर मात्र पाचवीला 'व्यंकटराव हायस्कूल'मध्ये आल्यावर खाकी चड्डी आणि पांढरा शर्ट असा 'शालेय गणवेश' मिळाला. हा गणवेश तसा बऱ्याच शाळांमधून 'कॉमन' होता. मुलींना मात्र निळ्या-पांढऱ्याचं

कॉम्बिनेशन होतं. काही शाळांनी वेगवेगळे रंग वापरायला सुरुवात केली होती. आमच्या शाळेनंदेखील मुलींकरता नंतर वेगळाच रंग स्वीकारला होता.

मात्र, आम्हा मुलांचा 'खाकी चड्डी-पांढरा शर्ट' यासारखा गणवेश म्हणजे केवळ 'बावळट' दिसण्यासाठीच तयार केलेला वाटायचा. खाकी चड्डीचा कुठलाही कलरकोड नसल्यानं आणि शाळेनंदेखील कोणताही एक दुकानदार पुरस्कृत न केल्यामुळे शेवाळी, लष्करी हिरवा, शेणासारखा रंग, गडद पिवळा अशी मोठी रेंज 'खाकी चड्डी' म्हणून मान्य होती. प्रत्येक दुकानादाराची खाकीची व्याख्या वेगवेगळी असायची. त्यात घरचे लोक आणि कापड दुकानदार यांच्यात संगनमत असल्यानं 'वाढत्या' अंगांसाठी चड्डी मोठ्या 'साइजची'च घेतली जायची. आमच्या मताला तिथं काहीएक किंमत नसायची. वाढतं वय असल्यानं त्या वेळेस जरा मोठेच कपडे घ्यायचा 'ट्रेंड' होता.

शाळेतल्या बऱ्याच जणांची अवस्था हाफ चड्डी, मळका पांढरा शर्ट अशीच

असायची. यामुळे अशी बहुतेक सर्व मंडळी दादा कोंडके-भगवानदादा यांचीच 'वारसदार' वाटायची!

आजच्या अंघोळीनंतर आम्ही एक अर्धी चड्डी घातली, की तीच दुसऱ्या दिवसाच्या अंघोळीपर्यंत अखंड वापरायचो. शाळेतल्या युनिफॉर्मची इतकी सवय जडलेली, की शाळा नसतानादेखील खाकी चड्डी आणि पांढरा शर्ट असा पूर्ण युनिफॉर्म किंवा त्यापैकी एकाचं वापरणं व्हायचंच. काही वर्षांनंतर मात्र ही सवय बदलली.

स्काउटचा 'बेल्ट' सोडला, तर नववीपर्यंत कधी 'बेल्ट' वापरल्याचं आठवत नाही. 'इनशर्ट' ही शर्टाची केलेली केवळ 'कोंबाकोंबी' असायची! खेळताना कोंबलेला शर्ट हमखास वर डोकवायचाच आणि मग वर्गात जायची घंटा झाली, की पुन्हा त्या शर्टाला आत कोंबणं व्हायचं.

दहावीत गेल्यावर मात्र खिसे असणाऱ्या 'फुल पँट' आणि सोबतीला 'फुल शर्ट' मनासारखे शिवून घेतले. 'हाफ चड्डी' असेपर्यंत कधी त्या खिशात पैसे नसायचे. त्यामुळंच असेल कदाचित; पण तेव्हा झालेले मित्र कधी तुटले नाहीत!

८२

नि:शेष जाड्या पाहा...

चौथीपर्यंतच्या वर्गात गुरुजी हजेरी घेताना 'हजर' म्हणायला लागायचं. जे हजर नसायचे, त्यांच्याबद्दल 'गैरहजर' म्हणून सांगावं लागायचं. गुरव गुरुजी वर्गात हजेरी घेताना 'गैरहजर' कोण ते सांगायचं काम बऱ्यापैकी माझ्याकडंच असायचं.

पाचवीला हायस्कूलमध्ये आल्यावर मात्र झरे मॅडम वर्गशिक्षिका होत्या. हायस्कूलमध्ये हजेरीच्या वेळी 'येस मॅडम' किंवा 'येस सर' म्हणणं सुरू झालं. सातवीत मात्र गुरुवर्य महाजन सर वर्गशिक्षक असल्यानं फक्त 'उपस्थित' असं म्हणणंच 'अनिवार्य' होतं. तिथं 'येस सर'ला थारा नव्हता.

पाचवीत असताना गणित प्रावीण्य परीक्षेचे नंबर कोल्हापुरातल्या एका हायस्कूलमध्ये आले होते. परीक्षेला बसलेले आम्ही सगळे जण एसटीने कोल्हापूरला गेलो. आमच्या बेंचवर शेजारी आठवीचे इंग्लिश मीडियमचे विद्यार्थी होते. ते सगळे जण आपापसांत बोलताना इंग्रजीत बोलायचे; पण त्याचं टेन्शन आम्हालाच यायचं. परीक्षेच्या वेळी सुरुवातीला हजेरी घेताना आम्ही 'येस सर' म्हणायचो, तर ती मुलं 'एझंट सर' असं काही तरी म्हणायचे. परीक्षा झाल्यानंतर समजलं, की ते 'प्रेझेंट सर' म्हणत होते. लहानपणी शाळेतसुद्धा गाण्यांचे किंवा कवितांचे कानावर पडणारे शब्द असेच काहीसे वेगळेच ऐकू यायचे. प्रार्थनेच्या वेळी 'सरस्वती स्तवन' असायचं. *'या कुंदेंदु तुषार हार धवला या शुभ्र वृस्तावता।'* याच्यापुढे ओळ यायची, *'सा माम पातु सरस्वती भगवती नि:शेष जाड्या पाहा॥'* पण 'सामान पारतु सरस्वती' असेच आमचे उच्चार असायचे, तर 'जाड्या' उच्चारलं की वर्गातल्या जाड मुलांकडे सगळ्यांचं लक्ष जायचं.

मला माझ्या लठ्ठपणाचं टेन्शन शाळेत असल्यापासूनच यायचं. सहावी-सातवीतल्या इंग्रजी पुस्तकात 'सुरेश' नावाचं एक 'फॅट' असलेलं पात्र होतं. सहावी-सातवीतल्या बऱ्याच धड्यांमध्ये हा 'सुरेश' असायचा. सुरेश आळशी तर होताच; पण माझ्यासारखं 'गोड' खाणं त्यालादेखील आवडायचं. तर फॅट शब्द इतका डोक्यात फिट्ट झालेला, की इंग्रजीच्या धड्यात 'फादर' शब्द वाचताना तो मी 'फॅट हर' असा वाचू लागलो. शब्द ऐकताना त्यांचे असे वेगवेगळे 'ट्रान्सफॉर्मेशन' होऊन ते कानावर पडायचे. असंच एक देशभक्तीपर गाणं होतं.

आओ बच्चो, तुम्हें दिखाएँ झाँकी हिंदुस्तान की.
इस मिट्टी से तिलक करो ये धरती है बलिदान की.
वंदे मातरम्! वंदे मातरम्!

का कुणास ठाऊक; पण तेव्हा मला सारखं वाटायचं, की मातृभूमीला स्वातंत्र्य मिळालं नाही, देश लवकर स्वतंत्र होत नाही, म्हणूनच लोकमान्य टिळकांना रडू येत असावं, असा काही तरी अर्थ असेल याचा. कुठं तरी लावलेली गाणी लांबून ऐकताना त्यातल्या शब्दांत अशी फेरफार हमखास व्हायचीच.

लता मंगेशकरांनी गायलेलं *'अखेरचा हा तुला दंडवत, सोडून जाते गाव...'* हे गाण ऐकू यायचं *'अदिलशा हा तुला दंडवत...'*

आठवी-नववीत असताना 'मिले सुर मेरा तुम्हारा' हे असंच एक सुप्रसिद्ध झालेलं गाणं होतं. त्यात *'सुर की नदिया बहते सागर में मिले, बदलाँ दा रुऽऽप लैके बरसन हौले हौले...'* यातलं 'प' काही ऐकू यायचं नाही. त्यामुळे दारूचा उल्लेख का केला असावा, ते लवकर कळत नव्हतं.

'कुर्बानी'मधलं एक गाणं मला 'आप जैसा कोई मेरी जिंदगी में आये तो 'बाप' बन जाये,' असं ऐकू यायचं.

अशाच शब्दजंजाळातून त्यांचे वेगवेगळे 'अपभ्रंश' आणि 'अर्थ' कानावर येत आमचे 'शाळेतले दिवस' पार पडले.

८३

खोत सर आणि इंग्रजीची गोडी

अलीकडेच वाचनात आलं होतं, की आमच्या वेळचे इंग्रजीचे शिक्षकच द्रष्टे होते! व्याकरण शिकवताना त्यांनी तेव्हाच सांगितलं होतं, की एखाद्या शब्दामागे 'ईडी' प्रत्यय लागला, की त्याचा काळ बदलतो. यातला गमतीचा भाग सोडला, तर सहावीपासून इंग्रजीत 'काळ' सुरू झाले आणि इंग्रजी विषय आमच्यासाठी 'कर्दनकाळ' म्हणून उदयास आला. यातला परमोच्च बिंदू होता तो सातवीत आल्यावर!

सातवीत आल्यावर 'काळ' चालवायचा होता. त्यातदेखील दहा-बारा प्रकार. साधा, पूर्ण, अपूर्ण, चालू पूर्ण अशी काही काळाची नावं. आपल्याला साधा आणि स्पेशल असे दोन चहाचेच प्रकार लहानपणापासून ऐकीवात होते. त्यामुळे एवढे सगळे काळ बघून काळजात धस्स व्हायचं. बरं काळ चालवायचा म्हणजे वहीत नुसतंच उतरवून काढायचो. तेदेखील किती वेळा? चार वेळा, सहा वेळा, दहा वेळा. आम्ही काय लिहितोय आणि कशासाठी याचा मागमूस नव्हताच. मागच्या पानावर काय लिहिलंय ते बघायचं आणि पुढे उतरवून काढायचं. कुणी विचारलं, तर सरांनी सांगितलंय म्हणायचो.

त्या दरम्यानच आमच्या थोरल्या बंधूंनी 'रॅपिडेक्स इंग्लिश स्पिकिंग कोर्स'चं पुस्तक आणलेलं. एकवीस दिवसांत इंग्रजी बोलायला शिकवणारं. भावाच्या नकळत एकदा सहजच पुस्तक चाळलं. पुस्तक बघूनच मला घाम फुटेस्तोवर 'जाम' टेन्शन आलेलं! दूरदर्शनवर त्या काळी शुक्रवारी रात्री 'न्यू दिल्ली टेलिव्हिजन'चा 'दी वर्ल्ड धिस वीक' नावाचा एक इंग्रजी कार्यक्रम लागायचा. दाढीवाला प्रणव रॉय

काय 'फर्डा' इंग्लिश बोलायचा कळायचं नाही; पण त्यानंतर संबंधित व्हिडिओ लागल्यावर तो काय बोलला असेल, याचा अर्थ लावायचो.

मी आठवीला असताना शाळेत काही नव्या दमाचे शिक्षक आले. खोत सर, खोचरे सर, मेहंदळे मॅडम. सव्वाअकरा वाजता आमची शाळा असायची; पण खोत सर दहापूर्वीच शाळेत यायचे. त्या वेळच्या ऑफिस इमारतीवर पश्चिमेला एक फळा होता. सर शाळेत आल्या आल्या त्या फळ्यावर बातम्या लिहायचे.

असाच एक उत्साही वर्गमित्र आठवीत भेटला, तो म्हणजे महेश बनकर. 'पन्हाळा पब्लिक स्कूल'मधून आलेला. फाड फाड इंग्रजी बोलायचा. त्या वेळच्या पेपरमध्ये 'कोकाटे फाड फाड इंग्रजी'च्या जाहिराती यायच्या. 'एका आठवड्यात इंग्रजी बोलायला शिका', 'एका दिवसात शिका,' अशा काहीबाही जाहिराती यायच्या. तेव्हा महेशचं इंग्रजी ऐकून हेवा वाटायचा. आपल्याला असं इंग्रजी बोलायला येईल का, असा प्रश्न पडायचा. महत्त्वाचं म्हणजे, कोकाटेंच्या जाहिरातीत तथ्य असेल असं वाटायचं. इंग्रजी लिहिताना तो रनिंग लिपीत लिहायचा; पण एक मात्र होतं, की महेश मराठीदेखील रनिंगमध्येच लिहायचा!

आम्हाला आठवीला खोत सर शिकवायला आले आणि इंग्रजी काळांचा पत्ता लागला. इंग्रजीतली वाक्यं तयार करायला खोत सरांमुळंच शिकलो. वाक्य

तयार करण्याचे 'फॉर्म्युले'च आमच्यासमोर आल्यामुळे इंग्रजी वाक्यं कशी तयार करायची ते शिकलो. तशी इंग्रजीची भीती कमी होऊन गोडी वाटू लागली. भाषा कोणतीही असो, त्या भाषेत आपल्याला किमान काही वाक्यं तरी बोलता आली पाहिजेत; परंतु जोपर्यंत हे होत नाही, तोपर्यंत आपला त्या भाषेशी संघर्ष होत राहतो. वेळेत त्यावर उपाय किंवा मदत मिळाली नाही, तर आपण त्या भाषेचा नाद सोडून देतो आणि ती भाषाच नकोशी वाटू लागते. खोत सरांनी आपल्याला ती मदत वेळीच केली, असं मला वाटतं.

शाळा सुटल्यावरदेखील सर 'स्पोकन इंग्लिश'चा वर्ग घ्यायचे; पण आम्हाला 'मिसरूड'रूपी 'शिंगं' फुटल्यानं चेष्टेवारी गोष्टी घेतल्या. फक्त एक-दोनदाच 'स्पोकन'च्या वर्गात बसलो. इंग्रजीच्या शिक्षकांवर विद्यार्थ्यांना प्रभावीपणे मुळाक्षरे-शब्द आणि त्यातून वाक्यांपर्यंत घेऊन जाणे ही फार मोठी आणि महत्त्वपूर्ण जबाबदारी आहे. ती पूर्ण केल्यास विद्यार्थी मनापासून इंग्रजी शिकायचा प्रयत्न करतील आणि पाठ्यपुस्तक, व्याकरण, तसंच लेखन-कौशल्यातही स्वतःला पुढे नेऊ शकतील.

ऐकणं, वाचणं, लिहिणं आणि बोलणं यातून भाषेचा जो विकास होतो, तो आमच्या बाबतीत कधी झालाच नाही. परीक्षेसाठी म्हणून वाचणं आणि लिहिणं यातून इंग्रजी बोलता येईल इतपत तिचा विकास कधीच होऊ शकत नाही; पण एक गोष्ट मात्र नक्की, की आजही व्यवसायाच्या निमित्तानं बऱ्याचदा इंग्रजी पत्रव्यवहार असतील, प्रेझेंटेशन असतील किंवा इतर कम्युनिकेशन्स असतील, यात इंग्रजी व्याकरण सहसा कधीच चुकलं नाही. त्यामुळे मराठी माध्यमात शिक्षण घेऊनही इंग्रजीत कमी पडलो नाही, याचा सार्थ अभिमान वाटतो.

८४

चुका दुरुस्त करणारा खोडरबर

शाळेत असताना पडलेले काही प्रश्न खूपदा अनुत्तरितच राहतात. त्यातलाच एक मला सहावीत असताना पडलेला. मराठीच्या पुस्तकातली, शंकर पाटलांची 'खेळखंडोबा' कथा तुम्हाला आठवते का? वांड्रांची शिरगणती, कलेक्टरांचं पत्र होतं इंग्रजीत. त्यांनी इचारलं हुतं गावात डाँकी किती? तर शान्या टायपिस्टानं 'डी' खाऊन 'एम' टाकला हुता आणि त्यो 'यम' गावाला भोवला होता. डाँकीचं मंकी झालं होतं. आता आठवलं ना?

त्या वर्षीच आम्हाला अभ्यासात पेशव्यांचा इतिहास होता. त्यातदेखील आनंदीबाईंनी 'ध'चा 'मा' करून नारायणराव पेशवेंना गारद्यांकडून ठार केलं होतं, तेव्हा पहिल्यांदा तो गहन प्रश्न पडला होता, की 'ध'चा 'मा' करताना आनंदीबाईंनी कोणता खोडरबर वापरला असेल? इथं कितीही कागद घासला किंवा खोडरबर घासला, तरी पेनानं लिहिलेलं एक अक्षर पुसलं जायचं नाही. कागद फाटायचा; पण अक्षरं तशीच राहायची. मग त्या काळी 'ध'चा 'मा' इतक्या बेमालूमपणे कसा साकारला असेल?

शाळेत खोडरबर हा कंपास पेटीचा 'आजीव' सभासद असायचा. कंपासमधला एक कोपरा त्याच्यासाठी कायम राखीव असायचा; पण कंपासबरोबर मिळालेला खोडरबर फार दिवस त्याच्या जागेवर राहायचा नाही आणि एकदा गायब झालेला खोडरबर परत सापडल्याचं ऐकिवात नव्हतं. नवीन खोडरबर त्या जागी बरोबर बसेलच याचा नेम नसायचा. खोडरबर ओव्हरसाइज असला, की कंपासाचा समतोल ढासळायचा.

खोडरबरचे आकार, रंग आणि प्रकारदेखील वेगवेगळे असायचे. त्यांचा सुगंध कंपासभर दरवळायचा. 'क्रिकेट बॅट'च्या आकाराचा खोडरबर खूप छान वाटायचा; पण खूपदा त्याला मागणी घालूनदेखील आमच्या नशिबी तो नव्हताच. ज्यांच्याकडे तो असायचा त्यांच्याबद्दल खूप हेवा वाटायचा. एक मात्र असायचं, की जे सुगंधित असायचे, त्यांनी खोडलं की पेपर नेहमी काळपट पडायचा; पण ज्यांना अजिबात गंध, वास नसायचा, दिसायला देखणे नसायचे त्यांनी खोडलं, की पेपर काळपट व्हायचा नाही. जणू 'काय भुललासी वरलीया रंगा' याचं मूर्तिमंत उदाहरण खोडरबरच्या रूपात असायचं.

अपवादात्मक परिस्थितीत सर्वगुणसंपन्न खोडरबरदेखील मिळायचा. असं खोडरबरचं झिजणं चंदनाप्रमाणे भासायचं. जणू सातवीतल्या कृ. ब. निकुंबांच्या चंदन कवितेच्या ओळी,

माझ्या चंदनी खोडाचा
मंत्रः झिजणे झिजणे
उणे लिपायला माझे
घाली सुगंधाचे लेणे

आमच्या उणिवांवर, चुकांवर पांघरूण घालण्यासाठीच खोडरबरचा जन्म झालेला होता. खोडरबर न वापरता कुठलंही चित्र किंवा विज्ञानाची एकदेखील आकृती कधीच पूर्ण झाली नसती. खोडरबरचं सर्वांत जवळचं नातं कुणाशी असेल, तर ते आमच्या 'युनिफॉर्म'शी. खोडरबर स्वच्छ करण्यासाठी तो कपड्यांवर घासल्याखेरीज चैन पडत नसे. खोडरबरचा आकार त्याच्या वापरागणिक बारीक होत जायचा. कधी कधी तो इतका लहान व्हायचा, की मुश्किलीनं हातात पकडता येत असे. आपत्कालीन परिस्थितीत मात्र त्याचाच आधार असायचा.

आठवीत असताना 'रेनॉल्ड्स'च्या 'फाइन टिप' बॉलपेनचा जसा उदय झाला, तसा एका मोठ्या खोडरबरचाही झाला. तेव्हा साधारण तीन चतुर्थांश भाग लाल आणि एक चतुर्थांश भाग निळा असलेला खोडरबर मिळायचा. त्यावर इंग्रजीत 'मिकाडो' लिहिलेलं असायचं. त्याच्या लाल बाजूकडून पेन्सिलनं आणि निळ्या बाजूकडून पेनानं लिहिलेलं खोडता यायचं. पेन्सिलनं लिहिलेलं खोडलं जायचं; पण पेनाचं कधीच खोडलं गेलं नाही. फार नंतर समजलं, की पेन आणि पेन्सिलीचा एकत्र 'खोडरबर' ही केवळ एक अंधश्रद्धा होती.

खोडरबर हे माझ्यासाठी फक्त कंपासातलं शालेय साहित्य कधीच नव्हतं, तर तो एक आधार होता. कारण काहीही चुकलं तरी चालतं, ते पुसता येतं; शिवाय त्यांच्या कोणत्याही खुणा किंवा आठवणी मागं राहत नाहीत, हा विश्वास होता. त्याला भले रंग, वास किंवा विविध आकारांचं सौंदर्य नसलं, तरी ती अतिशय गरजेची वस्तू होती. भले आधीची पूर्ण वापरल्यावरच नवीन वस्तू मिळायची. त्यामुळे त्याची आपसूक काळजी घेतली जायची. चुका झाल्याच तरी त्या दुरुस्त करून पुन्हा सगळं पहिल्यासारखं करायला संधी होती. आयुष्याच्या वाटेवरदेखील आपल्या चुका दुरुस्त करण्यासाठी बरेच 'खोडरबर' भेटतात; पण आयुष्याचं पान फाटणार नाही किंवा काळं पडणार नाही, याची मात्र आपल्यालाच काळजी घ्यावी लागते.

८५

अनंताचा वाद

शाळेत असताना मनात बऱ्याच शंका यायच्या. काही शंका अशा होत्या, की त्यांची तेव्हा समाधानकारक उत्तरं मिळाली नव्हती. कदाचित त्या शंकांना शालेय अभ्यासात तितकासा अर्थ नसेल.

'बोलावणं आल्याशिवाय नाही' ही 'दिवाकरांची नाट्यछटा' आम्हाला सातवीत असताना होती. शाळेच्या गॅदरिंगमधल्या नाटकात दर वर्षी वैविध्यपूर्ण भूमिका करणाऱ्या एका विद्यार्थ्याला शिक्षकांनी डावललं, असं त्याला वाटलं होतं. त्याचं मनोगत, त्याच्या मनातल्या भावना त्या नाट्यछटेतून व्यक्त झाल्या होत्या; पण एकच नाट्यछटा सातवीत आणि आठवीत अशा दोन्ही वर्षी मराठीच्या पुस्तकात होत्या. दोन्ही धड्यांत शेवटच्या वाक्यात एकाच शब्दाचा फरक होता. सातवीत 'गुरुजी' होतं, तर आठवीत 'मास्तरराव' झालं होतं. सातवीतून आठवीत जाईपर्यंत गुरुजींचं मास्तरराव का झालेलं? शिवाय एकच धडा सातवीत आणि आठवीत, तेही मराठी विषयात? त्याचं काही कळलं नव्हतं.

आम्ही आठवीत आल्यावर काही नवीन विषयांचा आरंभ झालेला. 'भूमिती' विषय हा त्यांपैकीच एक. भूमितीची सुरुवात बिंदू, रेषा, किरण आणि रेषाखंडाने झाली होती. रेषा ही दोन्ही दिशांना अनंतापर्यंत जाते, असं मानतात. शिवाय ती अनंत बिंदूंपासून तयार झालेली असते. हा बिंदूसंच एका बाजूकडून बिंदूने मर्यादित असेल, तर त्याला 'किरण' म्हणतात. किरण एका दिशेला अमर्याद असतो, तर दोन्ही बाजूंकडून बिंदूंनी मर्यादित असेल, तर त्याला 'रेषाखंड' म्हणतात.

दहावीत गेल्यावर भूमितीत 'सांत' आणि 'अनंत संच' या संदर्भात एक प्रश्न

होता - रेषाखंडामधल्या बिंदूंची संख्या : सांत संच/ अनंत संच यांपैकी एक उत्तर लिहायचं होतं.

पुस्तकात याचं उत्तर 'अनंत' असं होतं. मी 'सांत संच' असं लिहिलं, तर पोतदार सरांनी तुझं उत्तर चुकीचं आहे, म्हणून सांगितलं; पण माझ्या बुद्धीला काही पटेना. तेव्हा सरांच्या केबिनमध्ये जाऊन शंका निरसन करून घ्यायचं ठरवलं. सर उपमुख्याध्यापक होते. मी केबिनमध्ये गेल्यावर सरांनी विचारलं, "रेषाखंडातल्या बिंदूंची संख्या मोजता येते का?"

मी "नाही," असं म्हटलं.

त्यावर सर म्हणाले, "म्हणून तो अनंत संच होतो."

मी सरांना सांगत होतो, 'रेषाखंड हा दोन्ही बाजूंनी मर्यादित आहे. भले त्यातले बिंदू मोजता येत नसतील. मग तो 'सांत संच' असायला हवा.' पण त्यानंतर सरांपुढे मला काही बोलता आलं नाही.

रेषा अनंत असते हे मान्य होतं; पण रेषाखंड हा तर मर्यादित असतो. मग तो 'सांत संच' का नाही? मला रेषाखंडामध्ये अनंत बिंदू असतात, हे तेव्हाही पटलं नव्हतं आणि आजदेखील पटत नाही. मला वाटतं, कोणत्याही रेषाखंडातले बिंदू हे 'अनंत' न मानता 'n' बिंदू मानावेत. अर्थातच जास्त लांबीच्या रेषाखंडात जास्त बिंदू आहेत.

मध्यंतरी तीनेक वर्षं इचलकरंजीत राहत असताना पोतदार सरांना भेटण्याची खूपदा इच्छा झाली होती; पण कामकाजाच्या व्यापात जमलंच नाही. अलीकडे लॉकडाउननंतर सरांची प्रकृती गंभीर असल्याचं महाजन सरांकडून समजलेलं. पुढे काही दिवसांनी सर 'अनंता'च्या प्रवासाला निघून गेल्याचं कळलं.

तीस वर्षं उलटली; पण शाळेतल्या काही शंका आजदेखील मनात घोंघावत राहतात. याचाच अर्थ शाळेत शिकतानाचा पाया इतका मजबूत होता, की शाळेतल्या आठवणी लिहिताना चार-दोन दिवसांपूर्वीच सगळं घडल्यासारखं वाटतं आणि मधली तीस वर्षं गायब होऊन जातात.

८६

डॉक्टर कधी आले?

पहिली ते चौथी सोडली, तर शाळेत असताना मी कधीच पहिल्या पाचात आलो नाही. त्यामुळे शाळेतला वार्षिक पारितोषिक वितरण समारंभ तसा आमच्यासाठी रिताच जायचा; पण थोरल्या बंधूंनी कधीच पहिला नंबर न सोडल्यानं आमच्याकडूनदेखील घरच्यांना तशाच अपेक्षा असायच्या.

'स्थूलत्वा'मुळे आम्हाला खेळात 'गती' नव्हती. त्यामुळे फक्त क्रीडा महोत्सव बघण्यात आम्हाला 'रस' होता. कलेत 'रस' नव्हता, कारण चित्रकलेत हात तितकेसे 'वळत' नव्हते. तर अक्षरांना 'वळण' नव्हतं, त्यामुळे निबंधलेखनापेक्षा 'बोलणं' सोप्पं वाटायचं; पण वक्तृत्वातदेखील 'तोंडाला' कोरड पडायची भीती!

आमचा नंबर कशात यायचा, तर स्मरणशक्ती स्पर्धा, उन्हाळी सुट्टीतली छंद संस्कार शिबिरं, स्कॉलरशिप, विज्ञान प्रदर्शन आणि प्रश्नमंजुषा स्पर्धा. यातही शाळेबाहेरच्या स्पर्धाच जास्त असायच्या. क्विझमधल्या ट्रॉफ्यादेखील आमच्या मित्रमंडळींनी आठवण म्हणून त्या त्या वेळी गायब केलेल्या. शिल्लक राहिली ती सर्टिफिकेट्स. असो.

मात्र, शाळेत बक्षीस घेतानाचं एक वेगळंच 'फिलिंग' असायचं. बक्षीस घ्यायच्या आधी कुणी भाषण करत राहिलं, की त्यांचा राग यायचा. भाषणबाजी कंटाळवाणी होऊ लागली, की हात जमिनीवर फिरू लागायचे. मोकळ्या हाती कधी कधी लहान लहान खडे यायचे. खडे हाती आले, की त्यांना 'फ्री हँड' मिळायचा आणि मग तीनशेसाठ अंशातून खडे प्रवासाला लागायचे. खडे हाती नाहीच लागले, तर किमान मातीत रेघोट्या ओढणं तरी चालू व्हायचंच. मानवी

इतिहासाच्या प्रारंभी मनुष्य आपले विचार साध्या उभ्या-आडव्या रेघोट्या काढून व्यक्त करत असे. रेघोट्या मारता मारताच चित्रं काढण्याइतकी त्याची प्रगती झाली, असं म्हणतात; परंतु आमची मात्र काहीच प्रगती झाली नाही.

शाळेतला पारितोषिक वितरण समारंभ तसा एक आगळा सोहळा असायचा. पारितोषिकांच्या संदर्भात आणखी एक आठवणीत राहिलेली बाब म्हणजे काही दानशूर व्यक्ती त्यांच्या वतीनं बक्षीस देताना त्यांची स्वतःची ओळख लपवत असत. उदाहरणार्थ, कार्यक्रमावेळी 'बँकेतल्या एका 'क्ष' व्यक्तीकडून 'एक्सवायझेड' इतकी रक्कम' अशी उद्घोषणा शाळेकडून केली जायची. 'क्ष' व्यक्ती कोण असेल, हा प्रश्न तेव्हा काही सुटला नव्हता. कार्यक्रम संपताना क्रीडा शिक्षकांनी कितीही सांगितलं, तरी आम्ही मुलं मैदानावर खाली बसून उठताना चड्ड्या झाडत उठायचो आणि सगळीकडे मातीचं 'लाल वादळ' हमखास उठायचं.

शाळेबाहेरचा एक पारितोषिक वितरण समारंभ कायम लक्षात राहिलेला. त्याचं असं झालेलं की 'सुभाष वाचनालय, अब्दुल लाट'तर्फे विविध क्षेत्रांतल्या मान्यवरांचा सत्कार आयोजित केला होता. पैलवान युवराज, डॉ. शिवराम माळी, ज्ञानेश्वर मुळे वगैरे. थोरले बंधू बोर्डात आल्यानं त्यांचाही सत्कार होणार

होता. माझी सहावी इयत्ता संपून उन्हाळी सुट्टी लागली होती. बंधूंची अकरावी संपून बारावीच्या व्हेकेशन बॅचेस पुण्यात सुरू होत्या. त्यामुळे कार्यक्रमासाठी त्याला इकडे येणं शक्य नव्हतं. लाट मूळ गाव असल्यानं कार्यक्रमाला जाणं तर आवश्यकच होतं. चार वाजताची वेळ होती. मग बाप्पांबरोबर मी तिकडे गेलो. तिथं आमच्या शाळेचे आ. क. कुरुंदवाडे सर होते. सरांचं गावदेखील अब्दुल लाट आणि त्यात बाप्पांचे ते क्लासमेट. आम्ही पोहोचल्यानंतर बाप्पांनी कुरुंदवाडे सरांना अडचण सांगितली. सर माझ्याकडे बघून म्हणाले, “हा आहे ना? याला स्टेजवर पाठवू.” मी अंगानं थोराड असल्याचा तो फायदा.

रत्नापाण्णा कुंभार हे कार्यक्रमाचे प्रमुख पाहुणे होते. चार वाजताचा कार्यक्रम रात्री आठ वाजता सुरू झाला. ठरल्याप्रमाणं मी स्टेजवर जाऊन सत्कार स्वीकारला. पुढे ज्येष्ठ बंधू मेडिकल कॉलेजला शिकायला गेले. लाट गावात कन्नड भाषेचा खूप प्रभाव होता. मी बाप्पांबरोबर कधीही लाट गावी गेलो, की लोक नेहमी विचारायचे, ‘डाक्टर यवाग बंदरू?’ म्हणजे डॉक्टर कधी आले? तेव्हा ‘इंवा सन्नाव मगा’ म्हणजे हा धाकटा मुलगा, असं बाप्पांना त्या लोकांना नेहमी सांगावं लागायचं. पुढे बरीच वर्षं हे असंच सुरू होतं. मला मात्र दर वेळी कुरुंदवाडे सर आणि रत्नापाण्णांच्या हस्ते झालेला सत्कार आठवायचा.

८७

पेन्सिलची गोष्ट

शाळेत असताना आमच्या खूप काही गोष्टी 'ओव्हरसाइज' असायच्या. कधी शर्ट 'डगळा' असायचा, तर कधी चड्डी. कधी दप्तर, कधी चपला, तर कधी रेनकोट! कधी दप्तरातला 'डब्बा' त्यांचं वेगळं अस्तित्व दाखवायचा, तर कधी बुटाच्या लेस फूटभर इकडे आणि फूटभर तिकडे लोळायच्या. खेळताना तर हमखास आम्ही केलेला 'इनशर्ट' बाहेर डोकवायचा.

अशातच दप्तरातल्या काही वस्तूदेखील डोकेदुखी वाढवणाऱ्या असायच्या. जसं की, जुन्या पानांपासून शिवणावळीनं तयार केलेल्या वहीची डावी बाजू, लिहायला फारच त्रासदायक असायची. तसंच शिसपेन्सिलचंही. नवी शिसपेन्सिल तर कधीच कंपासाच्या मापात बसायची नाही. ती कंपासाच्या मापाची होईपर्यंत कधी कधी गहाळदेखील होऊन जायची; पण बापूंइतकं आमचं मन महान नव्हतंच. एकदा बापूंच्या शिसपेन्सिलचा एक तुकडा हरवला आणि तो काही केल्या सापडत नव्हता. तेव्हा त्यांना नवी शिसपेन्सिल दिली, तर त्यांनी ती नाकारली. त्यांना तोच तुकडा हवा होता. मग सारा साबरमती आश्रम तो तुकडा शोधण्यात गुंतला. अखेर बऱ्याच उशिरा तो सापडला, तेव्हा बापूंच्या चेहऱ्यावर त्यांची कोणती तरी मौल्यवान वस्तू सापडल्याचं समाधान पसरलं होतं. असो.

सुरुवातीला आमची चित्रकला बेताचीच होती. त्यामुळे शिसपेन्सिलचं आणि आमचं फारसं सख्य नव्हतं. शाळेत असताना शिसपेन्सिलला 'टोक' करायला ब्लेड वापरायचो. एक तर 'गिरमिट' कंपासाऐवजी बाहेरच फिरत असायचं. सापडलं तरी गिरमिटचं 'फिजिक्स' कुठं चुकायचं, ते कळत नसे. पेन्सिलला

चांगलं 'टोक' होण्याऐवजी झालेलं चांगलं टोक मोडण्याचीच शक्यता जास्त असायची. गिरमिटनं शिसपेन्सिलचं टोक करताना काही जणांना त्यापासून लाकडी फुलांची नक्षी तयार करता यायची; पण आमच्या हाती टोक करताना लाकडी चुऱ्याखेरीज काहीच यायचं नाही. आणखी एक, गिरमिटचा उपयोग वर्गात बसल्या बसल्या नखं काढायला चांगला होत असे! तर वर्गात कुणी तासाला नाकात बोट घातल्यावर काय गिरमिटसारखं नाकात बोट घालून बसला आहेस? असं स्पष्ट शब्दांत केवळ जाधव सरच बोलू शकत होते. अलीकडंच इचलकरंजीत असताना 'गिरमिट' नावाचा एक कर्नाटकातला खाद्यपदार्थ असल्याचं समजलं.

एकदा प्रयोगवहीत आकृती काढण्यासाठी पेन्सिलला ब्लेडनं टोक करत असताना एक बारीक तुकडा उडून डोळ्यात गेला. तेव्हापासून ब्लेडनं पेन्सिलला टोक करणं बंद केलं. शिसपेन्सिलच्यादेखील बऱ्याच जातीप्रजाती आहेत. एच, बी, एचबी, बी१, बी२. काही गडद, काही फिक्या. काही कठीण, तर काही मऊ. भारतात तयार होत असलेल्या पेन्सिलच्या नव्वद टक्के लाकूड एकट्या पुलवामात तयार होते, हे 'मन की बात'मधून समजलं होतं.

आजकालच्या '०.५' आणि '०.७' एमएम पेन्सिलच्या युगात टोक करणंच जिथं कालबाह्य होऊ लागलं आहे, तिथं 'गिरमिट'ला कुणी पुसावं? असो.

'चित्रकलेची परीक्षा द्यायचीच,' अशी सातवीत असताना एकदा मनाची तयारी केली. ड्रॉइंग हॉलमध्ये साळी सर एलेमेंटरी ग्रेड चित्रकला परीक्षेचा जादा तास घ्यायचे. मधल्या सुट्टीतल्या वेळेत तो तास असायचा. पाचेक मिनिटात पटकन जेवण उरकून मी, महेश काटकर आणि आनंद दिवाण तिथं जायचो. जसजसं चित्रकलेचं ते प्रकरण पुढे जाऊ लागलं, तसा इथं आपला काही निभाव लागणार नाही, हे मला कळून चुकलं. आठवड्याभरातच माझा उत्साह पार मावळून गेला. पाच मिनिटांत डबा खाऊन व्हायचा, तो खायला मग हळूहळू जास्त वेळ लागू

लागला. परत तो तास चुकला तो कायमचाच.

प्रयोगवहीतल्या आकृत्या चित्रकलेच्या कठीण चित्रांपेक्षा त्यामानानं सोप्या वाटायच्या. पाचवीत कांद्याच्या पापुद्र्यातल्या पेशींची सूक्ष्मदर्शकाखाली पाहिलेली आणि प्रयोगवहीत काढलेली पहिली आकृती, विटांच्या भिंतीसारखी दिसणारी. आकृत्यांना शेडिंग करणं तेवढं कधी जमलं नाही. शालेय अभ्यासात पाचवीत कांद्याच्या पापुद्र्यातल्या पेशींपासून झालेली आकृत्यांची सुरुवात दहावीच्या बोर्ड परीक्षेत आलेल्या मानवी मेंदूच्या आकृतीसोबत संपली.

पेन्सिलचं कुतूहल सर्वांनाच असतं. 'अल्केमिस्ट' या जगद्विख्यात पुस्तकाचे जन्मदाते पाउलो कोईलो यांनी 'पेन्सिलची गोष्ट' सांगितली आहे. पेन्सिल एक आयुष्य जगण्याचं तत्त्वज्ञान आहे. पेन्सिल लिहिते; पण तिला लिहितं करणारा हात हा वेगळाच असतो. माणसांचंही तसंच आहे! नुसत्या माणसांचंच नाही, किंबहुना चराचर सर्व सृष्टीचा कर्ता करविता हा दुसराच कुणी असतो. त्यालाच आपण परमेश्वर म्हणतो. लिहिताना अधूनमधून पेन्सिल तासून तिला पुन्हा टोक करावं लागतं. तासताना तिला दुःख, वेदना जाणवतच असणार; पण ते सहन करून ती पुन्हा नव्यानं सुरेख लिहू लागते. आपल्याही आयुष्यात सुख-दुःख असतात; पण त्यातून न डगमगता तावून सुलाखून निघालो, की पुन्हा पहिल्या उमेदीनं नव्यानं जगायला ही पेन्सिलच शिकवते.

कधी पेन्सिलनं लिहिलेलं खोडरबरानं खोडून दुरुस्त करावं लागतं. आपल्याही हातून चुका होतात; पण त्या मान्य करून दुरुस्त करणं जमायला हवं. पेन्सिल चांगली का वाईट, हे तिच्या बाह्य रंगरूपावरून समजत नाही. लाकडाच्या आतलं शिसं महत्त्वाचं! तसंच माणसाचं अंतरंग निर्मळ आणि मजबूत असणं महत्त्वाचं! आणि सर्वांत महत्त्वाची गोष्ट म्हणजे पेन्सिल दुसऱ्यासाठी स्वतः झिजून नाहीशी होते; पण आपण लिहिलेलं मागं ठेवून जाते. तसंच माणसानंही जाताना आपली खूण, आपली आठवण मागं ठेवून गेलं पाहिजे.

अशीच एक पेन्सिल लोकमान्य टिळकांच्यादेखील कामी आली होती. मंडालेच्या तुरुंगात असताना त्यांनी 'गीतारहस्य' हा ग्रंथ पेन्सिलीनेच लिहिलेला.

देहे त्यागितां कीर्ति मागें उरावी।
मना सज्जना हेचि क्रीया धरावी॥

समर्थांनी म्हटल्याप्रमाणे, *'मरावे परी कीर्तीरूपी उरावे.'* आपल्यामागं आपलं कर्तृत्व कायम कसं चिरंतन राहील ते पाहिलं पाहिजे, हेच खरं. नाही काय मित्रांनो?

८८

प्रयोग 'शाळा'

मित्रांनो, खूप दिवसांनी पुन्हा शाळेत जाण्याचा योग आला. साधारण सायंकाळचे सव्वापाच वाजले असतील. शाळेत असताना सव्वापाच ही तशी शाळा सुटण्याची वेळ. या वेळी घरी जायचे वेध लागलेले असायचे; पण आजचे वेध मात्र शाळेत जाण्यासाठीचे आहेत. काही वर्गमित्र थोड्या वेळाकरता शाळेत भेटणार होते. त्यामुळे ऑफिसवरून थेट शाळेत येऊन पोहोचलो. आज शाळा सुटून खूप वेळ झाला होता. कदाचित दहावी-बारावीच्या परीक्षांमुळे असेल.

गेटमधून आत गेलो. दहावीच्या वर्गाजवळून जात होतो. स्टेजजवळ पांडुरंग आणि काही मित्रमंडळी वाट पाहत थांबलेली होती. शाळेत सगळीकडे सामसूम होती; पण दहावीच्या एका वर्गात अजूनही कुणी तरी शिकवत होतं. ओळखीचाच आवाज कानावर पडला. पाहिलं, तर गुरुवर्य महाजन सर शिकवत होते. आजही इतकी वर्षं शाळेतून निवृत्त झाल्यानंतरदेखील सर विद्यार्थ्यांना मार्गदर्शन करत असतात. कुठून बरं येत असावा इतका उत्साह या वयातदेखील? पण मी मात्र काल सरांना न भेटता थोडीशी वाट वाकडी करून पायऱ्यांवरून खाली उतरून स्टेजकडे चालत गेलो.

आजदेखील शाळेच्या आवारात उभं राहिल्यावर खूप आठवणी डोळ्यांसमोर तरळून जातात. बदललेल्या गोष्टी चटकन नजरेत येतात. खो-खोचे खांब जागेवरून हालले होते. पूर्वीच्या ठिकाणीच ते योग्य होते. कदाचित मुलांचे आणि क्रीडा शिक्षकांचेदेखील प्राधान्यक्रम बदलले असतील. असो.

आणखी एक बदल जाणवला, तो म्हणजे गोगटे सरांची पूर्वी जिथं केबिन

होती, त्यासमोर नारळाचं मोठ्ठं झाड दिसलं. झाड अगदी बीचवरच्या नारळीसारखं तिरपं वाढलेलं, प्रकाशाचा शोध घेत.

प्रकाशावरून लगोलग आठवण झाली ती पाचवीतल्या एका धड्याची. मराठी विषयात 'प्रकाशपूजक डॉ. सी. व्ही. रामन' यांच्यावर तो होता. भौतिकशास्त्र विषयाचे पहिले नोबेल पारितोषिक विजेते भारतीय. त्यांच्या 'रामन परिणाम' या संशोधनाबाबत अगदी संक्षिप्त; पण सहज समजणाऱ्या भाषेतली माहिती त्यात होती. रूढार्थाने आमच्या शाळेतल्या उपद्व्यापांची प्रेरणा, तथाकथित (विज्ञान प्रयोगांची) सुरुवात त्या धड्यातून झालेली.

सी. व्ही. रामन यांना बोटीतून युरोपच्या प्रवासाला जात असताना आकाशातल्या रंगछटा आणि प्रकाशाचे रंग पाहून रामन परिणाम सुचला होता.

आमच्या बारा नंबर शाळेत प्रत्येक वर्गाच्या प्रत्येक भिंतीवर त्या त्या इयत्तेनुसार वेगवेगळी चित्रं रेखाटली होती. उदाहरणार्थ, चौथीच्या वर्गात शिवरायांचा पूर्ण इतिहास वेगवेगळ्या चित्रांद्वारे रंगवला होता, तर तिसरीच्या वर्गातलं झाडाखाली सफरचंद खाली पडताना त्याकडे बघणाऱ्या न्यूटनचं चित्र आजही डोळ्यांसमोर उभं राहतं. या लोकांना लहानपणापासून असे शोध लागतात, आपल्यालाही असं काही सुचेल काय, असं त्या वेळी वाटायचं. त्यामुळे शाळेत जिथं काही वाचायला किंवा ऐकायला मिळेल, ते प्रयोग करावेसे वाटायचे.

इतकं काय असं होतं त्या धड्यात, तर प्रकाशाचं आरशावरून होणारं परावर्तन. आम्ही आमच्या घरातला आरसा अंगणात नेऊन सूर्यप्रकाश घरात पाडायचो. आरशाचा उजेड नेमका घरातल्या कुणाच्या तरी चेहऱ्यावर पडायचा आणि आमची धोबीपछाड व्हायची, तर वडिलांच्या गृहीतकांनुसार अशा उजेडामुळे घरात कोळीष्टकं वाढतात. आणखी एका समजानुसार आरशाच्या अशा घरात पडणाऱ्या प्रकाशामुळे ढेकणं होतात. मग आरशावरून प्रकाश परिवर्तनाचा आमचा प्रयोग रद्द व्हायचा.

बहिर्गोल भिंगातून प्रकाशकिरणं एकत्र येतात, असंदेखील काही तरी त्यात होतं. अंतः प्रेरणेतून बहिर्गोल भिंगाचा शोध आमच्या थोरल्या भगिनींच्या 'डिसेक्शन

बॉक्स' नावाच्या अतिमहत्त्वाच्या पेटीतून लावला. देवपूजेच्या देवळीतून वातीच्या कापसाचे 'चौर्यकर्म'देखील केले. प्रकाश किरणांच्या एकत्रीकरणाचा प्रयोग आधी हातावर करून पाहिला. चटका लागला. कापसावर प्रयोग होण्यापूर्वी बातमी वडीलधाऱ्यांपर्यंत पोहोचली आणि आमच्या प्रयोगाचा पुढचा अंक रद्द झाला. पुढे त्या भिंगाचा प्रवास आमच्या दप्तरातून शाळेपर्यंतदेखील झाला.

साबणाच्या पाण्याचे फुगे आणि त्यावरून परावर्तित होणाऱ्या रंगीबेरंगी प्रकाशाचादेखील उल्लेखही त्याच धड्यातला. पेनातल्या कांडीचं (रिफील) टोक दातांनी वेगळं करण्याचं टेक्निक महत्प्रयासानं साध्य केलेलं. त्याकरता रिफील फिकट उठते, असा कांगावा आम्हालाच करावा लागायचा; पण त्याचादेखील सुगावा लागायचा आणि साबणाचं पाणी चुकून पोटात जाईल म्हणून प्रतिबंध लागू व्हायचा.

आम्हीही (चुकून) शास्त्रज्ञ झालो असतो, असं त्या काळी वाटत राहायचं. कालचा महाजन सरांचा वर्गावरचा तास संपवून सर बाहेर पडले. स्टेजच्या उजवीकडे असलेल्या गेटमधून आम्हीही सगळे वर्गमित्र बाहेर पडत होतो. भिडेंच्या दवाखान्याची दगडी भिंत आजही तशीच होती. दगडी भिंतीला लागून असलेलं पार्किंग, जिथं पूर्वी पाचवी 'ब'च्या वर्गातून त्यांची 'प्रीमियर पद्मिनी' गाडी लावलेली दिसायची, तेही तसंच होतं. त्या शेजारची रानडेंची बिल्डिंग दिसली. रानडेंच्या शेजारचा 'ब्रिटिशकालीन' भासणारा बंगलादेखील दिसला. सगळं काही जिथल्या तिथं, थोडं जीर्णोद्धार झालेल्या नवीन रूपात होतं. कमतरता भासली ती फक्त आमच्या पाचवीच्या वर्गाची आणि वर्गातल्या सर्वांची.

पाचवीचा वर्ग जसा शाळेच्या नवीन इमारतीत सामावलेला, तसेच माझे वर्गमित्रही वेगवेगळ्या ठिकाणी रमलेत.

८१

स्मरणशक्ती

मित्रांनो, तुम्हा सर्वांना एक स्वगत आठवतंय का बघा. एकदा तरी वाचून बघाच. कदाचित तुम्हालाही आठवेल.

'उपरण्याला गाठी मारून आठवण राहत नाही, म्हणून 'स्मरणवही' तयार केली; पण तिचाही उपयोग होत नाही. कित्येक गोष्टींची टाचण करण्याची आठवणदेखील होत नाही. टाचून ठेवलेल्या गोष्टी पाहण्याची आठवण होत नाही आणि आज तर स्मरणवही कुठं ठेवलीये, तेच आठवत नाही. या लोकांना आठवणीत राहत नाही, तर ते स्मरणवह्या का ठेवत नाहीत?'

सहावीला मराठीत राम गणेश गडकरींचा 'विसरभोळा गोकुळ' एक धडा होता. त्यातल्या गोकुळचं हे स्वगत.

माणूस एक विसराळू प्राणी आहे आणि म्हणून तो सुखी आहे; पण तरीदेखील आठवणी जतन करणं ही आपल्या आवडीची गोष्ट आहे. त्यातल्या त्यात शाळेतल्या आठवणी तर कायम लक्षात राहतात.

आम्ही तिसरीत असताना नगरपालिकेच्या सगळ्या शाळेतल्या मुलांसाठी 'स्मरणशक्ती' स्पर्धा झाल्याचं आठवतं. नगरपालिकेच्या सहा नंबर शाळेमधल्या एका वर्गातल्या टेबलावर पेन, ग्लास, चावी, बॉल, चॉकलेट्स अशा ढीगभर वस्तू मांडून ठेवलेल्या असायच्या. दहा मिनिटांचा वेळ दिला जायचा. सगळ्या वस्तू एकदा बघायच्या आणि शेजारच्या वर्गात जाऊन पुढच्या दहा मिनिटांत त्या लक्षात ठेवून त्याच क्रमात लिहायच्या. अशी होती ती 'स्मरणशक्ती स्पर्धा.' तेव्हा त्या स्पर्धेत माझा तिसरा नंबर आला आणि एक लाकडी 'फूटपट्टी' बक्षीस म्हणून

मिळाली होती. आंतरशालेय स्तरावरचं हे पहिलंवहिलं बक्षीस!

लहानपणी लिहिता-वाचता येण्याआधीदेखील बऱ्याच गोष्टी तोंडपाठ होऊन जातात. अगदी शाळा प्रवेशापूर्वीदेखील मारुतीचं, गणपतीचं स्तोत्र वगैरे असेच तोंडपाठ झालेले. कधी कधी शिक्षक असलेल्या आईवडिलांबरोबर त्यांच्या शाळेत जाऊन वेगवेगळ्या कविता पाठ व्हायच्या. राष्ट्रसंत तुकडोजी महाराजांचं 'राजास जी महाली सौख्ये कधी मिळाली, ती सर्व प्राप्त झाली, या झोपडीत माझ्या', इंदिरा संत यांचं 'रंगरंगुल्या सानसानुल्या गवतफुला रे गवतफुला' किंवा भा. रा. तांबेंचं 'रे हिंदबांधवा, थांब या स्थळी अश्रू दोन ढाळी, ती पराक्रमाची ज्योत मावळे इथे झाशीवाली.' असो. त्यातला काहीच अर्थबोध तेव्हा होत नसे. केवळ बोल पाठ असायचे; पण संपूर्ण 'स्टार्ट टू एन्ड' तोंडपाठ! अगदी कवींच्या नावांसहित.

पुढे शाळा प्रवेश झाला. अगदी एक ते शंभर अंक लिहितानादेखील एकावर एक अकरा, एकावर दोन बारा असं मोठ्यानं तालात म्हणायला गुरुजी शिकवायचे. त्यामुळेच अंकांचं पाठांतर व्हायचं; पण शून्याला तेव्हा 'पूज्य' म्हटलं जायचं. आमच्या शाळेच्या आवारात तेव्हा नगरपालिकेची चाळीस नंबर शाळा होती. त्या शाळेचं नाव 'पूज्य साने गुरुजी विद्यामंदिर, शाळा क्रमांक-४०' असं होतं. शून्याचा 'पूज्य' आणि साने गुरुजींच्या आधीचा 'पूज्य' यांचा काही तरी संबंध असावा, असं मला त्या वेळी सारखं वाटत राहायचं!

एक ते शंभर अंकांची ओळख झाली आणि ते लिहिणं, वाचणं जमू लागलं, की नंतरचा टप्पा म्हणजे 'बे'चे पाढे पाठ करणं. बे म्हणजे दोन. त्यातही पाढे म्हणताना जर गेयता असेल, तर पाठांतर लवकर होतं. यासाठी दोनऐवजी 'बे' या सोईस्कर शब्दाचा वापर केला जायचा. आमच्या वर्गात 'बे'च्या पाढ्यापासून सुरुवात करून तीसच्या पाढ्यापर्यंत सर्व पाढे आम्ही सगळे जण मोठ्या आवाजात आणि एका 'कोरस'मध्ये म्हणायचो. ती गेयता आता 'टू टूज आर फोर'मध्ये राहिली नाही, हे नक्की.

'कोरस'मुळे ज्या मुलांचे पाढे पाठ नाहीत, त्यांचेही पाढे आपोआप पाठ होण्यास मदत होत असे. देवाच्या आरत्या असोत, की राष्ट्रगीत किंवा वंदे मातरम् जसं एकत्र म्हटल्यानं आपोआप पाठ होतात, तसंच आमचं पाढ्यांच्या बाबतीतही घडलेलं; पण पुढे हायस्कूलमध्ये संस्कृतात असं काही घडलं नाही. 'संस्कृत शब्द धातुरूपावली' नावाचं एक लहान आकाराचं; पण अतिशय किचकट स्वरूपाचं पुस्तक होतं. 'अ'कारांत, 'आ'कारांत वगैरे अनेक प्रकारचे अंत असलेल्या, उदाहरणार्थ, देव, राम किंवा माला अशी विभिन्न लिंगं असलेल्या आणि निरनिराळ्या शब्दांच्या तीन वचनानुसार बदलणारी सात विभक्त्यांमधली विविध रूपं पाठांतरात असायची.

संस्कृतात एकवचन, द्विवचन आणि बहुवचन अशी तीन वचनं ऐकली किंवा वाचली, की का कुणास ठाऊक राज कपूरच्या 'तिसरी कसम'ची आठवण व्हायची. 'रामः रामौ रामाः प्रथमा'पासून 'रामे रामयोः रामेषु सप्तमी' असं करत पाठ करायचं आणि संबोधनात 'हे राम' असायचं आणि तिथं खरंच 'राम' आठवायचा. मित्रांनो, हे संस्कृत पाठांतर म्हणजे सहनशक्तीबरोबर स्मरणशक्तीचाही अंत असायचा.

त्यातच पुढे वेगवेगळ्या प्रकारचे धातू तीन वचनांमध्ये आणि भूतभविष्यादी अनेक काळांमध्ये 'गच्छामि गच्छावः गच्छामः' करत चालवताना त्यात मेहेंदळे मॅडमकडून आमची 'गच्छंती' निश्चितच होत असे.

दोन-तीन महिन्यांपूर्वी मॉर्निंग वॉकला जाताना खोचरे सर भगतसिंग उद्यानात भेटले. अचानक पावसाची एक मोठी सर आल्यानं आम्ही गेटजवळ जाऊन पाऊस लागणार नाही अशा ठिकाणी थांबलो. सर रिटायरमेंटनंतरदेखील एका 'ऑलिंपियाड स्कूल'मध्ये शिकवायला जातात. सरांशी गप्पा मारताना आमचा विषय गणिताकडे वळला. भाज्य, भाजक, भागाकार, बाकी असे जड शब्द सरांनी उच्चारताच, मला थोडंसं धडधडू लागलं. मग पाऊस थांबतोय का जरा ते बघू लागलो; पण सरांनी गणितातलं पाढ्यांचं महत्त्व, दहा अंकी संख्येला आठ अंकी संख्येनं कसं भागायचं, एक्कोणव्वदचा पाढा कसा पटकन म्हणायचा असे विषय काढले. तेवढ्यात पाऊस जरा कमी झाला होता. मग मी टू-व्हीलरकडे वळलो. सर चालत निघाले होते. सरांनी मला पुन्हा हाक मारली. तुझा मोबाइल नंबर सांग म्हणाले. आम्ही दोघांनीही मोबाइल आणला नव्हता. जाता जाता गाडीवरूनच सरांना एकदाच नंबर सांगितला. तेव्हा सर म्हणाले, 'बघतो माझ्या लक्षात राहतो का ते?'

घरी पोहोचतो न पोहोचतो, तोच दहा मिनिटांत सरांचा फोन आला. 'माझी स्मरणशक्ती अजून चांगली आहे,' असं सर म्हणाले.

मित्रांनो, स्मरणशक्ती आणि विस्मरण एकाच नाण्याच्या दोन बाजू आहेत. जितकी चांगली स्मरणशक्ती असावी, तितकंच विस्मरणदेखील ताकदवान असावं. विस्मरण व्हावं ते आयुष्यातल्या दुःखद आणि वाईट गोष्टींचं, तरच नौका पैलतीरावर अलगद पोहोचेल.

१०

उत्क्रांत होत गेलेली सही

आमच्या घरी रेडिओ घेतला तोच मुळी क्रिकेटची कॉमेंट्री ऐकण्यासाठी आणि १९८७ साली 'ब्लॅक अँड व्हाइट' टीव्ही घेतला तो भारतात झालेला 'रिलायन्स वर्ल्ड कप क्रिकेट' बघायला. इचलकरंजीत फार पूर्वी एक 'रणजी क्रिकेट'चा सामना झाला होता. महाराष्ट्र विरुद्ध गुजरात आणि माझ्या थोरल्या बंधूंनी पूर्ण तीन दिवस मैदानावर जाऊन तो पाहिलेला; पण मला नेलं नव्हतं. त्यानंतर मात्र एखाद्या वर्षभरात मफतलाल विरुद्ध निरलॉन मिल्सदरम्यान प्रदर्शनीय जो 'वन डे' क्रिकेट सामना होता, तो बघायला जायचंच म्हणून मी हट्टून बसलो. त्या वेळचे दिग्गज खेळाडू सुनील गावस्कर, चेतन शर्मा, करसन घावरी असे बरेच जण सामन्यात होते. आम्ही गॅलरीत बसून सामना बघत होतो.

सामना सुरू झाल्यानंतर थोड्या वेळानं प्रेक्षकांची एकच झुंबड उडालेली, ती खेळाडूंचे 'ऑटोग्राफ' घेण्यासाठीची! कुणी डायऱ्या, तर कुणाचे कागद बाउंड्री लाइनच्या बाहेर पडत होते आणि तिथला क्षेत्ररक्षक आपल्या परीनं जमेल तसा सह्या करून पुन्हा आत टाकायला लागला. प्रत्येक कागदावर किंवा डायरीत सही करणं तितकं सोपं आणि शक्य नव्हतं. कधी तरी गावस्कर या बाजूला येईल वाटत होतं; पण 'राकेश टंडन'सारखा नवोदितच फिल्डवर यायचा. आम्हीदेखील आमच्याकडचा कागद सहीसाठी टाकला होता; पण तिथल्या गदारोळात परत आमच्याकडे काही तो आला नाही. थोड्या वेळानं पोलीस आले आणि त्यांनी हा सर्व प्रकार बंद केला. एखाद्याच्या सहीलासुद्धा इतकं महत्त्व असू शकतं, हे पहिल्यांदाच पाहिलं होतं! तेव्हा खरं 'ऑटोग्राफ' शब्द कळला; पण आम्हाला

तो ऑटोग्राफवाला कागद न गवसल्याचं शल्य मनात कित्येक दिवस राहिलं!

त्या काळी साप्ताहिक 'क्रीडांगण' आणि 'एकच षटकार' अशी साप्ताहिके पेपर स्टॉलवर यायची. काही दिवसांनी त्यातल्या एका साप्ताहिकात ऑस्ट्रेलियन टीममधल्या क्रिकेटपटूंच्या सह्या आल्या होत्या. एवढ्या सगळ्यांच्या सह्या एकत्र बघून खूपच आनंद झाला होता. मग एक छोटीशी डायरी विकत घेऊन 'ट्रेसिंग पेपर'नं सगळ्या सह्या थोरल्या बंधूंच्या मदतीनं त्यात कॉपी करून ठेवल्या. किम ह्यूज तेव्हा ऑस्ट्रेलियन टीमचा कॅप्टन होता. ॲलन बोर्डर, कार्ल रॅकमन, टेरी अल्डरमन, रॉडनी हॉग अशी त्या टीममधली नावं आजही आठवतात. सह्यांची ती डायरी जपून ठेवायची आणि नंतर त्यातच बाकीच्या थोरामोठ्यांचे 'ऑटोग्राफ' घ्यायचे, असं प्लॅनिंग तेव्हा ठरलेलं; पण पुढे काही दिवसांतच घात झाला. या टीममधले बरेच जण दक्षिण आफ्रिकेच्या दौऱ्यावर गेले. दक्षिण आफ्रिकेच्या वर्णविद्वेषी राजवटीमुळे त्या काळी त्यांच्या क्रिकेट टीमवर बंदी होती. ऑस्ट्रेलियानं आफ्रिकेला गेलेल्या त्या खेळाडूंची हकालपट्टी केली आणि त्याचबरोबर आमची मेहनतदेखील चुलीत गेली. असो.

शाळेत असताना पहिल्यांदा सही करायला लागली, ती चौथीच्या स्कॉलरशिप परीक्षेचा फॉर्म भरताना; पण ती कसली सही, नुसतं नावच तर लिहिलेलं. 'पुढे अशीच सही करत राहिलास, तर तुझं बँक खातं रिकामं करतील लोकं,' इति सांगायची गरज नाही. पाचवी-सहावीत असताना दोन तासांदरम्यान किंवा ऑफ तासाला वर्गात बोलणाऱ्यांची नावं लिहून शिक्षकांना कळवण्याची जबाबदारी बऱ्याचदा माझ्यावर असायची; पण सातवीत गेल्यावर त्यात आणखी थोडी वाढ झाली, ती म्हणजे गणिताचा घरी करायला सांगितलेला अभ्यास दुसऱ्या दिवशी तपासायचा. बऱ्याच जणांचा अभ्यास घरी झालेलाच नसायचा. त्यामुळे शाळेत गेल्यानंतर माझी वही बऱ्याच जणांकडे फिरत फिरत गणिताच्या तासापर्यंत माझ्याकडे परत येत असे. वर्गातल्या पहिल्या उभ्या रांगेतल्या सर्व जणांच्या वह्या मी तपासायचो; पण तेव्हा वही तपासून झाल्यावर कोपऱ्यात लहानशी सही करायचा मोह आवरायचा नाही!

सध्याच्या माझ्या सहीची प्राथमिक अवस्था सातवीत स्कॉलरशिप परीक्षेचा फॉर्म भरताना तयार झाली होती. नंतर हळूहळू त्यात उत्क्रांती होत गेली; पण

'बेसिक स्ट्रक्चर' काही बदललं नाही.

सहीबद्दलचं असलेलं कुतूहल नेहमीच राहिलं. मुख्याध्यापक गोगटे सरांची सही 'इंग्रजी' आणि 'मराठी' अशा दोन्ही भाषांत असायची. महत्त्वाच्या ठिकाणी ते शक्यतो इंग्रजीतच करायचे; पण सही ओळखू यायची. 'व्ही. जी. गोगटे' अशी सर्व अक्षरं रेखीव दिसायची. मराठीतल्या सहीत मात्र सुरुवातीचं 'वा' आणि शेवटी 'टे' अशी दोनच अक्षरे; पण तीदेखील पूर्णपणे दिसून यायची नाहीत. महाजन सर मराठीतून सही करायचे आणि 'गममहाजन' अशी एका रेषेखाली सगळी अक्षरं यायची. जणू ती मोडी लिपीतलीच सही वाटायची. सुतार सरांच्या सहीतलं शेवटचं 'आर' काही दिसायचं नाही. खोचरे सर विद्यार्थ्यांच्या वहीत 'एसएसके' अशी शॉर्ट सही करायचे आणि प्रयोगवहीत मात्र लांबलचक सही असायची. आणखी एक सहीचा प्रकार शाळेत असताना नेहमी बघायला मिळायचा, तो म्हणजे इंग्रजीत 'सीन' एवढंच लिहिलेलं असायचं. माझी थोरली ताई साधारण तिसरी / चौथीत असताना तिला शिकवायला माझा मित्र अजय कुलकर्णी याची आई होती. परीक्षेत पेपरवर पर्यवेक्षक म्हणून जिथं शिक्षकांनी सही करायची असते, तिथं आमच्या बहिणाबाईंनी 'सौ. पत्की' (पूर्वाश्रमीचं नाव) अशी वर्गशिक्षिकेची सही स्वतःच करून टाकली. अशा एक-दोन आणीबाणीच्या प्रसंगी आमच्या गुरुजनांची सही तिनं आमच्याच वहीत केलेली.

वास्तविक कागदावर पेनने आपल्या नावाचं चिन्ह उमटवणं म्हणजे सही. त्यातदेखील आता 'न्यूमरॉलॉजिस्ट' लोकांची घुसखोरी झालीये. सही करताना पहिलं अक्षर मोठं पाहिजे, सही वरच्या दिशेनं जायला हवी, म्हणजे आयुष्यात प्रगती होते. सहीत टिंब दिल्यास स्थैर्य वाढतं. रेष असल्यास आत्मविश्वास वाढतो. अशा बऱ्याच सूचना मिळत गेल्या; पण खरं सांगू, चांगल्या सहीसाठी माझा हात काही वळायचा नाही. त्यामुळे रेखीव सही काही करता आली नाही.

एखाद्या सहीनं जसं आयुष्य घडतं, तसं उद्ध्वस्तदेखील होतं. त्यातच आताच्या आधुनिक काळात 'डिजिटल' सहीचा जमाना आलाय; पण सहीचा विषय निघाला, की 'दीवार'मधला बच्चनचा डायलॉग आठवल्याशिवाय राहत नाही.

'जाओ, पहले उस आदमी का साइन ले के आओ, जिसने मेरे बाप को चोर कहा था. पहले उस आदमी का साइन ले के आओ, जिसने मेरी मां को गाली दे के नौकरी से निकाल दिया था. पहले उस आदमी का साइन ले के आओ, जिसने मेरे हाथ पर ये लिख दिया था... ये... उसके बाद, उसके बाद मेरे भाई तुम जहां कहोगे, मैं साइन कर दूंगा.'

११

दंत-पुराण

आजकाल दर चार-सहा महिन्यांनी दोन-तीन दिवसांकरता माझी दाढदुखीची समस्या डोकं वर काढतेच; पण किरकोळ औषधांनी दुखणं बरंदेखील होऊन जातं. दाढेमधल्या गॅपमुळे हे सगळं होत राहतं; पण दाढ दुखायला लागली, की मला आजही नववी इयत्तेच्या 'कुमारभारती'तला 'माझा अविस्मरणीय क्षण' आणि प्रकर्षानं सुनील गावस्करची आठवण येतेच!

वेस्ट इंडिज तसा उष्ण कटिबंधातला देश. तिथल्या दौऱ्यावर 'पोर्ट ऑफ स्पेन'च्या क्रिकेट मैदानावर सुनील गावस्कर तहानेने व्याकूळ असताना त्यांनी ग्लास किंवा बॉटलऐवजी थेट बर्फमिश्रित पाण्याचा जार तोंडाला लावलेला. त्यातला एक बर्फाचा खडा त्यांच्या दाढेमधल्या पोकळीत अडकतो. हा खडा नंतर वितळूनही जातो; पण चालू होतं ते त्यांचं दाढेचं दुखणं!

'संकटं कधीही एकटी येत नाहीत,' हे एक अजरामर वाक्य आमच्या मनावर कायमचं कोरलेलं.

सलामीला येऊन गावस्कर त्यांच्या दुखऱ्या दाढेसह कसोटी क्रिकेट सामना खेळतात. नुसते खेळत नाहीत, तर गॅरी सोबर्ससारख्या गोलंदाजांच्या भेदक माऱ्यासमोर पहिल्या डावात शतक झळकावतात. दाढदुखीमुळे त्यांना झोप लागयची नाही. परिणामी, त्यांचे डोळे लालबुंद दिसायचे. हेदेखील कमी म्हणून की काय; पण वेदनाशामकंसुद्धा प्रभावहीन होत होती. झोपेची गोळी तेवढी नंतरच्या दिवशी त्यांच्या कामी आलेली. दुसऱ्या डावातही दाढदुखीसोबतच त्यांनी द्विशतक झोडपलेलं. दोन्ही डावांतल्या शतकांचा विजय हजारेंचा विक्रम,

पहिल्या डावात शतक आणि दुसऱ्यात द्विशतकी कामगिरीनं 'मोडीत' निघालेला. सुनील गावस्करांच्या कामगिरीनं भारावलेले प्रेक्षक मैदानावर येऊन त्यांना उचलून घेतात; पण त्यांना जेव्हा खाली ठेवतात, तेव्हा त्यांची नुसती दाढच नव्हे, तर पुरती बत्तीशी हादरून जाते. सुनील गावस्कर यांचा हा 'अविस्मरणीय क्षण.' कुणालाही दाढदुखीचा त्रास होऊ लागला, तर काम आणि कर्तृत्व कसं असावं याची प्रेरणादायी गोष्ट!

स्वच्छता आणि आरोग्यासंदर्भात एक संस्कृत श्लोक सहावीत असताना उन्हाळी 'वासंतिक छंद संस्कार' शिबिरात शिकवलेला. तेव्हा पाठ केलेला; पण सध्या इंटरनेटवरून रेडिमेड घेतलेला.

कुचैलिनं दन्तमलोपधारिणं बह्वाशिनं निष्ठुरभाषिणं च।
सूर्योदये चास्तमिते शयानं विमुञ्चतिश्रीर्यदि चक्रपाणिः।।

कपडे मळकट असणारे, दात स्वच्छ नसणारे, गरजेपेक्षा जास्त खाणारे, कठोर बोलणारे, सूर्योदय किंवा सूर्यास्ताच्या वेळी झोपून राहणारे साक्षात विष्णू जरी असले, तरी लक्ष्मी तिथं वास करत नाही.

दातांच्या आरोग्यासंदर्भात आम्ही लहानपणी खूपच निरुत्साही असणार. कारण ज्या वेळी थोडंफार कळायला लागलं, तेव्हा आमचे समोरचे चारही दात किडलेले होते. 'दात काय उंदरांनी खाल्ले काय?' असा हमखास प्रश्न वडिलांचे स्नेही विचारत. त्यामुळे खूप कसंनुसं वाटायचं; 'पण हे दुधाचे दात आहेत आणि ते पडून चांगले दात येतील,' असा धीर घरच्यांकडून दिला जायचा!

तेव्हा आमच्या घरात 'टूथपेस्ट' तर नसायचीच. असायचं ते दंतमंजन. त्यातदेखील नोगीचं 'माकडछाप' हे काळं दंतमंजन बऱ्याचदा घरी वापरात असायचं. दात हे तेव्हा केवळ बोटांनीच घासले जायचे. त्यामुळे आमचे हात आणि कपडे काळे व्हायचेच. या माकडछापमुळंच माझे दात काळे पडलेत, असा तेव्हा माझा समज झालेला!

'माकडछाप'चा कंटाळा आला, की 'विटकरी' रंगाच्या 'विको वज्रदंती'चा वापर व्हायचा. चव जरा चांगली असल्यानं बऱ्याचदा यातली काही पावडर आमच्याकडून खाल्लीदेखील जायची. 'विको वज्रदंती' पावडरमध्ये पाण्याचे थेंब मिसळले, की तिला पेस्टचा 'लूक' यायचा. 'विको वज्रदंती'चे मोकळे झालेले डबे आई मसाल्याचे पदार्थ ठेवण्यासाठी वापरायची.

अधेमधे 'डाबर लाल' दंतमंजनदेखील घरी आणलेलं; पण ती खूप तिखट असायची चवीला! मीठ आणि मिरचीपूड त्यात वापरतात की काय, असंच वाटायचं!

घरातले मोठे लोक तेव्हा तंबाखूची मिसरी वापरत. घरी कुणी पाहुणे येणार असतील, तर मात्र 'कोलगेट'ची 'टूथ पावडर' आणली जायची. पांढरीशुभ्र आणि ती हाताला एकदम मऊ लागायची. 'कोलगेट'मध्ये जनावरांच्या हाडांची भुकटी असते, त्यामुळे ती वापरायची नाही, अशी तेव्हाची सर्वसामान्य संकल्पना होती. पुढे खूप वर्षांनी घरी टूथपेस्टचा वापर चालू झाला. त्यातही 'लवंग तेल' असलेली 'प्रॉमिस' किंवा 'बिनाका'ची टूथपेस्ट असायची. मात्र आजोळी कधी तरी गेलो, की आम्हाला मीठ आणि चुलीतला कोळसा दात घासण्यासाठी दिला जायचा!

माझा पहिला दात पडला तो एक रविवारचा दिवस होता. सकाळी नाष्ट्याला पोहे खात असताना थोडाफार हलत असणारा दात तुटला आणि घासाबरोबर पोटात गेला. पुढचा घास खाताना जिभेचा स्पर्श त्या मोकळ्या जागी झाला आणि मग समजलं, की दात तुटून पोटात गेला आहे. तेव्हा भीतीने मी रडारड सुरू केलेली. माझ्या समजुतीसाठी मग मला आमच्या फॅमिली डॉक्टरांकडे, म्हणजेच डॉ. हिट्टीनहळ्ळी यांच्याकडे घेऊन गेले. रविवार असल्यामुळे डॉक्टर दवाखान्यात नव्हते. नंतर त्यांचे नातेवाईक डॉक्टर बेनाडीकरांकडे मला नेलं. त्यांनी केळी खाऊ घालण्याचा सल्ला दिला. मग काय, त्या निमित्तानं दिवसभर बरीच केळी खाऊन झाली.

आमच्या बारा नंबर शाळेतले गुरुजीदेखील दात पाडायचे. पा. आ. पाटील गुरुजी यात अग्रेसर होते. मी दुसरीत असताना त्यांनी माझा दुसरा दात शिसपेन्सिलने माझ्या नकळतपणे पाडला होता. दात पडला की तो कुणाला न दाखवता दुसऱ्यांच्या घरावर टाकून द्यायचा प्रघात होता; पण शाळेत असताना दात पडला, की कुठल्या घरावर टाकायचा, हा गहन प्रश्न मला तेव्हा पडायचा. बरं दात पडला, की तिथं जीभ लागू द्यायची नाही, असे आम्हाला लहानपणी आदेश असायचे. नाही तर येणारा नवीन दात वाकडातिकडा येईल. त्यामुळे खूप काळजी लागून राहायची; पण आमची जीभ दात पडलेल्या मोकळ्या जागी हमखास लागायची!

आमच्या शाळेतदेखील एकदा दातांची आरोग्य तपासणी करण्यात आली होती. जीवशास्त्राच्या प्रयोगशाळेत डॉक्टर कोठारींनी ती केलेली. यात बाकी काही नसलं, तरी डॉ. कोठारींची 'बुल्गानिन' स्टाइल दाढी छान वाटलेली!

या दातांनी आमच्या शाळेतल्या अभ्यासातदेखील घुसखोरी केलेली. 'दात-ओठ खाणं', 'दात काढणं', 'दातखीळ बसणं', 'दात ठेवणं', 'दात विचकणं', 'दाती तृण धरणं', 'दात दाखवणं' असे वाक्प्रचार आणि 'आपलेच दात आणि आपलेच ओठ', 'दात कोरल्याने पोट भरत नाही', 'हसतील त्याचे दात दिसतील', 'खायचे दात वेगळे आणि दाखवायचे वेगळे' वगैरे म्हणी चिरकाल टिकून राहिल्या आहेत. असो.

आमचं आजचं शाळेतल्या आठवणींचं 'दंत-पुराण' खूप झालं. विंदा करंदीकरांच्या शब्दांतच सांगायचं तर,

सकाळपासून रात्रीपर्यंत तेच ते! तेच ते!
माकडछाप दंतमंजन,
तोच चहा तेच रंजन,
तीच गाणी तेच तराणे,
तेच मूर्ख तेच शहाणे,
काळपासून रात्रीपर्यंत
तेच ते, तेच ते!

१२

कास सत्याची

आम्ही इचलकरंजीतल्या शांतीनगर भागात राहतो. आमचा परिसर खूप वर्षांपासून 'गावठी'च्या गाळपासाठी प्रसिद्ध आहे. पूर्वी या लोकांच्या घरची लग्नं सायंकाळच्या 'गोरज' मुहूर्तावर धुमधडाक्यात व्हायची आणि त्या लग्नकार्यात 'शोभेचं दारूकाम' हमखास असायचं. फार पूर्वीचा असाच एक प्रसंग आहे. तेव्हा मी खूप लहान होतो. अशाच एका सायंकाळी फटाक्यांची आणि अग्निबाणांची आतषबाजी सुरू झाली. आम्ही घरातले सगळे जण संध्याकाळी अंगणात बसलो होतो.

"हे आत्ता काय चाललंय?" मी न राहवून विचारलं.

"लग्नाचा कार्यक्रम सुरू आहे. त्यामुळे ही फटाक्यांची आतषबाजी सुरू आहे." घरच्यांनी सांगितलं.

त्यावर मी म्हणालो, "माझंसुद्धा लग्न करू या का?"

माझ्या या बोलण्यावर जोराचा 'हास्यस्फोट' झाला. (माझ्या बालसुलभ डोक्यातलं लॉजिक म्हणजे मलादेखील फटाके उडवता येतील!) पण यानंतर कित्येक वर्षं 'माझंसुद्धा लग्न करू या का?' हा माझाच डायलॉग मला ऐकावा लागला, अगदी प्रत्येक दिवाळीतल्या आतषबाजीतदेखील.

याच दरम्यान 'स्कायलॅब' भारतात कोसळणार अशी चर्चा कानावर पडू लागली. आकाशातून काही तरी पडणार, याची दहशत सर्वत्र पसरलेली. तेव्हा मी आभाळाकडे सारखंच बघत बसायचो. जणू काही स्कायलॅब कोसळताना मलाच पहिल्यांदा दिसणार आहे; पण अशाच एका सकाळी स्कायलॅब हिंदी महासागरात पडल्याचं बाप्पांनी सांगितलं आणि आमचं आकाशाकडे बघणं बंद झालं!

चौथीला गेल्यावर 'चला चंद्रावर' या धड्याच्या निमित्तानं खऱ्याखुऱ्या अग्निबाणाची ओळख झाली. 'रॉकेटदादा' अंगणात येतो आणि मुलांना चंद्रावर घेऊन जातो, अशी ती एक काल्पनिक 'विज्ञानकथा' होती. खडूच्या मदतीनं 'रॉकेट' कसं अवकाशात झेपावतं, ते आमच्या गुरव गुरुजींनी वर्गात दाखवलेलं आजही आठवतं. रॉकेटचा भाग खाली राहतो आणि उर्वरित भाग वेगानं अवकाशात कसा झेपावतो, ते सुरेख वर्णनातून त्यांनी आम्हाला सांगितलेलं.

शाळेत असताना एक असायचं, की एखादा नवीन शब्द धड्यात आल्यावर त्याचा शेवटपर्यंत पाठपुरावा घ्यायचा. उदाहरणार्थ, तिसरीतल्या एका धड्यात 'दशमी'चा उल्लेख आलेला, तेव्हा आईच्या मागं लागून 'दशम्या' करायला लावून, त्या खाऊन 'दशमी' शब्दाचा पक्का अर्थ समजावून घेतला होता.

'चला चंद्रावर'मध्ये 'गोफणी'बद्दल लिहिलं होतं. गोफण फिरवताना त्यातला दगड जसा स्थिर राहतो, त्याप्रमाणे 'रॉकेट' पृथ्वीभोवती फिरताना कक्षेत कसं स्थिर राहतं, याबद्दल गोफणीचा त्यात उल्लेख होता. तर मी ही गोफण तयार करून बघायचं ठरवलं. घरातली सुतळी आणि अंगणातले दगड याकामी आले; पण एक अडचण येत होती. ती अशी, की आमच्या गोफणीतला दगड काही सुतळीमध्ये स्थिर राहायचा नाही. शिवाय गोफण फिरवताना तो दगड निसटून दोन-तीनदा मलाच लागला. यामुळे हा प्रयोग काही तडीस नेता आला नाही. काही दिवसांनंतर सुट्टीला आजोळी गेल्यावर मात्र गोफण प्रत्यक्षात पाहायला मिळाली.

चौथीपर्यंतच्या शाळेत मी प्रार्थना सांगायला असायचो आणि सगळी मुलं माझ्या मागोमाग प्रार्थना म्हणायची. *'सत्यम, शिवम, सुंदरा... शब्दरूप शक्ती दे भावरूप भक्ती दे.'* यानंतर मनाचे श्लोकमधले काही श्लोक असायचे आणि शेवटी प्रतिज्ञा. प्रार्थनेच्या वेळी दबडे गुरुजी बातम्या सांगायचे. आम्ही चौथीत असतानाच भारताचा पहिला अंतराळवीर राकेश शर्माची बातमी गुरुजींनी प्रार्थनेच्या वेळी सांगितली होती. तेव्हा आपल्या तत्कालीन पंतप्रधान श्रीमती इंदिरा गांधी यांनी राकेश शर्मांना विचारलेलं, 'उपरसे भारत कैसे दिखता है?' तेव्हा राकेश शर्मांनी सांगितलेलं, 'सारे जहाँ से

अच्छा...' त्याच वर्षी चौथीत 'चला चंद्रावर' धडा अभ्यासाला होता. यातदेखील मुलांना चंद्रावर जात असताना आपला भारत खूप सुंदर दिसला होता.

सध्याच्या मानाने आमचं शैक्षणिक नशीब खरंच खूप चांगलं म्हणावं लागेल. आमच्या विज्ञाननिष्ठेची सुरुवात शाळेपासून झालेली. आम्हाला सहावीला कवी वसंत बापट यांची एक कविता होती.

गतकाळाची होळी झाली, धरा उद्याची उंच गुढी
पुराण तुमचे तुमच्यापाशी, ये उदयाला नवी पिढी

त्याच कवितेत पुढे होतं,

शेषफणेवर पृथ्वी डोले! मेरूवरती सूर्य फिरे!
स्वर्गामध्ये इंद्र नांदतो! चंद्र राहूच्या मुखी शिरे!

अहाहा! काय बालकथा या, जणू कडीवर कडी केल्यासारखंच.

सातवीत शिकत असताना 'व्रतवैकल्ये' नावाचा सावरकरांचा एक लेख होता. त्यात ते टीका करताना म्हणतात, 'मधले चंद्र, सूर्य, शनी व मंगळ हे केवळ 'ज्योतिर्गोल' नसून, देव आहेत. मनुष्याच्या स्तुतीनं ते प्रसन्न होतात आणि निंदेमुळे ते संतापतात, असा समज जनमानसात होता; परंतु विज्ञानानं आणि गणितानं त्या निर्जीव वस्तू असून, त्यातल्या कठोर नियमानुसार त्यांची गती आणि स्थिती अवलंबून असते.'

शालेय शिक्षणात आम्हाला एक वैज्ञानिक दृष्टिकोन मिळाला; पण आज 'इस्रो'मधल्या वैज्ञानिकांकडून चांद्रयानाच्या उड्डाणापूर्वी प्रसिद्ध देवस्थानाकडे 'साकडं' घातलं गेलं होतं. आमचा वैज्ञानिक दृष्टिकोन या कारणांमुळे डळमळीत होऊ लागला. विज्ञान हे सदैव सत्यावर आधारित असतं; परंतु आयुष्यात कधीही सत्य-असत्यतेची दोलायमान स्थिती झाली, की रवींद्रनाथ टागोरांच्या (ज्याचा अनुवाद पुलंनी केला होता) 'जयतु शिवाजी'मधल्या या ओळी नेहमीच आठवतात.

सत्य कधीही मरत नाही, मरत नाही.
शत-शतकांच्या विस्मरणाच्या तळाशी असलं तरी मरत नाही.
अपमानाने अस्थिर होत नाही, की आघाताने ढळत नाही.
वाटत होतं ज्यांना की निःशेष झालंय काळाबरोबर,
स्वतःच्या कर्माच्या पैलथडीवर तेच सत्य आज पुन्हा अवतरलंय.

शेवटी इतकंच सांगेन, सगळ्यांनी आयुष्यात कुठंही काम करताना सत्याची कास धरावी, तरच पैलतीर गाठता येईल.

१३

'रत्नखचित' चेंडू

आजही उन्हाळ्यात इचलकरंजीत पाऊस पडला, की हमखास आठवण येते ती पाचवीतल्या एका धड्याची. आता इचलकरंजीतल्या पावसाचा आणि पाचवीचा काय बादरायणी संबंध? तर सांगतो.

मित्रांनो, 'दिला शब्द मोडू नये' ही आम्ही पाचवीत असताना ग. दि. माडगूळकर यांची एक रचना होती; पण नेमकं ते काय होतं, हे तेव्हा आणि आजवरदेखील मला कळलेलं नाही.

मराठीचं पुस्तक म्हटलं, की साधारणपणे गद्य म्हणजे धडा आणि पद्य म्हणजे कविता अशी विभागणी असायची आणि सगळ्यात शेवटी कुठल्या तरी तीन-चार विचारवंतांच्या 'जड' विचारांचं 'विचारधन' असायचं, जे विचार थेट डोक्यावरून उडत उडत जायचे. तर आजही आठवतं, की त्या धड्याची साधारण आठ-दहा पानं होती. कविता एका पानावर संपते आणि धडा एकापेक्षा जास्त पानांवर असतो, असा हा तेव्हाचा आणि आजही कायम असलेला माझा समज; पण गदिमांचं यातलं लिहिणं होतं ते मात्र कवितेच्या स्टाइलमध्ये. तेव्हा मी कार्लेकर मॅडमला (ज्या वर्गात शेवटच्या बाकापर्यंत यायच्या) धाडस करून विचारलं होतं, की "मॅडम, हा धडा आहे की कविता?"

तर त्या म्हणाल्या होत्या, "ही संगीतिका आहे." आता याच्यापुढे परत आम्ही काय विचारणार?

राजाचं कुठला तरी डॅश डॅश सेन की सिंह असं काही तरी नाव होतं (जे आठवत नाहीये) आणि राजकन्या होती 'मंजिरी.' राजकन्या लाडकी लेक असते

आणि राजवाड्यातल्या बागेत रत्नखचित चेंडूनं खेळत असते. 'रत्नजडित' आणि 'रत्नखचित'मधला फरक तेव्हा मॅडमनी सांगितलेला. खेळता खेळता चेंडू बागेतल्या ओढ्यात पडतो आणि वाहत जात असतो. राजकन्या मंजिरी रडवेली होते. तिच्या मदतीला एक ससा येतो; पण त्याची एक अट असते. ती म्हणजे, राजाबरोबर जेवणाच्या पंगतीला बसण्याची. राजकन्या तयार होते. तिला वाटतं, हा ससा कशाला राजवाड्यात राजाच्या पंक्तीला येतोय. ससा बराच प्रयत्न करून राजकन्येचा पाण्यात पडलेला चेंडू आणून देतो आणि त्याच दिवशी राजाच्या पंक्तीलादेखील हजर राहतो; पण सुरुवातीच्या 'ना'नंतर राजकन्या आणि तो राजादेखील सशाला परवानगी देतो.

'बोललं तसं वागलं पाहिजे, दिल्या वचना जागलं पाहिजे,' अशी काहीशी शिकवण त्यात होती. इथपर्यंत सगळं ठीक आहे; पण याचा इचलकरंजीतल्या पावसाशी काय संबंध? तर इचलकरंजीत रस्त्याच्या कडेला बरीच 'रेन ट्री' किंवा ज्याला 'शिरीष' म्हणतात, ती झाडं आहेत. शिरीषाची फुलं सुंदर, रंगीत; पण खूप हलकी असतात. वाऱ्याच्या झुळकेनेदेखील फुलांचा झाडाखाली सडा पडायचा.

एखादा वळीव झाल्यावर, तर झाडाच्या खूप शेंगा खाली पडायच्या. उन्हाळी सुट्टी लागली, की या शेंगांचा शोध सुरू व्हायचा. झाडाखाली पिकून बऱ्याच शेंगा पडलेल्या असायच्या. परीक्षा संपल्या, की या शेंगा गोळा करण्याचं टार्गेट सुरू व्हायचं, तेही घरच्यांना न कळता.

लहानपणी आम्ही किती आणि काय काय गोळा करायचो. कधी चिंचोके, तर कधी काडेपेटीचे बॉक्स, कधी सिगारेटची मोकळी पाकिटं, तर कधी कोल्ड्रिंक्सच्या टोपणांचे बिल्ले असं काहीही त्यात असायचं. त्यातला सोज्वळ प्रकार म्हणजे पोस्टाची तिकिटं गोळा करणं आणि नाणी जमवणं. असो.

गोळा केलेल्या शेंगा चेचून चिक्कीसारखं एकजीव करून गोल गोल गोळा म्हणजे त्याचा चिक्की चेंडू करायचा; पण काही दिवसांनी त्या चिक्की चेंडूला भेगा पडायच्या.

एका वर्षी रस्त्याचं डांबरीकरण सुरू असताना मिळालेलं थोडंसं डांबर त्या बॉलमध्ये मिक्स केल्यावर मात्र तो खूप दिवस एकसंध टिकला होता. मंजिरीच्या 'रत्नखचित' चेंडूपेक्षा तो डांबरखचित चेंडू खूप भावला होता.

काही दिवसांपूर्वी असाच वळवाचा पाऊस झाला आणि दुसऱ्या दिवशी राधाकृष्ण चौकाकडून सकाळी ऑफिसला येताना रस्त्यावर पडलेला चिक्कीच्या शेगांचा असाच एक खच पडलेला दिसला आणि आठवण झाली.

१४

चार्ली चाप्लिन

आठ-दहा दिवसांपूर्वी इचलकरंजीत 'अक्षय हॉटेल'ला वर्गमित्रांबरोबर नाश्त्याला गेलो होतो. तिथं गेल्यावर नेहमीच आधी नजरेत येते, ती 'आझाद'ची बंद असलेली इमारत! 'आझाद'शी असलेलं नातं तसं खूप जुनं, कारण आयुष्यातला पहिला टॉकीजमधला सिनेमा इथं पाहिला होता. जुनी 'आझाद'ची दुमजली इमारत आजदेखील अंधुकशी आठवते. वर मंगळुरी कौलं आणि एका बाजूनं बाल्कनीत जाण्यासाठी लाकडी जिना होता. फार पूर्वी तिथं इचलकरंजी संस्थानचं नाट्यगृह होतं म्हणे. आम्ही तिथं बघितलेला पहिलावहिला चित्रपट होता बच्चनचा 'डॉन.'

मात्र, यापूर्वीदेखील घराजवळ 'डोअरस्टेप' फिरत फिरत येणारे पेटीवर दिसणारे 'पिक्चर' पाहिले होते. पाच पैशांमध्ये आम्ही पिक्चर पाहायचो. गाण्याच्या ठेक्यात काहीबाही ते लोक गायचे. तेव्हा कळायचं नाही; पण शेवटचे दोन शब्द '...पिक्चर देखो, पिक्चर देखो' हे असायचे.

पैसे दिल्यावर पेटीला लावलेल्या डब्यांचं झाकण उघडलं जायचं. मग आठ-दहा 'चित्रांचा पट' सुरू व्हायचा; पण दिसायची ती सगळीच स्थिर चित्रं. तरीही तेव्हा ती चित्रं बघताना सगळे जण खूश व्हायचो. कधी कधी त्या पेटीवर नाचणारी बाहुली असायची, तर कधी मोठ्या आवाजात गाणी वाजणारा कर्णा. पेटीवर पिक्चरवाल्याच्या हातांच्या हालचाली सुरू असायच्या. बहुधा ते चित्रांचे हँडल फिरवत असावेत.

त्या वेळचे आमचे सगळे आर्थिक व्यवहार थोरले बंधू आणि भगिनी पाहायचे. तसे तेदेखील लहानच होते; पण मी त्यांच्याकडेच हट्ट करायचो.

'पोरांना पळवून नेणारे' असा त्या पिक्चरवाल्यांबाबतचा गैरसमज आमच्या मनावर घरातल्या काही ज्येष्ठ मंडळी आणि शेजारपाजाऱ्यांनी ठसवण्याचा खूपदा प्रयत्न केला होता; पण तो तद्दन खोटा होता. तरीही बंधू-भगिनींच्या सुरक्षित 'एस्कॉर्ट'मध्ये दोन-तीन वेळा तरी तो चित्रांचा पट बघण्याचा योग आला होता.

खरंच ती त्या काळची आनंदाची पेटी होती. तो पेटीवाला फिरत फिरत गाणी म्हणत आला, की खूप आनंद व्हायचा. तसा आमचा हट्टही सुरू व्हायचा! या पेटीला 'बायोस्कोप' म्हणून संबोधलं जातं, असं मोठेपणी कळलं. पुढे काही वर्षांनी आजी शिखरजी तीर्थयात्रेला गेल्यावर तिनं खेळण्यातला 'बायोस्कोप' आमच्यासाठी आणला होता; पण रस्त्यावर आणि त्यातही सगळ्यांनी मिळून बघण्याची मजा त्या खेळण्यात नव्हती.

लहानपणी टॉकीजच्या पिक्चरबाबत मनावर खूप गैरसमज ठसलेले होते. उदाहरणार्थ, टॉकीजमधला पंखा डोक्यावर पडू शकतो. 'नारायण टॉकीज'मध्ये अशी घटना घडल्याचं कुणी तरी सांगायचं. प्रोजेक्टरच्या लाइट्समध्ये 'ब्लेड'

धरल्यास सिनेमाचा पडदा फाटतो किंवा सिगारेटच्या धुराने तो पेटदेखील घेऊ शकतो. 'नगिना'सारखा पिक्चर बघताना टॉकीजमध्ये नागदेवतेचं आगमन होतं. असं काहीबाही ऐकल्याची भीती मनात घेऊन पिक्चर बघावा लागायचा.

तसे टॉकीजवरचे पिक्चर शक्यतो शाळेच्या उन्हाळी सुट्टीत आणि तेही कुणी तरी पाहुणे घरी आल्यावर बघायला मिळायचे. त्यातल्या त्यात घराजवळच्या 'मंगलमूर्ती'मध्ये तीन ते सहाच्या शोला. येणं-जाणं हे तेव्हा पायीचं असायचं; पण पिक्चर सुटल्यावरदेखील आमची मौज पुढे चालायची. एकतर भेळ किंवा कधी कधी वडापाव खायला मिळायचा! आमच्या शांतीनगरात 'युनिक इंडस्ट्रीज' नावाची एक कंपनी होती, त्यांच्या इथं मोकळ्या जागेत मातीत बसून मोठ्या पडद्यावर 'नसीब' सिनेमा पाहिल्याचं आठवतं. 'व्हीसीआर' भाड्यानं घरी आणून एखादा नवीन चित्रपट बघणं हा 'राजेशाही' थाट वाटायचा.

तर मित्रांनो, चित्रपटांच्या या मनोरंजक वाटचालीत शाळेतल्या आठवणींचा काय संबंध, असंच वाटत असेल ना? त्यात आमची शाळा तर कडक शिस्तीची होती. तरीदेखील आमच्या शाळेतल्या ड्रॉइंग हॉलमध्ये आणि तेही शाळेच्या वेळेत आम्हाला तेव्हा दोन चित्रपट दाखवले होते. एक 'लॉरेल आणि हार्डी' अर्थात 'जाड्या आणि रड्या'चा, तर दुसरा 'चार्ली चाप्लीन'चा! भन्नाट विनोदी चित्रपट, हसून हसून पुरेवाट झालेली. तुम्हीदेखील हे चित्रपट पाहिले असतील ना?

आता मात्र काळ बदललाय. मनात येईल तेव्हा कोणताही चित्रपट बघणं आता मोबाइलमुळे सहज शक्य झालं आहे; पण टॉकीजमध्ये बसून पिक्चर सुरू झाल्यावर तोंडात बोटं घालून शिट्टी वाजवणं मात्र कालबाह्य होऊ लागलंय. खरंय ना?

१५

जादू के सिक्के

मे महिना संपत आलेला असतो आणि पहिल्या पावसाचा मृद्गंध दरवळू लागतो. लहानपणी लिहिता-वाचता येत नसतानादेखील प्रत्येकानं आपल्या बोबड्या बोलीत गुणगुणलेलं एक गाणं असतं,

ये रे ये रे पावसा, तुला देतो पैसा;
पैसा झाला खोटा, पाऊस आला मोठा!

पण पाऊस हा आजचा विषय नाहीये, तर आपला विषय आहे पैसा!

बालपणी चालायला शिकताना आपण धडपडत चालायचा प्रयत्न करतो. त्यातच चालताना आपला बऱ्याचदा तोल जातो. माझ्याबाबतीत 'तोल' जाणं जरा वारंवार घडत असे. कदाचित हे बालपणीच्या 'स्थूलत्वा'मुळे असेल. तेव्हा मोठ्या लोकांकडून हमखास एक वाक्य कानावर यायचं. ते म्हणजे, 'पैसा पडला का बघ?' तेव्हापासून पैशांचा शोध सुरू आहे, तो आजतागायत!

आमच्या लहानपणी नाण्यांचे खूप सारे प्रकार असायचे. पाच पैशांपासून सुरुवात असायची. पाच पैशांना आमच्या दृष्टीनं खूप महत्त्व होतं. कारण पाच पैशांना एक वर्की असायची आणि दहा पैशांना तीन मिळायच्या. ज्या चहाबरोबर 'लई भारी' लागायच्या. आमच्या शांतीनगरमध्ये तेव्हा दोन किराणा दुकानं होती. एक दुकान 'गुरवा'चं होतं, तर दुसरं 'हातमोडक्या'चं; पण हातमोडक्याच्या दुकानात हात मोडलेली व्यक्ती कधीच मला दिसली नव्हती. नावं अशीच विनाकारण पडत असतात; पण 'शेंडेफळ' असल्यानं पैसे मात्र आमच्या हातात कधीच दिले गेले नव्हते.

पाच पैशांचं आणखी एक वैशिष्ट्य होतं, ते म्हणजे त्याचा आकार 'समभुज' चौकोनाचा असला, तरी कडा 'गोलाकार' असायच्या. पाच पैशांच्या चौकोनी आकाराच्या आतल्या बाजूला वर्तुळाकार ठिपके दिसायचे. कुणी तरी त्या काळी सांगितलेलं होतं, की पाच पैशांच्या कडा वर्तुळाकार ठिपक्यांवर घासून त्यापासून पंचवीस पैसे तयार करता येतात. खूपदा प्रामाणिकपणे प्रयत्न करून पाच पैसे दगडांवर घासून झाले; पण मला पाचाचे पंचवीस पैसे काही झाले नाहीत.

आम्ही सातवीत असतानाचा 'जादू के सिक्के' आठवतो. उघड्या जीपगाडीचं एक चित्र आणि साडीतल्या 'मन्नो दीदी'बरोबर लहान मुलांचा घोळका. चित्रावरून धड्यातले प्रसंग लक्षात राहायचे. एक वयोवृद्ध स्त्री-काकी, जी गावातल्या सर्वांच्या मदतीला धावून जायची. ती आजारी पडते. तिला शरीराला काही जखमासुद्धा झालेल्या असतात. जेव्हा शाळेत जाणारा एक छोटा मुलगा 'रघू' एकदा तिच्या जखमा स्वच्छ करून त्यावर मलमपट्टी करण्याचं काम करतो, तेव्हा ती म्हातारी तिच्या 'संदुकी'मधून पाच पैसे काढून रघूला देऊ इच्छिते; पण मन्नो दीदीची शिकवण असते, 'अच्छा काम पैसे की लालच में नहीं करना चाहिए.' रघूला ते आठवतं आणि तो नकार देतो. त्यामुळे म्हातारी मात्र निराश होते.

शेवटी तिला निराश झालेलं बघून रघू ते पाच पैसे स्वीकारतो. तसा तिचा सुरकुतलेला चेहरा आनंदानं उजळतो. पुढे दररोज शाळेला जाताना रघू मलमपट्टी करायचा आणि रोज ती म्हातारी त्याला पाच पैशांचं एक नाणं द्यायची. त्याचं तिला खूप समाधान वाटायचं; पण अठरा-वीस दिवसांनी तिच्या संदुकीतली सगळी नाणी संपतात आणि म्हातारी पुन्हा निराश होते. रघू मात्र तिच्या नकळत पाच

पैशांची दोन नाणी संदुकीत ठेवतो आणि म्हातारीला शोध घ्यायला सांगतो. तेव्हा तिला नाणं सापडतं आणि ती आनंदाने ते रघूला देते. हेच ते 'जादू के सिक्के', जीवन आनंदी करणारे. असा हा पाच पैशांचा महिमा.

दहा पैशांना खूप सारे 'कर्व्हज' होते, तर वीस पैसे षट्कोनी आकारातले असायचे. दहा पैशांचे वहीत काढलेले छाप खूप छान उमटायचे; पण याहीपेक्षा तेव्हा दहा-वीस पैशांचे कागदाच्या सुरळीतल्या कोनातले फुटाणे आणि शेंगदाणे रस्त्यानं खात खात चालत फिरणं ही सर्वांत मोठी चैनीची गोष्ट वाटायची.

एक रुपया म्हणजे शंभर पैसे असतात, हे तिसरीत गेल्यावर समजलं. त्या रुपयावर धान्याची दोन कणसं होती. शाळेत असताना पैसे ठेवण्याची सर्वांत सुरक्षित जागा म्हणजे कंपासपेटी असायची. कधी तरी एखादी नोट मिळालेली असायची. मग ती कंपासपेटीतल्या वेळापत्रकामागं जपून ठेवली जायची; पण सर्वांत वाईट तेव्हा वाटायचं, जेव्हा दर वेळी बस पुलावरून जात असायची आणि नदीला नाणं अर्पण करायला आमचे बाप्पा माझ्याकडे ते पैसे द्यायचे. बसला कितीही गर्दी असली किंवा बसायला जागा जरी नाही मिळाली, तरी तो नाण्यांचा नदीतला 'अर्पण विधी' कधी चुकायचा नाही. अगदी लहानपणी पुलावरून जाताना आम्हाला फक्त नदीला नमस्कार करायला लावायचे, तर थोडे कळते झाल्यावर नाणी फेकायला.

'नदीचा आशीर्वाद मिळतो,' असं लहानपणी बापांनी सांगितलं होतं. पूर्वी तांब्याची नाणी असायची आणि ती नदीत फेकल्यावर पाण्यातले जंतू मरून पाणी शुद्ध होतं, असा एक वैज्ञानिक दृष्टिकोनही त्यांनी सांगितला होता. असो.

मात्र, कितीही झालं, तरी पैसा हा वाईटच! लहान असताना एकदा मी ती वस्तू जिभेवर ठेवली; पण कशाचं काय, काहीच चव लागली नाही. ना गोड, ना तिखट, ना तुरट, ना आंबट. थोडा वेळ चघळूनही पाहिलं, तरी काही नाही. मग वाटलं, ही वस्तू चावून खाण्याची असावी; तर ती चावलीही जाईना. दात पडायची वेळ आली. ना चव, ना ढव. मग विचार केला, की ती वस्तू पौष्टिक गोळी असावी आणि म्हणून मी ती गिळून टाकली.

मित्रांनो, काय सांगू! ती वस्तू पोटात गेली आणि तेव्हापासून जे पोटात दुखू लागलंय ते आतापर्यंत. इति कोण बोललं, सुंदरबन, पश्चिम बंगालमधल्या सभेत. आलं की नाही अजून लक्षात? बृहल्लांगुलाचार्य. दादा धर्माधिकारी यांच्या सुंदरबनातल्या 'वाघांची सभा'मधून.

१६

उजळणी नागरिकशास्त्राची

अलीकडचे दोन प्रसंग. पहिला २०२४ चा. चार जूनला लोकसभा निकालाच्या दिवशी एका वर्गमित्राचा फोन आला. त्यानं विचारलं, "म्हणजे आता महाराष्ट्रात सरकार बदलणार का?"

मी अर्थातच 'नाही' म्हणालो. 'हे राज्यातल्या येत्या विधानसभा निवडणुकीनंतर ठरेल.'

दुसरा, एका प्रचारसभेदरम्यान आदरणीय पंतप्रधान मोदीजी तिथल्या मुख्यमंत्र्यांना आव्हान करत म्हणाले, "मला नवीन बाबूंना आव्हान द्यायचं आहे. कारण ते इतके दिवस मुख्यमंत्री आहेत. नवीन बाबूंनी ओडिशातल्या जिल्ह्यांची आणि त्यांच्या संबंधित राजधान्यांची नावं सांगावीत. तेही कागदावर न पाहता आणि कुणाच्याही मदतीशिवाय." आता तुम्हीच सांगा जिल्ह्याची राजधानी असते का?

कुणासंदर्भात टीकाटिप्पणी नाही; पण यातून एका समान निष्कर्षापर्यंत मी आलो आहे, की हे सर्व शाळेतल्या नागरिकशास्त्राचा अभ्यास दुर्लक्षित झाल्यामुळे घडत आहे. अगदी प्राचीन काळापासून अतिशय रोमांचकारक असलेला आपला 'इतिहास' आणि मजेशीर असणारे 'भूगोल' यांच्या सोबतीला नागरिकशास्त्र नावाचा एक अतिशय 'भयाण' विषय असायचा. ज्यातले शब्द, व्याख्या या अतिशय क्लिष्ट आणि डोक्याच्या कित्येक मैल दूर वरून जायच्या!

भारताचे संघराज्य, त्याची राज्यघटना, केंद्र सरकार, राज्य सरकार, स्थानिक स्वराज्यसंस्था, विविध विधीमंडळं, त्यांचे सभासद, सभापती, त्यांचे अधिकार आणि त्यांच्यावरील जबाबदाऱ्या वगैरे वगैरे. असले त्या वयात अजिबात न

समजणारे शब्द आणि त्यांचं अत्यंत रूक्ष पद्धतीनं केलेलं वर्णन यांनी भरलेला नागरिकशास्त्र विषय हा शाळेतला कमालीचा कंटाळवाणा वाटत असे. हे सगळं पाठांतर करण्याशिवाय बऱ्याचदा गत्यंतर नसायचं.

इतकंच काय, 'लोकांनी, लोकांसाठी, लोकांमार्फत चालवलेलं राज्य म्हणजे लोकशाही' या लिंकनने केलेल्या लोकशाहीच्या व्याख्येतल्या शब्दांमध्येसुद्धा या 'लोकां'च्या नेमक्या 'सिक्वेन्स'वरून परीक्षेत आमचं कन्फ्युजन व्हायचं.

वेळापत्रक दैनंदिन असो की परीक्षांचं, आम्ही त्यात इतिहास-नागरिकशास्त्र विषय लिहिताना 'इति-नाशा' असं लिहायचो. जणू त्यातून 'नाशाची सुरुवात' असंच प्रतीत व्हावं.

नागरिकशास्त्राची शाळेतली सुरुवात इयत्ता तिसरीपासून झालेली. 'थोरांची ओळख' संपल्यावर शेवटी काही नागरिकशास्त्राची पानं होती. ग्रामपंचायत, नगरपालिका आणि महानगरपालिका यांच्याबद्दलची त्यात माहिती होती. यातली एक गंमत म्हणजे, या सर्वांचं कामकाज किंवा जबाबदाऱ्या या साधारणपणे थोड्याफार फरकाने एकसारख्याच असायच्या किंवा वाटायच्या. त्यामुळे पेपरमध्ये त्यासंदर्भात प्रश्न आल्यानंतर आम्ही उत्तरदेखील एकसारखंच लिहायचो. हाच उत्तराचा पॅटर्न पुढच्या परीक्षांमध्ये नागरिकशास्त्राची उत्तरं देताना वापरला.

आठवीपासून मात्र एक छोटंसं; पण 'स्वतंत्र' असं नागरिकशास्त्राचं

पुस्तक असायचं. छोटा आकार असला, तरी विषय फार गहन होता. ते पुस्तक बघितल्यावरच त्यातला रूक्षपणा जाणवायचा. त्याचं कव्हर पांढऱ्या रंगाचं असायचं. त्यावर 'नागरिकशास्त्र आणि इयत्ता' एवढंच निळ्या अक्षरांत लिहिलेलं असायचं. त्याव्यतिरिक्त कुठलंही चित्र वगैरे नसायचं!

शालेय स्तरावर अभ्यासाला असणाऱ्या विविध विषयांच्या भाऊगर्दीत 'नागरिकशास्त्र' हा महत्त्वाचा विषय आपलं महत्त्व हरवून बसला! अगदी एखादं लहान मूल मोठ्यांचा हात धरून असतं त्याप्रमाणे. इतिहास-भूगोल विषयांच्या जोडगोळीत नागरिकशास्त्राला जणू अंग चोरून बसावं लागतं!

आमच्या वेळी प्रश्नपत्रिकेतदेखील नागरिकशास्त्राच्या मार्कांचं 'वेटेज' तसं कमीच असायचं. गाळलेल्या जागा भरा किंवा जोड्या जुळवा यातून पास होण्याची सोय मात्र केलेली असायची. त्यातून काही वेळा विचारलेला प्रश्न 'ऑप्शन'लाही टाकता येई. साहजिकच देशाचा 'सुजाण' नागरिक होण्याचं शिक्षण न घेताच आपलं 'शालेय शिक्षण' पूर्ण होत असे!

आपल्या देशाची राज्यघटना, लोकशाहीचा खरा अर्थ, नागरिकांची कर्तव्यं याबाबतीत सर्वसामान्य जनतेत जे अज्ञान दिसून येतं, याला नागरिकशास्त्रासारख्या महत्त्वाच्या विषयाकडे केलेलं अक्षम्य दुर्लक्षच कारणीभूत आहे, असं मला वाटतं.

नागरिकशास्त्र हा विषय अधिक सोपा, रंजक करून; तसंच त्याला कृतिशील उपक्रमांची जोड दिली गेली पाहिजे. लोकशाही, देशाची अखंडता आणि राष्ट्रीयत्व यांचं महत्त्व योग्य वयात मुलांच्या मनावर बिंबवलं, तर मोठेपणी त्यांच्याकडून भ्रष्टाचार, समाजविघातक कृत्यं घडणार नाहीत. उलट त्यांच्या मनात जातीय, धार्मिक वा प्रांतीय भेदांऐवजी राष्ट्रीयत्वाची भावना जागृत होऊन शांतता, विकास आणि सहजीवन या दिशेनं भविष्यात आपल्या देशाची वाटचाल सुनिश्चित होईल.

मित्रांनो, प्रत्येकानं नागरिकशास्त्राची उजळणी करायला काय हरकत आहे?

१७

साळंत जायचं

इचलकरंजीत असलो, की भिशीच्या निमित्तानं पांडुरंगला आणि बाकी वर्गमित्रांना भेटायला कधी कधी 'शाळेत जाणं' होतं. ज्या वेळी शाळेत भेटायला जायचं ठरतं, तेव्हा हमखास 'साळंत जायचं' हेच शब्द मनात घोळत राहतात.

'उपरा'कार लक्ष्मण मानेंचा 'साळंत जायचं' हा धडा आम्हाला नववीला होता. त्यांच्या वडिलांची त्यांना शाळा शिकवायची खूप इच्छा असते; पण तिथं मुलं नुसतीच बसतात आणि तो मास्तर काय बडबडतो ते कळतपण नाही, असं म्हणून ते शाळेतून मधल्या सुट्टीत पळून येतात. तेव्हा त्यांचे वडील मुलाचा राग पत्नीवर काढतात. तिला बांबूच्या फोकाने मारतात. असा एक प्रसंग त्या धड्यात होता.

वडिलांचा रुद्रावतार पाहून 'बा हिरो झाला व्हता, तवा आईनं बोंब माराया सुरुवात केलती,' असं काही तरी बापाचं वर्णन त्या धड्यात होतं. असो.

शाळेला जाणं, शाळा शिकणं हेदेखील एकेकाळी आपल्या समाजात 'दिव्य' होतं. आमच्या बारा नंबर शाळेतले, पहिली ते चौथीपर्यंत माझ्याबरोबर असलेले फार फार तर दोघं-तिघं जणच पुढे शाळा शिकले असतील. गंमत म्हणजे मीदेखील पहिलीत असताना शाळेत जात नव्हतो. अजिबात एकही दिवस गेलो नाही. फक्त परीक्षा देण्यासाठी तेवढा शाळेत जात असे. अशा पहिलीत माझा पहिला नंबर आला होता.

'नवनीत प्रकाशना'चे काही विक्री प्रतिनिधी निकालाच्या दिवशी शाळेत आले होते, तेव्हा त्यांनी मला दुसरीची काही पुस्तकं, 'नवनीत विकास'च्या छान छान गोष्टी आणि व्यवसायमाला वगैरे दिली होती. दुसरीपासून मात्र आमची शाळेची

गाडी रुळावर आली!

आमचा दुसरीचा वर्ग तालमीत भरायचा. सध्या जिथं 'लालनगर नागरी आरोग्य सेवा केंद्र' आहे, तिथं खाली तालीम होती आणि वरच्या मजल्यावर आमचा वर्ग भरायचा.

घरातून शाळेत जाताना एक 'खुष्की'चा मार्ग होता. जो सध्याच्या पोलीस कॉलनी परिसरातून जायचा. अर्थात तेव्हा कॉलनी अस्तित्वात नव्हती. हा मार्ग मोठमोठ्या खंदकांतून जायचा. चढ-उताराच्या वाटेवरून शाळेकडे जाताना खूप मजा यायची. शाळेभोवतीदेखील इतके खड्डे होते, की पावसाळ्यात तिथं कायमच पाणी साठून राहायचं. 'शाळेभोवती तळे साचून सुट्टी मिळेल काय?' असा भोलानाथचा प्रश्न दर वेळी पावसाळ्यात आम्हाला पडायचा.

पाचवीत दादूबरोबर सायकलवरून 'डबलसीट' शाळेत जायचो. दादू तेव्हा दहावीत होता आणि अकरा वाजून दहा मिनिटांपर्यंत त्याचा अभ्यास सुरूच असायचा. मला शाळेत लवकर जाऊन खेळायला आवडायचं; पण दादूचा

अभ्यास काही संपायचा नाही. तेव्हा मात्र माझ्या रागाचा पारा वाढत वाढतच जायचा. कधी कधी इतका अनावर व्हायचा, की मी दादूच्या सायकलमधली हवाच सोडून द्यायचो. बिचारा दादू मात्र न चिडचिड करता, मला न रागवता सायकलमध्ये पंपाने हवा भरायचा आणि पुन्हा मला डबलसीट घेऊन जायचा. 'वेताळ पेठे'च्या टेकावर कधी कधी त्याला दम लागायचा; पण तो मला कधीच सायकलवरून खाली उतरवायचा नाही. चालत चालत तसाच सायकल ढकलत राहायचा.

सहावीत गेल्यावर मला 'जनता बँक चौका'त सोडून दादू 'एएससी कॉलेज'ला निघून जायचा. शाळा सुटल्यावर माझा मी घरी येत असे.

सातवीत असताना आम्हा भावंडांच्या दोन मागण्या मान्य झाल्या. एक, 'ब्लॅक अँड व्हाइट' टीव्हीची आणि दुसरी, दुचाकीची! म्हणजे कधी कधी शाळेला गाडीवरून जाता येईल.

इचलकरंजीत त्या काळात दिसणाऱ्या गाड्यांमध्ये लुना तशी सुटसुटीत आणि सर्वसामान्यांना परवडणारी गाडी होती. लुना म्हणजे मध्यमवर्गीय लोकांकरता सायकलपासून ते स्कूटर खरेदीच्या प्रवासातला एक थांबा होता. टीएफआर प्लस, डबल प्लस आणि लुना सुपर अशी दोन-तीन लुनाची मॉडेल्स होती. तेव्हा लुना सुपर तसं नव्यानं आलेलं 'टॉप एंड' मॉडेल होतं. गाडीचा हेड लँप चौकोनी आकाराचा होता; पण आमचं 'लुना सुपर' घ्यायचं ठरलं. खूप चिकित्सेनंतर एकदाची 'सफलता की सवारी' आमच्या घरी आली; पण एक-दोन दिवसांतच गाडीचा 'स्टार्टिंग' ट्रबल सुरू झाला. दोन-तीन दिवस दररोज तीन-तीन तास पॅडल मारून झालं; पण 'चल मेरी लुना' काही चालेना. दोन दिवसांत आमचा उत्साह मावळला आणि बेचैनी वाढू लागली. त्या मॉडेलमध्ये काही तरी मोठा तांत्रिक बिघाड असावा.

मग मात्र काही दिवसांतच आम्हाला 'सुपर' गाडी बदलून लुनाची 'डबल प्लस' दिली. 'एमएके १५३०' असा नऊ बेरजेचा गाडी नंबर आमच्या लुनाला मिळालेला. चार-पाच महिन्यांत सातवीत असतानाच आम्हीही लुना चालवू लागलो. लुना चालवताना पहिल्याच दिवशी जोराच्या स्पीडनं चालवताना इतका कच्च करून ब्रेक लावला, की दक्षिण दिशेचं आमचं तोंड उत्तरेकडे झालं; पण लुना मात्र खाली पडू दिली नाही.

लुनाची एक गंमत असायची. कधीही चेन कव्हरजवळचं एक बटण प्रेस केलं, की तिला 'सायकलिंग मोड'वर घेता येत असे. त्यामुळे पेट्रोल संपलं तरी

टेन्शन नव्हतं; पण कितीही हट्ट केला, तरी लुना शाळेपर्यंत नेण्याची कधीच परवानगी नव्हती. शनिवारी मात्र शाळा सकाळी लवकर असल्यानं अधूनमधून बाप्पा लुनावरून सोडायचे; पण सकाळी सकाळी लुनाचा 'टरटर' आवाज ऐकला, की बहुतेक कुत्र्यांच्या डोक्यातले किडे वळवळायचे की काय, कोण जाणे! शांत बसलेली कुत्रीसुद्धा उठून मागं लागायची. दररोजचं आमचं शाळेतलं येणं-जाणं चालत चालत असलं, तरी नक्कीच सुखावह असायचं.

लेखक विठ्ठल शंकर पारगावकर यांचा 'शाळा' नावाचा धडादेखील आमच्या नववीच्याच 'कुमारभारती'त होता. 'तालखेड' या दुष्काळी भागात पाटलांनी स्वतःच्या जनावरांचा गोठा हा शाळेसाठी दिलेला असतो; पण गावातली मुलं काही शाळेत बसायची नाहीत. कारण त्या मुलांवर घरच्या जनावरांना चारायला घेऊन जाण्याची जबाबदारी होती. गावचे पाटील आणि मास्तरांच्या संवादातला शेवट स्मरणीय आहे.

'आज ही गुरांच्या गोठ्यातली शाळा, उद्या हितंच टोलेजंग इमारतीत भरंल. ती शाळा पाटलाच्या वाड्याहून मोठी असंल अन् तवा तूबी नसशील अन् मीबी नसंन.'

एखादी शाळा उभारण्यातदेखील किती मोठा इतिहास असू शकतो, याची कल्पना करा. 'साळंत जायचं' ही आजकाल फार काही विशेष बाब राहिली नसली, तरी या देशातल्या प्रत्येक व्यक्तीला शिक्षण घेण्यासाठी प्रवृत्त करत असलेल्या ज्ञात, अज्ञात शिक्षकांना सलाम!

१८

चोर पावलं

दहावी 'कुमारभारती'तला आचार्य अत्रेंच्या 'तुम्ही आम्ही का हसतो?'मधला एक प्रसंग...

एका मास्तरांना तंबाखू खाण्याचा आणि वर्गात कादंबऱ्या वाचण्याचा नाद होता. डेप्युटी आले, की कादंबरी टेबलाच्या खणात टाकायची आणि तंबाखू खिडकीतून बाहेर थुंकायची, असा यांचा बेत होता; पण डेप्युटी आला हे कळताच यांनी कादंबरी खिडकीतून बाहेर फेकली आणि टेबलाच्या खणात तंबाखू थुंकली. डेप्युटीने वर्गात येऊन कॅटलॉग काढण्यासाठी टेबलाचा खण उघडला आणि त्यांचा हात रंगला. आठवलं का मित्रांनो?

आमच्या शाळेतदेखील तंबाखू खाणारे शिक्षक होते; पण असं वर्गात कुणी खाल्ल्याचं आठवत नाही. इतकंच काय, गुरुवर्य महाजन सरांसारखे शिक्षक आमच्या शाळेत होते, जे शाळेजवळच्या तंबाखूजन्य पदार्थांच्या विक्रेत्यांशी थेट भिडले होते. असो.

तंबाखूसेवनाशी निगडित आणखी एक प्रकार म्हणजे विडा! खानाने विजापूरच्या आदिलशाही दरबारात विडा उचलला. 'खानाने विडा उचलला' हे आम्ही चौथ्या इयत्तेत असताना शिकलो; पण विडा उचलल्यावर खानाचं काय झालं, ते आपण पाहिलं. त्यामुळे 'विडा' शब्दाबद्दल नेहमी मनात भीती राहिली; पण खरं तर विडा हा खूप 'रोमँटिक' प्रकार असतो, हे उशिरानं उमगलं.

लहानपणी आमच्या घरातल्या दोन खोल्या 'दिलीप साधा जर्दा' यांना भाडेतत्त्वावर दिल्या होत्या. तसं ते आमच्या बाप्पांचे लांबचे कुणी तरी नातेवाईक

होते. कधी तंबाखूचे बोद, कधी तयार मालाची पोती, कधी पॅकिंग साहित्याच्या गोण्या, तर कधी खळ अशा विविध साहित्याची ने-आण नेहमी सुरू असायची. घरापासून अगदी जवळच त्यांचं रिपॅकेजिंग युनिट होतं. तिथपर्यंत वाहनानेही वाहतूक व्हायची. कधी मोठ्या टेम्पोतून, तर कधी मालवाहू तीन चाकी रिक्षामधून.

रिक्षामध्ये साहित्य भरून झाल्यावर बऱ्याचदा मी आणि दादू रिक्षात पुढे उभे राहून त्या पॅकेजिंग युनिटपर्यंत जायचो आणि तिथून चालत चालत घरी यायचो. बऱ्याचदा हा नित्यक्रम चालायचा. एकदा मी आणि दादू रिक्षातून असेच निघालो होतो. मी आतल्या बाजूला होतो, तर बाहेरच्या बाजूला दादू उभा होता. दादूने रिक्षाच्या दारात उभं राहून हात आडवा धरला होता. जेणेकरून मी आतल्या बाजूला सुरक्षित राहीन. घरापासून रिक्षा निघाली. कच्चा रस्ता आणि थोडासा चढ होता. आता केवळ डांबरी रस्ता ओलांडणं बाकी होतं. हात आडवा होता, तरी त्यावरून माझं रिक्षा बाहेर डोकावून बघणं सुरूच होतं. काय झालं कळलं नाही; पण माझा तोल गेला आणि मी रिक्षाच्या बाहेर पडलो. रिक्षाचं मागचं एक चाक माझ्या पायावरून गेलं, तरी खरचटण्या पलीकडे फार काही लागलं नव्हतं; पण रस्त्यावर घटना घडल्यानं लोकांची गर्दी जमली.

मग मात्र इतकी लोकं बघून मला रडू येऊ लागलं! मराठा मंडळाच्या इमारतीत डॉ. सुरेश नेगांधी यांच्या दवाखान्यात मला घेऊन गेले. एक्स रे काढला. गुडघ्याला पांढरी पट्टी लावली. त्यानंतर मात्र मी कधीच त्या रिक्षात पुढे बसलो नाही!

त्या तंबाखू पॅकेजिंग युनिटमध्ये आपला आवडता एक पदार्थ असायचा, तो म्हणजे खळ! दररोज दुपारी तिथं खळ तयार केली जायची. चिंचोक्यांचं पीठ पाण्यात भिजवून ती खळ कोली जायची. खळ शिजवताना चुलीवर खीर रटरटीत शिजवत असल्याचा भास व्हायचा.

सतत काही ना काही चिकटवण्याचे आमचे उपद्व्याप चालूच असायचे. पुस्तकांची पानं कुठं तरी फाटलेली असायची. कधी पुस्तकांचं कव्हर शाळेच्या दप्तरात ठेवून ठेवून, घड्या पडून फाटत आलेलं असायचं. कधी 'नवनीत गाइड'ची जाडी जास्त असायची. त्यामुळे शिलाई अनेक ठिकाणी उसवून पानं निखळलेली असायची. वह्यांची तर कहाणीच वेगळी असायची. काही कारणाने एखादं पान फाडायला लागलं, तर वहीच्या दुसऱ्या तीरावरच्या पानानंदेखील जीव सोडलेला असायचा. मग दुसरीकडचं ते पान वहीत पुन्हा चिकटवायला लागायचं.

'तुमने तो मेरा अपमान किया है' हे पाचवीच्या हिंदी पुस्तकातलं नेहरूंचं एका अस्ताव्यस्त पुस्तकांच्या कपाटासमोरचं चित्र किंवा सातवीतला मंगेश विठ्ठल राजाध्यक्ष यांचा 'पुस्तकांची दुःखे'सारखा धडा वाचून तेवढ्यापुरती पुस्तकांची दया वाटायची; पण त्यांचा आमच्या हातून होणारा छळ काही थांबला नाही.

कधी कधी वर्तमानपत्रातली कात्रणं वहीत चिकटवून ठेवायचो. या कात्रणातलं सर्वांत आवडतं होतं ते 'ज्ञानपोई' नावाचं 'महाराष्ट्र टाइम्स'मधलं एक सदर! दर बुधवारच्या पेपरमध्ये यायचं. त्यात विज्ञानविषयक प्रश्नोत्तरं असायची.

दैनंदिन विज्ञानातल्या बऱ्याचशा शंकांचं त्यातून निरसन व्हायचं. बाकी क्रिकेटर्सचे फोटो वर्तमानपत्रातून किंवा 'क्रीडांगण', 'एकच षटकार'सारख्या नियतकालिकांतून चिकटवणं असायचं. अशा प्रकारच्या कामकाजासाठी वरचेवर तिथली तयार झालेली खळ घरी घेऊन यायचो. कधी कधी त्या 'खळी'बरोबर 'दिलीप साधा जर्दा'ची गुलाबी रंगाची मोकळी पाकिटं घेऊन यायचो. त्या मोकळ्या पाकिटात मग एरंडीच्या सुकलेल्या पानांचा चुरा भरून हुबेहूब तंबाखूच्या पुड्यांप्रमाणे पॅकिंग करायचो. एरंडीची पानं सुकल्यानंतर केलेला चुरा हा तंबाखूसारखाच दिसायचा.

सामान्यतः तंबाखू युनिटचं काम संध्याकाळच्या आठ वाजेपर्यंत चालायचं. त्या काळी आमच्या भागात चोर, दरोडेखोर यांचं फार भय होतं. घराच्या जवळपास

अजून 'चौगुले मळा' वगैरे शेती होती, खंदक होते. त्यामुळे लपायला बरीच जागा होती. अधूनमधून नागरिकांची गस्त चालायची.

एके दिवशी, रात्रीच्या वेळी अचानक पावलांचे आवाज येऊ लागले. बहुधा 'चोर'पावलं असावीत, असं घरच्यांना वाटलं. म्हणून आम्हाला झोपेतून जागं केलं. सगळे जण जागे झालो. ज्या दोन खोल्या दिलीप जर्दा यांना दिल्या होत्या, त्या उघडल्या गेल्याचा आवाज आला. दाराची कडी जोरात आपटल्यानं मोठा आवाज झाला. नेहमीसारखा दरवाजा उघडल्याचा तो आवाज वाटला नाही. मेणबत्तीचा उजेड पलीकडून दिसू लागला. किमान तीन-चार लोकं तरी असावीत. बाप्पांनी धीर एकवटून मोठ्या आवाजात विचारलं, "कोण हाय?"

"मी हाय." पलीकडून उत्तर आलं.

पुन्हा इकडून विचारणा झाली, "कोण हाय रं?"

"मी हाय." पुन्हा तेच उत्तर आलं.

असं तीन-चार वेळा झालं.

गस्तीसाठी आणलेल्या दोन मोठ्या काठ्या बाप्पांनी कोपऱ्यातून उचलल्या. भीतीनं आम्ही रडवेले झालो.

"मी म्हणजे कोण?" आता बाप्पांनी प्रश्नात थोडा बदल केला होता, तेव्हा पलीकडून मेणबत्तीचा उजेड हालला होता. हातातून मेणबत्ती खाली पडली होती. मेणबत्तीचं वितळून खाली पडणारं मेण बहुधा कुणाला तरी भाजलं असावं. पलीकडंदेखील धीर सुटलेला असावा. खड्या आवाजातल्या अनपेक्षित प्रश्नोतरांनी भीतीनं त्यांची गाळण उडाली असावी.

"आम्ही आहोत, तंबाखू वाले." पलीकडून एका सुरात आवाज आला.

मग बाप्पांनी दरवाजा उघडला. आम्ही सगळे बाहेर आलो. ऑर्डर्स वाढल्यानं रात्री उशिरापर्यंत तंबाखूचे रिपॅकेजिंग सुरू होतं आणि कच्चा माल संपत आल्यानं तो घेण्यासाठी ते लोक इकडे आले होते. इतक्या रात्री अचानक, अनपेक्षितपणे प्रश्नांची विचारणा झाल्यानं ती मंडळी घाबरली होती. घाबरल्यानं मेणबत्ती खाली पडली आणि वितळलेलं मेण भाजलं होतं.

तर असा हा न झालेल्या एका चोरीचा किस्सा!

पाचवीत आल्यावर व्यंकटेश माडगूळकरांचा 'आजीनं पाहिलेला चोर' जेव्हा वाचला होता, तेव्हा आमच्या घरातली न झालेली चोरी आठवली. आजदेखील एखादी चोरीची बातमी ऐकली किंवा वाचली, की हमखास हा प्रसंग आठवतो.

११

काळाचं गणित

मध्यंतरी राज्य शासनाचा एक निर्णय वाचनात आला होता, की दहावीत गणित आणि विज्ञान विषयांचं पासिंग पस्तीसवरून वीस मार्कांवर आणलं आहे; पण मी म्हणतो, तेवढं वीस मार्क्सचं ओझं तरी कशाला द्यायचं? अर्थात ते योग्य की अयोग्य ह्यावर मत मांडण्याइतका मी विद्वान नाही; पण बातमी वाचल्यावर बऱ्याच आठवणी मात्र डोळ्यांसमोरून तरळून गेल्या.

आम्ही दहावीत असतानादेखील बारा प्रमेयं आणि चौदा सिद्धता केल्या, की तुम्ही पास व्हाल वगैरे काही 'पासिंग टेक्निक्स' सर्वज्ञात होत्या, तर काही जणांना 'रिडक्शन'च्या झेरॉक्स प्रती उपलब्ध व्हायच्या. दहावीच्या अभ्यासाला मी गणित विषयानं सुरुवात केली होती. तेव्हा काही 'ट्यूशन' वगैरे लावली नव्हती. सगळा 'स्व-अभ्यास'च असायचा.

शाळेत असताना 'हिटलर' हे तसं आमचं आवडतं व्यक्तिमत्त्व! दहावीतल्या अभ्यासाची सुरुवात कधी सुरू करायची? त्यासाठी ३० एप्रिल १९९०चा दिवस निवडला. कारण काय, तर हिटलरनं त्या दिवशी १९४५ साली आत्महत्या केली होती, त्याचं स्मरण म्हणून! अभ्यासाची सुरुवात बीजगणितातल्या 'एक सामाईक' समीकरणानं केली. आजही आठवतं, वहीमध्ये 'माझा लढा' (माईन काम्फ-हिटलरची आत्मकथा) असं लिहून सुरुवात केलेली. त्यात तीस एप्रिल ही तारीख लिहून 'आजच्याच दिवशी हिटलरनं आत्महत्या केली होती,' हेदेखील लिहून ठेवलं होतं.

साधारण ऑगस्ट महिना संपेपर्यंत माझा गणिताचा सगळा अभ्यास पूर्ण झाला

आणि सरावासाठी वेळ लावून जुने पेपर सोडवणं सुरू केलं. सोडवलेले पेपर आम्ही वेगवेगळ्या शिक्षकांकडून तपासून घ्यायचो; पण काही दिवसांनी हे पेपर सोडवणं खूपच 'यंत्रवत' झाल्याचं जाणवू लागलं आणि शिक्षकांकडून नवीन काही सूचना किंवा सुधारणांच्या 'टीप्स' मिळणंही कमी झालं. किंबहुना बंदच झालं.

सव्वापाचला दररोज संध्याकाळी शाळा सुटल्यावर चालत चालत घरी यायला निघायचो. मी, किशोर, अशोक टाकळकर, विवेकानंद मगदूम, कधी शिवाजी, तर कधी असिफही असायचे. आमची पदयात्रा अगदी रमतगमत 'जनता बँक चौक' ओलांडून बरगालेंच्या हॉस्पिटलसमोरून थोरात चौकाकडे मार्गी लागायची. त्या उतारावर राठोड सरांचे 'रविकिरण गणित क्लासेस' होते. पूर्वी तिथं त्यांच्या दारातच एक स्पीडब्रेकर होता. किशोर तिथं क्लासला जायचा. राठोड सर तेव्हा दारातच उभे असायचे. सरांचा चेहरा सदैव हसतमुख असायचा आणि आम्हालाही ते दररोज एखादं स्माइल द्यायचे.

शेवटी म्हणजे साधारण फेब्रुवारीत मी एक-दोन पेपर राठोड सरांकडेदेखील तपासण्यासाठी दिले. तेव्हा पहिल्यांदा राठोड सरांनी पेपर सोडवताना तो कसा प्रेझेंट केला पाहिजे, याचं 'टेक्निक' मला सांगितलं. खूप बारीकसारीक गोष्टी त्यामध्ये होत्या. जशा की, गणितातली चिन्हं एकाखाली एक यायला हवीत, प्रत्येक 'स्टेप'मध्ये किमान एक-दोन रेषांचा गॅप असावा. पेपर लिहिताना

सुबक मांडणीच्या या छोट्या छोट्या गोष्टी पुढे ग्रॅज्युएशनपर्यंतच्या सगळ्या परीक्षांमध्ये तर उपयोगी आल्याच; पण नंतरच्या व्यावसायिक आयुष्यातदेखील कामी आल्या.

राठोड सरांसारखी एखादी व्यक्ती बारावीला गणितात नापास होऊनदेखील दहावीच्या गणिताचा क्लास घेऊ शकते किंवा मुन्शी प्रेमचंदसारख्या ख्यातनाम लेखकाला गणित विषय वर्षानुवर्षं सुटत नाही, तिथं आपली काय गत?

गणित इतकं डोक्यात फिट्ट झालं होतं, की अजूनही कधी कधी स्वप्नात दहावी-बारावीचा गणिताचा पेपर आहे आणि मला त्यातलं काहीच सोडवता येत नाही, या विचाराने दरदरून घाम फुटतो; पण जाग आल्यावर मात्र हायसं वाटतं.

'गणित आणि विज्ञान या विषयांचं पासिंग पस्तीस मार्कांवरून वीस मार्क्स इतकं केलं, यावर तुमचं मत काय?' हा प्रश्न पु. ल. देशपांड्यांच्या 'चितळे मास्तरां'ना विचारावा का? असं मनात आलं. त्यावर त्यांचं 'शिंच्या, कशाची घाई झाली तुला, शाळेचं नाव तरी राखायचंस ना,' असं काहीसं बोलणं येईल वाटलं.

त्यापेक्षा मधल्या आळीतले लोकोत्तर पुरुष अंतू बर्व्यास विचारला, तर तो उसळून म्हणाला, "त्याच्याने काय फरक पडतो जावयबापू? नाही तरी गणित आणि विज्ञानाचा आयुष्यात उपयोग काय? हे विषय न शिकताही आम्हाला पोरं झालीच की! आम्हा कोकण्यांचा आणि गणित-विज्ञानाचा काय संबंध? ह्याचा त्यास उपयोग नाही आणि त्याचा ह्यास हो! अहो, पैशांची आकडेमोड करावयास खिशात खडकू नको?"

तसं पाहिलं तर अंतू बर्व्याचा हिशोबच वेगळा. कशावरून तरी गांधीजींच्या गोष्टी निघाल्या.

"आमच्या हिशेबी त्याच्या मोठेपणाची नोंद करायची कुठल्या खात्यावर? आणि स्वराज्याचं म्हणाल, तर त्याचा संबंध गांधींशीही नाही, टिळकांशीही नाही आणि सावरकांशीही नाही. इंग्रज गेला तो कंटाळून हो!"

"पण दीडशे वर्षं गुलामगिरीचं राज्य केलं हो इंग्रजाने."

"दीडशे वर्षांच्या गुलामीचा कसला खेळ?"

"अहो, दीडशे वर्षं तुमची! ब्रह्मदेवाच्या रिष्टवाचातला काटा सेकंदानंदेखील सरकत नाही, हजार वर्षं ओलांडल्याशिवाय!"

"अहो अंतूशेठ, पण गणित-विज्ञान या विषयांकडे दुर्लक्ष केल्यास न्यूटन-आइन्स्टाइन विद्यार्थ्यांस समजणार कसं?"

"त्या न्यूटनचं कौतुक तुम्हाला! त्याने गुरुत्वाकर्षणाचा शोध लावण्यापूर्वी

सफरचंद खाली पडत नव्हतं का, हे विचारा त्या झंप्याला. आम्ही आयुष्यभर माडाच्या झाडाखाली शौचाला बसताना शेकड्यांनी नारळ पडताना बघितलेत; पण असला विचार नाही आला कधी आमच्या डोक्यात. थेरं आहेत हो नुसती. आणि त्या आइन्स्टाइनचं काय म्हणालात जावयबापू? रत्नांगिरीच्या ठेसनावर तिकिटं फाडायचा का तो?"

अंतूचा मुलगा भायखळ्याच्या स्टेशनवर कलेक्टर म्हणून आहे. म्हणजे तिकिटं गोळा करतो. अंतूच्या विचारांची धाव माझ्या लक्षात आली.

"प्रसिद्ध भौतिकशास्त्रज्ञ होता तो. सापेक्षतावादाचा सिद्धान्त..."

"त्याचे आम्हास काय कौतुक? तो माहीत नसतानाही आमचं पोटपाणी चाललंच की. आणि तो सापेक्षवादाचा सिद्धान्त काय म्हणायचा?"

आता अंतूशेठला हा सिद्धान्त कसा समजावून सांगायचा हा माझ्यापुढे पेच पडला. त्यांना समजेल अशा भाषेत मी म्हणालो, "अंतूशेठ, समजा एखाद्या गरम तव्यावर आपण एखादा मिनिट बसलो, तरी तो एक मिनिट आपणास एक तासासारखा वाटतो आणि तेच आपण एखाद्या स्त्रीशी एक तास बोललो, तर तो एक तास एक मिनिटासारखाच वाटतो. हाच तो सापेक्षतावाद सिद्धान्त!"

"वस्ताद हो जावयबापू! कोर्टात साक्षीदार म्हणून नाव काढाल!" असं म्हणून अंतूशेठ खळखळून हसले.

"आमच्या आयुष्यात कसली आलीय स्त्री! चाळीस वर्षांपूर्वी आमची ही गेली. दारचा हापूस तेव्हापासून ह्या घटकेपर्यंत मोहरला नाही."

विषण्ण चेहऱ्याने अंतूशेठ पुटपुटले.

माझं मनदेखील खट्टू झालं. आता मत विचारायचं तरी कुणाला? कारण दहावीत असताना बीजगणित आणि भूमिती शिकवणारे दोन्ही मोहरे केव्हाच गळून पडले आहेत. काळाचं गणित काही वेगळ्याच वाटेनं चालतं!

दगडी पाटी

शाळेचा गुढीपाडवा
आजही आठवतो.
‘श्रीगणेशाय नमः’ असं
पाटीवरती गिरवायचो.

आजही हे क्षण
डोळ्यांत साठवतो.
पहिल्या दिवशी अशी
पाटी आम्ही पुजायचो.

परीक्षा ही पाटीवरती
असायची.
पाटी त्या वेळची
‘दगडी’ असायची.

आमच्यासारख्या
‘दगडांना’ ती घडवायची.
गुरुजनांच्या विचारांचे
प्रतिबिंब ती उठवायची.

परीक्षेच्या वेळी पाटी
कोळशानं धुतली जायची.
पाटी सुकवण्यात
अशी मज्जा यायची.

चिमणी चिमणी
पाणी द्यायची.
कावळा कावळा
वारा घालायचा.

दप्तरास ठेवी सरळ
जणू असे पाठीचा कणा.
दप्तरास ना येई बेंड
जपती विद्येचा ताठ बाणा!

स्वतःचे चारही कोपरे
गळून पडले तरीही,
स्वतःहून साथ
सोडली नाही कधीही.

बीजगणित, भूमितीतली
'सिद्धता आणि प्रमेयं' असो,
वा संस्कृतातले
'विभक्ती आणि प्रत्ययं.'

ग म भ न लेखनाची,
पाठीवरतीच झाली सवय.
पुन्हा येईल का आता,
हे बालपणीचे वय?

पेन्सिलचा 'टक टक' आवाज
करी शांततेचा भंग.
विद्यार्थ्यांच्या ध्येयप्राप्तीसाठी,
दगडी पाटीने बांधला चंग.

स्वतःच्या शरीरावर सहन
करी पेन्सिलचे ओरखडे;
पण विद्यार्थ्यांना घेऊन
जाई उज्ज्वल भविष्याकडे.

'दगडी पाटी'तला जिवंतपणा
आता नसे कुणाकडे;
पण दगडी पाटीकडून
शिकून घेऊ माणुसकीचे धडे.

शब्दरचना - प्रशांत सपाटे
शब्द -अभय बिरनाळे

ऑफ तास

ऑफ तासाची कथाच न्यारी,
असे बदली शिक्षकांची वारी.
होई गमतीजमती भारी,
पर्वणीच असे आम्हास सारी.

करे कोणास तरी मॉनिटर,
अभयच होई रिंग मास्टर!
नाव लिहून घेई कागदावर,
जसे कोणी वागे बेजबाबदार.

संधी चालून येई खुन्नस काढायची,
कोंबडा किंवा अंगठे धरले जायचे.
पण त्या वेळी मात्र कसे तरी वाटायचे,
कारण सगळे मित्र आपलेच असायचे.

कार्लेकर मॅडमचे असे बडबडगीत,
कोणाची 'सिंदबाद'च्या सफरीची रीत.
म्हाकाळे सरांच्या 'जीवन संघर्ष'ची जीत,
यातून जपले जाई विद्यार्थ्यांचे हित.
ऑफ तासावेळी विनोद काही गोष्टी,
सारं काही अविस्मरणीय असायचं.
अमित आणि मंजिरीची हसवण्याची दृष्टी
सर्वांना मंत्रमुग्ध करून टाकायचं.

ऑफ तासावेळी पेंडिंग अभ्यास करायचे,
तर काही जण गप्पांमध्ये रमायचे.
कधी आम्हास मैदानावर खेळवायचे,
तर कधी साफसफाईला धाडायचे.

ऑफ तासाबद्दल सांगेल तेवढे कमी,
ऐसे हे दिवस बालपणीच्या ठेवी.
परत परत यावेत वाटे हे क्षण,
गेटटुगेदर साजरा करू आता सर्व जण.

हे सर्व डोळ्यासमोर आठवणारा,
असाच एक हवाहवासा वाटणारा.
'ऑफ तास', 'गेटटुगेदर'च्या रूपातला,
घेऊन येतोय एकत्र आपणाला!

शब्दरचना - प्रशांत सपाटे
शब्द - अभय बिरनाळे

लेखक परिचय

अभयकुमार बंडू बिरनाळे एक मितभाषी आणि बहुआयामी असे व्यक्तिमत्त्व. त्यांचा जन्म एका सुशिक्षित आणि सुसंस्कृत कुटुंबात झाला. आई-वडील दोघेही शिक्षक; त्यामुळे घरातील वातावरण शैक्षणिक. याचा त्यांच्या शिक्षणावर आणि एकूणच व्यक्तिमत्त्वावर सकारात्मक परिणाम झाला.

कुशाग्र बुद्धिमत्ता आणि पोषक वातावरण, यामुळे स्वतंत्र विचारसरणी विकसित होत गेली. शैक्षणिक प्रगतीसुद्धा उत्कृष्ट. याचबरोबर स्मरणशक्तीचे वरदान लाभले असल्याने 'शाळेतल्या आठवणी' हा उपक्रम शक्य झाला.

सन १९९७ साली औषधनिर्माण शास्त्रात पदवी प्राप्त केल्यानंतर त्यांनी काही वर्षे अध्यापनाचे काम केले. त्यानंतर रसायन उद्योगात विविध व्यवसाय विकसित केले.

भारतातील पहिला 'फ्युएल इथेनॉल' निर्मिती प्रकल्प उभारण्यात मोलाचे योगदान; तसेच पेट्रोलमध्ये 'इथेनॉल ब्लेंडिंग'चा पथदर्शी प्रकल्प यशस्वीपणे राबवण्यात त्यांचा सहभाग आहे. या पथदर्शी प्रकल्पाचे उद्घाटन तत्कालीन पेट्रोलियम मंत्री राम नाईक यांच्या शुभहस्ते पार पडले होते.

सध्या ते वेस्ट मॅनेजमेंट आणि रिसायकलिंग अशा शाश्वत क्षेत्रात कार्यरत असून, त्यांनी उद्योग-व्यवसायाबरोबरच वाचनाचा व्यासंगदेखील जोपासला आहे. विस्तृत मित्रपरिवार आणि अजातशत्रू व्यक्तिमत्त्वामुळे ते मित्रप्रिय आहेत.